சுராவின்

செஸ் விளையாட்டு

எழுதி வழங்கியவர்:

P. ராதாகிருஷ்ணன்

சுரா பதிப்பகம்

சுரா பதிப்பகம்

An imprint of Sura College of Competition

சென்னை

செஸ் விளையாட்டு

(Chess Game)

by

P. Radhakrishnan

© வெளியீட்டாளர்கள்

இந்தப் பதிப்பு : ஆகஸ்டு, 2024

அளவு : 1/8 டெமி

பக்கங்கள் : 176

குறியீட்டு எண் : 0 9

ISBN: 81-7478-161-7

(வெளியீட்டாளர்களின் எழுத்து மூலமான அனுமதி இன்றி இப்புத்தகத்தை மறுபதிப்புச் செய்யவோ, வேறு மொழிகளில் மொழிபெயர்க்கவோ, அச்சடிக்கவோ, போட்டோகாபி செய்யவோ கூடாது)

சுரா பதிப்பகம்

[An imprint of Sura College of Competition]

தலைமை அலுவலகம்: 1620, 'ஜே' பிளாக், 16-ஆவது பிரதான சாலை, அண்ணா நகர், சென்னை-600 040. ☎ 91-44-48629977, 42043273

பத்மாவதி ஆப்செட், சென்னை – 600 032–இல் அச்சடிக்கப்பட்டு, சுரா பதிப்பகத்திற்காக [An imprint of Sura College of Competition], 1620, 'ஜே' பிளாக், 16–ஆவது பிரதான சாலை, அண்ணா நகர், சென்னை – 600 040 இல் **திரு. வீ.வீ.கே. சுப்புராசு** அவர்களால் வெளியிடப்பட்டது.

தொலைபேசி எண் : 91–44–48629977

email: enquiry@surabooks.com; suracollege@gmail.com

website: www.surabooks.com

முன்னுரை

1. **சதுரங்க (செஸ்) விளையாட்டு** 1500 ஆண்டுகளுக்கு முன்பு நமது நாட்டில் தோன்றிய விளையாட்டு ஆகும். 500 ஆண்டுகளுக்குப் பின் (11-ம் நூற்றாண்டில்) உலகம் முழுவதும் பரவத் துவங்கியது. இவ்விளையாட்டு, ஒழுக்கத்தைக் கற்பிக்கக்கூடிய, அறிவு வளர்ச்சி, சுய சிந்தனையின் வளர்ச்சிக்கு ஏற்ற, பண்பாடுள்ள, நாகரிகமான விளையாட்டாக இருந்தமையால் உலக நாடுகளிலுள்ளவர்கள், இவ்விளையாட்டை ஏற்று, விரும்பி விளையாடி வருகின்றனர். சாதாரண மனிதன் முதல் சக்ரவர்த்தி நெப்போலியன் வரை இவ்விளையாட்டின் வீரர்களாக இருந்திருக்கின்றனர் - இருக்கின்றனர் - இருப்பார்கள்.

2. இதனை, இங்கிலாந்தின் மாஜி பிரதம மந்திரி திருமதி மார்கரெட் தாட்சர், தத்துவ மேதை மாக்சிம் கார்க்கி, டாக்டர் இவூவே இன்னும் பல அரசியல் தலைவர்கள், மதவாதிகள், உயர் ராணுவ அதிகாரிகள், மேதைகள் இவ்விளையாட்டினைப் பல்வாறு புகழ்ந்துள்ளனர். இவ்விளையாட்டின் வளர்ச்சிக்காக நாம் அளித்த, அளிக்கும் பங்கு மிகக் குறைவே. அமெரிக்கா, ரஷ்யா, இங்கிலாந்து ஆகிய நாடுகளின் பங்கு (Contribution) மிக, மிக அதிகமானது. இவர்களின் முயற்சியால் ஏற்படுத்தப்பட்ட 'பைடு' (FIDE) என்னும் உலக செஸ் ஸ்தாபனம் வெற்றிகரமாகப் பல்லாண்டுகளாக நடைபெற்று வருகிறது. பலகோடி ரூபாய்களை ஆண்டுதோறும் பரிசாக வழங்குவதுடன் பல அரிய பணிகளையும் செய்கின்றது.

3. இச் சிறப்புமிக்க விளையாட்டு நமது நாட்டில் தோன்றியதாயினும், நமது நாட்டில் உலகளவில் தலையாய வெற்றிவீரர்கள் சிலரே உருவாகி வருகின்றனர். சிறப்பான ஆட்டக்காரர்களும் குறைவே. விளையாடுபவர் களும் குறைவே. எனவே, தமிழ் நாட்டில் கிராமம், குக்கிராமம், நகரம் என்று எல்லா இடத்திலும், எல்லோர் வீட்டிலும் செஸ் விளையாடப்பட வேண்டும். அதன் மூலம் அனேக கிரேண்ட் மாஸ்டர்கள், சேம்பியன்கள் நிச்சயம் தமிழ்நாட்டில் உருவாகுவர் என்ற ஆவல் மற்றும் நம்பிக்கையினால் இப்புத்தகம் தமிழில் தயாரிக்கப்பட்டுள்ளது.

4. இப் புத்தகம் உலகில் பல்லாண்டுகளாக செஸ் விளையாட்டில் முன்னணியில் இருக்கும் ரஷ்யர்களின் பயிற்சி முறையைப் பின்பற்றி தயாரிக்கப்பட்டதாகும். குறிப்பாக, செஸ் போர்டில் பயிற்சி, குதிரையின் போக்கு கணிக்கப்பட்டிருப்பது, சிறப்பான இறுதியாட்டம் போன்றவைகள் பலரின் பாராட்டுதல்களைப் பெற்றது. இதனைத் தாங்களும் படித்து பலன் அடைவதோடு உற்றார், உறவினர், நண்பர்களும் பயனடையச் செய்யுமாறு வேண்டுகிறோம்.

பதிப்பகத்தார்

உள்ளடக்கம்

பாடம்		பக்கம்
1	சதுரங்க (செஸ்) விளையாட்டின் வரலாறும், சதுரங்க (செஸ்) விளையாட்டும்	1
2	செஸ் விளையாட்டின் சிறப்புக்கள்	9
3	செஸ் போர்டும் அதில் பயிற்சியும்	12
4	செஸ் காய்களும், அவைகளை நகர்த்தும் விதிகளும்	38
5	என்-பேசன்ட் ரூல்	62
6	பானின் பதவி உயர்வு (Pawn's Promotion)	65
7	கோட்டை கட்டுதல் (Castlings)	67
8	செஸ் விளையாட்டின் விதிகள்	72
9	செஸ் குறியீடுகள் (Symbols of Chess Notations)	79
10	திறப்புகள் (Openings)	100
11	ஆப்பு, இரட்டைக் குறி, இரண்டிலொன்று (PINS, SKEWERS AND FORK)	109
12	நடுகள விளையாட்டு (Middle Game)	115
13	செக், செக்மேட், டிஸ்கவர்டு செக், செக் வைக்கும் காரணங்கள் (Check, Check-mate, Discovered Check and Reasons for Checking)	117
14	ஸ்டேல்-மேட், டிரா, டிராவின் நிச்சய நிலை, செஸ் காய்களின் மதிப்பு (Stale-mate, Draw, Certainty for Draw and Value of Pieces and Pawns)	121

பாடம்		பக்கம்
15	இறுதியாட்டம் (End Game)	131
16	சிறப்பான இறுதியாட்டங்கள் (Interesting End Games)	137
17	காய் கொடுத்து காய் எடுத்தலும், பலி கொடுத்தலும் (Exchange and Sacrifices)	143
18	செஸ் கடிகாரமும், செஸ்ஸில் கம்ப்யூட்டரும், செஸ் போட்டிகளும் (Chess Clock, Computer in Chess and Chess Matches)	147
19	அஞ்சல் வழியில் செஸ் விளையாட்டும், செஸ் பிரச்சினைகளும், செஸ் கல்வியும் (Chess Game and Problems and Chess Education by Post)	158
20	செஸ் விளையாட்டில் முன்னேறுவதெப்படி ?	160
21	மூன்று முழு விளையாட்டுகளும் சில செஸ் பிரச்சினைகளும் (Three Complete Games and some Chess Problems)	163

பாடம் - 1

சதுரங்க (செஸ்) விளையாட்டின் வரலாறும், சதுரங்க (செஸ்) விளையாட்டும்

சதுரங்க (செஸ்) விளையாட்டின் வரலாறு

1. சதுரங்க (செஸ்) விளையாட்டு சுமார் ஆயிரத்து ஐநூறு ஆண்டுகளுக்கு முன்பு இந்தியாவில் தோன்றிய விளையாட்டு ஆகும். இதனை ஆராய்ந்த ஒரு பிரிவினர், இது அதற்கு முன்பே கண்டுபிடிக்கப்பட்டு, அறிவிற்சிறந்த துறவிகளால் பலவித வர்ணக் கற்களைக் கொண்டு விளையாடப்பட்டிருப்பதற்கான ஆதாரங்கள் உண்டு என்று கண்டுபிடித்துள்ளனர். அவர்கள் கூற்றுப்படி இது ஓர் இந்திய முனிவரால் கண்டுபிடிக்கப்பட்டது என்பதாகும். ஆனால், ஆதாரப்பூர்வமாக இங்கிலாந்தை ஆண்ட மகாராணியார் இது ஆறாம் நூற்றாண்டில் இந்திய ராஜவம்சத்தினரால் அரண்மனைகளில் விளையாடப்பட்டு வந்த ஒரு விளையாட்டு என்பதனை (பல ஆதாரங்கள் கண்டமையால்) ஏற்று, பதிவு செய்யப்பட்ட விளையாட்டு ஆகும்.

2. பதினேழாம் நூற்றாண்டில் பெர்சியர்கள், இது தங்கள் நாட்டில்தான் தோன்றியிருக்க வேண்டும், ஏனெனில், இதில் குதிரைப்படைகள் உள்ளன. (அக் காலகட்டத்தில் பெர்சியர்களின் குதிரைப் படை சிறப்பானதாகக் கருதப்பட்டது). மேலும், இவ்விளையாட்டை பெர்சியர்கள்போல், விருப்பத்துடனும், மதிப்புடனும், அதிகமாகவும், திறமையாகவும் வேறு நாட்டவர் விளையாடுவதில்லை என்பதனை ஆதாரமாகக் காட்டி, பெர்சியாவில்தான் தோன்றியிருக்க வேண்டுமென்று பதிவு செய்யுமாறு கேட்டதற்கு, உலகை ஆண்ட ஆங்கிலேயர்கள் யானைப் படை இந்தியாவில் மட்டும்தான் இருந்தது என்ற ஆதாரத்தோடு மற்ற ஆராய்ச்சிகளையும் ஆதாரமாகக் காட்டி பதிவு செய்ய மறுத்திருக்கின்றனர். இது நமது தேசத்திற்கு பெருமையளிப்பதும், ஆங்கிலேயர்களின் நேர்மைக்கும் ஓர் எடுத்துக்காட்டாகவும் அமைகின்றது.

3. இவ்விளையாட்டு பின்பு, ஏழாம் நூற்றாண்டின் இறுதியில் சைனா, ஜாவா, சுமத்ரா, போர்னியோ, மலாங்கா (இன்றைய சீனா, இந்தோனேஷியா, வியட்நாம், மலேஷியா, சிங்கப்பூர்) முதலான நாடுகளில் பரவியது. அவர்கள் இதனை விரும்பிப் போற்றி, மனமகிழ்ச்சியுடன் விளையாடினர் - விளையாடுகின்றனர்.

4. ஒன்பதாம் நூற்றாண்டில் பெர்சியா மூலமாக (மோஸ்லம்) இன்றைய அரேபிய, எகிப்து நாடுகளுக்குப் பரவி மெசபடொமியோவை அடைந்தது. அந்நாட்டவர் இவ்விளையாட்டின்மீது காட்டிய உயர்வு, ஆர்வம் இவற்றை விரிவாகக் கூறுவோமானால் அதுவே பல பக்கங்களைக் கொண்டதாக அமையும்.

5. பதினோராம் நூற்றாண்டில் இவ் விளையாட்டு ஸ்பெயின், இத்தாலி வழியாக இங்கிலாந்தை அடைந்தது. மற்ற நாட்டினரைப்போலவே ஆங்கிலேயர்களும், ஐரோப்பியர்களும், இதை விரும்பிப் போற்றி, மதித்து விளையாடியதுடன் இதன் முன்னேற்றத்தில் ஈடுபாட்டுடன், ஆர்வமும் செலுத்தினர். பதினைந்தாம் நூற்றாண்டில் இவ்விளையாட்டை விளையாடிய இங்கிலாந்து ராஜ வம்சத்தினர் (Royal household of Wales) இதை ஒரு நாகரிகமான அறிவு வளர்ச்சிக்கேற்ற, பண்பாடுள்ள, அறிவு ஜீவிகளின் விளையாட்டு என அறிவித்து, அதன் முன்னேற்றத்திற்கு ஒரு அதிகாரம் நிறைந்த ஆராய்ச்சிக் குழுவை ஏற்படுத்தினர். அச்சமயம் இங்கிலாந்தை ஆண்ட மகாராணியார், இவ்விளையாட்டின் சட்ட திட்டங்களில் சில மாறுதல்களைச் செய்து ஐரோப்பிய நாடுகளிலும், ஆஸ்திரேலியா, நியூசிலாந்து, மேலும் அவர்கள் ஆட்சியிலிருந்த நாடுகளனைத்திலும் (ஏறத்தாழ உலகம் முழுமையும் அமெரிக்கா உட்பட அவர்களாட்சியின் கீழிருந்தது) இவ்விளையாட்டினைப் பரவச் செய்தனர். அம்மாறுதல்கள் கீழக்கண்டவைகளாகும்.

(க) என் பேசன்ட் ரூல்ஸ்
(கா) கேஸ்லிங்
} இணைக்கப்பட்டது

(கி) நாம் அழைத்த மந்திரி என்னும் பெயர் ராணியாக மாற்றப்பட்டு, குறுக்காக ஒரே ஒரு கட்டம் மட்டும் செல்லும் விதியைப் பெற்றிருந்த மந்திரி எட்டு திசைகளிலும், நேராகவும், குறுக்காகவும் போர்டின் கடைசி வரை சென்று திரும்பவும் விதியைப் பெற்று ராணியாக மாறியது.

(கீ) நமது ரதம், பிஷப்பாக (பாதிரியாராக) மாறியது.

(கு) நமது யானை, கோட்டையின் பீரங்கிப் பகுதியாக (Castle = A semi-circled part of a palace's wall, where canons used to be located) மாறியது.

(கூ) ஒரு சிப்பாய் கடைசி கட்டத்தை அடைந்தவுடன் ராணியாகவும், அடுத்த சிப்பாய் கோட்டையாகவும், அதற்கடுத்த சிப்பாய் பிஷப்பாகவும் மாறும் என்பதும், ஏற்கனவே ஒரு ராணி இருப்பின் மற்றொரு ராணி, இரண்டு கோட்டைகள் (ரூக்ஸ்) இருப்பின் மூன்றாவது ரூக் எடுக்க இயலாது என்பதும் நம் இந்திய வம்சாவழியினர் வகுத்த விதி என்று கருதப்படுகின்றது. இதை பிரிட்டீஷார், நேருக்கு மாறாக ஐயமின்றித் தெளிவாக மாற்றிவிட்டனர் என்பது மற்றொரு சாராரின் கருத்து. அதன்படி வேறு காய்களை எடுக்காது, பான் கடைசி ரேங்க்கை அடையும்பொழுது ஒன்றன்பின் ஒன்றாக எத்தனை ராணிகள் வேண்டுமென்றாலும் எடுத்துக்கொள்ளலாம். இதற்கு சில நாட்டினர் தரும் விளக்கம் - ஒரு விளையாட்டுக்காரர், ஒரு ராணி எடுத்துவிட்டால் அவர்தான் நிச்சயம் ஜெயிப்பார். மென்மேலும் ராணிகளை எடுப்பதில்

தவறில்லை. செஸ் போட்டிகள் பல விளையாட்டுகளைக் கொண்டமையால் நேரம் விரயமாவது தடுக்கப்படும் என்பதே இதன் நோக்கமாகும். இன்று இரண்டு விதிகளையும் பின்பற்றி விளையாடுகின்றனர். இதன் விளக்கம் **செஸ் விதிகள்** என்னும் 8-ஆம் பாடத்தில் தரப்பட்டுள்ளது. ஆங்கிலேயர்கள் செய்த பல மாற்றங்களை அவர்களே பரவச்செய்துள்ளனர். இந்த இரண்டு, மூன்று ராணியின் மாற்றத்தை அவர்கள் செய்தவை என்பதற்கான ஆதாரங்கள் ஏதும் இல்லை. எனினும், இவ்விதியே FIDE-ன் விதியாகும். இதுவே, இன்று அமலில் உள்ள விதி. இவ்விதியினை ஆங்கிலேயர்கள் மாற்றியதாக ஒப்புக்கொள்ளவில்லை.

(கெ) பான்ஸ் பிரிவிலேஜ் - அதாவது, முதல் நகர்த்தலில் விளையாடுபவர் விரும்பினால், பானை இரண்டு கட்டங்கள் நகர்த்திக்கொள்ளலாம் என்பதாகும்.

6. பன்னிரெண்டாம் நூற்றாண்டுக்குப் பின்பு இவ்விளையாட்டின் வளர்ச்சி அபரிமிதமாகப் பெருகியது. இதற்கு முக்கிய காரண கர்த்தாக்கள் ரஷ்யர்கள் ஆவார்கள். அவர்கள் எழுதியுள்ள வரலாற்றுப்படி இது அவர்கள் நாட்டை பனிரெண்டாம் நூற்றாண்டின் முற்பகுதியில் அடைந்துள்ளது. அறிவுப்பசி நிறைந்த ரஷ்யர்களுக்கும் அவர்களுடன் இணைந்திருந்த முப்பதுக்கும் மேற்பட்ட நாட்டவருக்கும் இவ்விளையாட்டு பெரும் விருந்தாக அமைந்தது. செயின்ட் பீட்டர்ஸ்பர்க்கைத் (இன்றைய லெனின்கிராடு) தலைநகராகக் கொண்ட 'சார்' (Czar of Russia) மன்னர்கள் இதற்குப் பெரும் ஆதரவு அளித்து இதன் வளர்ச்சிக்கு நிதியும் ஒதுக்கினர். அடுத்து வந்த கம்யூனிஸ அரசாங்கமும், இவ்விளையாட்டிற்குப் பெரும் மதிப்பளித்து இதன் வளர்ச்சிக்கு முழு ஆதரவு அளித்தது. இதர கம்யூனிஸ நாடுகளிலும் இவ்விளையாட்டின் வளர்ச்சிக்கு மாபெரும் ஆதரவளிக்கப்பட்டது. அனேக செஸ் விளையாட்டு வீரர்கள் என்பதைவிட 'செஸ் ஞானிகள்' கம்யூனிஸ நாடுகளில் உருவாயினர்.

7. இதற்காக ரஷியாவில் **வொயிட் ரூக் க்ளப்** (White Rook Club), **யங் பயனியர்ஸ் பேலஸஸ்** (Young Pioneers Palaces) என்ற இரு ஸ்தாபனங்கள் உள்ளன. இவைகள் நமது நாட்டில் கல்விக்காக இயங்கும் யுனிவர்ஸிட்டிகள் போன்று, செஸ்சுக்காக இயங்கும் யுனிவர்ஸிட்டிகள் போன்றவை எனக் கூறலாம். இவைகள் ஆண்டுதோறும் லட்சக்கணக்கான மாணவ, மாணவியருக்கும் இதர மக்களுக்காகவும், பள்ளிகளில், கல்லூரிகளில் சென்றும், இதற்காக இவர்களால் நடத்தப்படும் நிறுவனங்களிலும் செஸ் விளையாட்டைக் கற்றுத் தருவதுடன், பல நிலைகளில் போட்டிகள் நடத்துகின்றன. உலகில் உள்ள அனைத்து நாடுகளின் வளர்ச்சியுடன் ரஷ்யா அதன் நாடுகளின் வளர்ச்சியை ஒப்பிடும்போது, ரஷ்யர்களின் வளர்ச்சி எவரெஸ்ட் சிகரம் போலவும் மற்ற நாடுகள் அதன் அடிவாரத்திலிருப்பது போன்றும் தோன்றும். இது தவிர, ரஷ்யாவில் ஆங்காங்கு தனியார் செஸ் நிறுவனங்கள் இருப்பதுடன் தபால்

மூலம் செஸ் கல்வி அளிக்கப்படுகின்றது. தபால் மூலம் செஸ் விளையாட்டைக் கற்றுக் கொள்கின்றனர். இதுபோன்று ஐரோப்பிய, அமெரிக்க நாடுகளிலும் விளையாடுகின்றனர் என்பதும் குறிப்பிடத்தக்கது. ரஷ்யா மற்றும் அதன் ஆதரவு கம்யூனிச நாடுகளில் உள்ள அனைவரும் செஸ் விளையாடுவர். 'அமெரிக்கர்கள் பொருளாதாரத்திலும், ரஷ்யர்கள் அறிவிலும் மேம்பட்டவர்கள்' (Americans are economically rich and Russians are brainly rich) என்ற பழமொழி அமெரிக்கர்களாலும், ஆங்கிலேயர்களாலும் கூறப்பட்டது. அதற்கு இவ்விளையாட்டே அடிப்படைக் காரணம் என்று இருபாலாரும், உலகில் உள்ளவர்களும் ஒப்புக்கொள்கின்றனர். செஸ்ஸின்மேல் உள்ள உண்மையான பற்று, தணியாத அறிவுக்கு வேலை, இடைவிடா முயற்சி இவைகளின் காரணமாக செஸ் விளையாட்டில் உலகிலேயே முதன்மையாளர்களாக (Chess Kings and Chess Champions) அதாவது செஸ்ஸில் ராஜா, செஸ்ஸில் உலகில் தலை சிறந்தவர்கள் என்ற பட்டத்தையும், அதற்குரிய கோடிக்கணக்கான ரூபாய்கள் கொண்ட பரிசுகளையும் ரஷ்யர்கள் கீழ்க்கண்டவாறு வென்றுள்ளனர், வென்று வருகின்றனர்.

	பெயர்	நாடு	வருடம்	மொத்த வருடங்கள்
1.	வில்ஹம் ஸ்டெயினிட்ஸ்	ஆஸ்திரியா	1886-1894	9
2.	இம்மானுவேல் லஸ்கர்	ஜெர்மனி	1895-1921	27
3.	ஜோஸ் ராவுல்கேப் ப்ளாங்கா	க்யூபா	1922-1927	6
4.	அலெக்ஸாண்டர் அலெக்சின்	ரஷ்யா	1928-1935	8
			1938-1946	9
5.	மேக்ஸ் ஈஊவே	ஹாலந்து	1936-1937	2
6.	மிக்காயில் போட்வின்னிக்	ரஷ்யா	1948-1963	16
7.	வாஸிலி சிமோலோவ் (சேலஞ்ச் மேட்ச்)	ரஷ்யா	1957-1958	2
8.	மிக்காயில் டால் (சேலஞ்ச் மேட்ச்)	ரஷ்யா	1960-1961	2
9.	டிக்ரேன் பெட்ரோஸன்	ரஷ்யா	1964-1969	6
10.	போரிஸ் ஸ்போஸ்கி	ரஷ்யா	1970-1972	3
11.	ராபர்ட் ஜேம்ஸ் ஃபிஷர் (Fischer)	யு.எஸ்.எ.	1973-1975	3
12.	அனடோலி கார்போவ்	ரஷ்யா	1976-1985, 1993	11
13.	காரி காஸ்பரோவ்	ரஷ்யா	1986-1995 (1993-ஐ தவிர)	9
14.	அனடோலி கார்போவ் (சேலஞ்ச் மேட்ச்)	ரஷ்யா	1996	1

8. மேலே கண்ட அட்டவணையிலிருந்து நாம் காணுவது கடந்த நூறு ஆண்டுகளில் நடந்த போட்டிகளில் இதர உலக நாடுகள் நாற்பத்தி ஏழு (47) போட்டிகளிலும், ரஷ்யா மட்டும் தனித்து அறுபத்தேழு (67) போட்டிகளிலும் வென்றுள்ளன. அமெரிக்காவின் தணியாத ஆர்வம், முயற்சி எல்லாம் ரஷ்யர்களை செஸ்ஸில் தோற்கடிக்க வேண்டும் என்பதே. இதற்காக இரண்டாம் உலக மகாயுத்த காலத்தில் ரேடியோ செஸ் போட்டிகள் நடத்தினர். பலமுறை சவால் (Challenge) விட்டும் தோற்றனர். இதற்காக ரஷ்யாவைச் சேர்ந்த ருஸ்தம் காம்ஸ்கிக்கு U.S.A. குடியுரிமை நல்கியது. அவரது மகன் கடா காம்ஸிக்காக FIDE என்னும் உலக செஸ் ஸ்தாபனத்திற்கு சவால் விட்டு தோற்றும் போனது. ரஷ்யர்களின் இந்த அதிக அளவிலான வெற்றிக்குக் காரணம் அறிவின் உண்மையான உழைப்பே. உடலால் அல்ல, மூளையினால் அறிவை உபயோகிப்பதே ஆகும்.

9. ஷு ஷுவா போல்கர், ஜுடித் போல்கர் (Zsuzsua Polgar, Judith Polgar) உலக பெண் செஸ் சாம்பியன்கள் ஆவார்கள். ஜுடித் போல்கர், க்சி ஜுன், (Xie Jun) சைனா, கியூர் டானிட்ஜ் (Chiur Danidze) இயோ செலியானி, ஜார்ஜியா (Io Seliani of Georgia) நானா போன்றவர்கள் உலக அரங்கின் பெண் செஸ் சாம்பியன், கிரேண்ட் மாஸ்டர்கள், மாஸ்டர்கள் ஆவர். உலக சாம்பியன்களாக வரும்பொழுது செஸ் வரலாற்றில் இடம் பெறுவர். இவர்களில் அனேகர் ஆண்களுடன் போட்டியிட விருப்பம் தெரிவித்துள்ளனர். பாக்யஸ்ரீ திப்சே, விஜய லக்ஷ்மி, சரிகா ரெட்டி, சஹேலி பரூவா, புஷ்பலதா, அனுபமா கோகலே, சாயி மீரா, பிந்து, சரீதா, சுனீதா சத்யன் ஆகியோர் இந்தியாவின் பிரபல பெண் செஸ் விளையாட்டு வீராங்கனைகள் ஆவர்.

10. திப்யேந்து பரூவா, P. கொங்குவேல், D.R. பிரசாத், R.B. ரமேஷ், முரளிதரன், கோஷி, பரமேஸ்வரன், S. பால் ஆரோக்யராஜ் ஆகியவர்கள் இந்தியாவின் சிறந்த செஸ் ஆட்டக்காரர் ஆவார்கள்.

11. பலவிதமான சிறப்புக்களைக் கொண்ட, மனமகிழ்ச்சியை அளிக்கக்கூடிய, நாகரிகமான, பண்பாடுள்ள, அறிவு வளர்ச்சிக்கு ஏற்ற இந்தியாவில் தோன்றிய, உலக மக்கள், உலக ஆட்சியாளர்களால் விரும்பி ஏற்றுப் போற்றிப் புகழ்ந்து விளையாடப்பட்டு வரும் இவ்விளையாட்டின் வரலாறு இத்துடன் முடிவுரை பெறப்போவதில்லை. ஆயிரத்து ஐநூறு ஆண்டுகளுக்குமேல் ஆதாரப்பூர்வமாக வெற்றி நடை போடும் இவ்விளையாட்டிற்கு முடிவுரையோ, தேய்பிறையோ இல்லவே இல்லை. காலத்தினால் அழிக்க இயலாத ஓர் அறிவுச் செல்வம் இவ்விளையாட்டு. நம் சந்ததியினருக்கு நல்க வேண்டிய ஒரு பொக்கிஷம்.

செஸ் விளையாட்டு

12. ஆதி மனிதன் காட்டு மனிதனாக இருந்தான். அவன் நாகரிகமடைந்தான். கல்வியறிவு பெற்றான். விஞ்ஞானத்தில் முன்னேறினான். பண்பாடுபெற்றி பல புத்தகங்கள் எழுதினான். அதன்படி செயற்பட்டான். எவ்வளவோ

மாற்றங்கள், எத்தனையோ கண்டுபிடிப்புக்கள், எல்லாவற்றிலும் வசதிகள் பெற்றான். ஆனால், ஒன்றே ஒன்றை மட்டும் அவனால் தவிர்க்க இயலவில்லை. அதுதான் போர். கற்கால யுத்தம், ராம-ராவண யுத்தம், இரு மன்னர்களிடையே யுத்தம், மகாபாரதப் போர், நெப்போலியன்-நெல்சன் யுத்தம், பிளாசி யுத்தம், முதல் உலகப்போர், இரண்டாம் உலகப்போர், இந்தியா-பாகிஸ்தான் யுத்தம், இந்தியா-சீனா யுத்தம், இது தவிர ஈரான்-ஈராக் யுத்தம் மற்றும் எத்தனையோ ரத்தம் சிந்தும் கடும் யுத்தங்கள், எத்தனையோ சுதந்திரப் போர்கள், உள் மண்களிலே யுத்தம் என்று ஆதிகால முதற்கொண்டு யுத்தத்தை யாரும், எவரும் கைவிடவில்லை. கைவிட இயலாது. கைவிடவும் மாட்டார்கள். அக்காலத்தில் மன்னர்கள் என்பவர்களுக்கு அடையாளம், அவர்கள் ஆளும் நாட்டின் அளவு எல்லை, அவர்களின் பாதுகாப்பான அரண்மனை, இவைகளெல்லாவற்றிலும் அவர்களுடைய வலிமையான படையேயாகும். மற்றொரு மன்னன் ஒரு நாட்டைத் தாக்கும்பொழுது அவனை யுத்தத்தில் முறியடித்து வெற்றிபெரும் மன்னனே சிறப்பாகக் கருதப்பட்டான் இன்றும் நிலைமை அவ்வாறே. மக்களாட்சி, மன்னராட்சி, சர்வாதிகாரம், கம்யூனிசம், சோஷலிசம், ஜனநாயகம், எவ்வகையான ஆட்சியாக இருப்பினும் அதற்கு அஸ்திவாரம் அந்த நாட்டின் போர்புரியும் படையும் அதன் வலிமையுமே ஆகும். படை பலத்தை வைத்துத்தான் ஒரு நாட்டின் வலிமை கணிக்கப்படுகிறது. படைபலம் மிகுந்த நாட்டிற்கு மற்ற நாடுகள் பணிகின்றன என்பதே உண்மை நிலை.

13. இந்த செஸ் விளையாட்டு இரு மன்னர்களுக்கு இடையே நடைபெறும் ஓர் யுத்தமாகும். உண்மையான யுத்தத்தின் ஓர் பிரதிபலிப்பு - மாடல் ஆகும். (Model of a War) செஸ் போர்டு யுத்த களமாகும். அக்காலத்தில் மன்னர் போர்க்களம் புகுவார். இதிலும் ராஜா போர்க்களத்தில் நிற்கின்றார். மந்திரியும் போர்க்களத்தில் ராஜாவிற்கு அருகிலேயே இருப்பார். இதிலும் அவ்வாறே. ஆனால் பதினைந்தாம் நூற்றாண்டில் ஆங்கிலேயர்கள் மந்திரி என்பதனை ராணியாக மாற்றிவிட்டனர். அவர்கள் மரபுப்படி ராணியும் போர்கள் வாயில் வரை செல்வார். தேவையானால் போர்புரியவும் செய்வார். பாக்லாந்து (Falkland) யுத்தத்தில் மாஜி இங்கிலாந்து பிரதமர் திருமதி மார்கரெட் தாட்சர் (Ms. Margaret Thatcher) என்பவர் யுத்த வாயில் வலர வந்து 'மை சன்ஸ்' எனக் கூறி வழங்கிய பிரசித்தி பெற்ற சொற்பொழிவு நினைவிருக்கலாம். அவர்கள் மந்திரிகளைப் போர்க்களத்திற்கு அனுப்புவதைவிட அரண்மனையில் ஆலோசகர்களாகவே பயன்படுத்தினர். நமது ராஜாக்கள் மந்திரியுடன் ரதத்தில்தான் போர்க்களம் செல்வர். ஆனால், ஆங்கிலேயர்கள் பைபிள் என்னும் விவிலிய நூலிலிருந்து ஆலோசனைகள் பெற பாதிரியார்களை (பிஷப்) யுத்தத்திற்கு அழைத்துச் செல்வர். ஏன் - இன்றைய ராணுவத்தில் கூட ரிலிஜியஸ் டீச்சர் என்ற பெயரில் மதப் போதகர்கள் ஜூனியர் கமிஷன் அந்தஸ்துடன் பணிபுரிகின்றனர். உலகில் இன்றுள்ள பெரும்பான்மையான

ராணுவம் ஆங்கிலேயர்களால் உருவாக்கப்பட்டதே. எனவே, செஸ் விளையாட்டிலும் பிஷப்புகளின் பிரதிபலிப்பு ஏற்பட்டது. குதிரைப் படையுடன், காலாட்படையும் மன்னர்கள் படையின் முக்கிய அங்கம் ஆகும்.

14. ஒவ்வொரு வித படைக்கும் இப்படித்தான் செல்ல வேண்டும் என்று தனித் தனிக் கட்டளை இருந்தது. அதுபோன்று செஸ் விளையாட்டிலும் ஒவ்வொரு வித காய்களுக்கும், சிப்பாய்களுக்கும் தனித்தனி நகர்த்துதல் விதிகள் உள்ளன. ராஜா யுத்தகளம் சென்று சற்று போர் புரிந்த பின்பு, போரின் நிலையை அனுசரித்து தனக்குப் பாதுகாப்பாக, ஓர் பாதுகாப்பான அமைப்பு ஏற்படுத்திக்கொள்வார். ஆங்கிலேயர்கள் அதை 'அரண் அமைக்கும் இயல்' (Fortification) என்கின்றனர். இந்த செஸ் என்னும் மாடல் யுத்தத்தில் அதுவும் உண்டு. அதற்கு இதில் **கேஸ்லிங்ஸ்** (Castlings) என்று பெயர். அக்காலத்தில் நம்மிடம் மட்டுமே யானைப்படை இருந்தது. ஆங்கிலேயர்களிடம் பீரங்கிப்படை இருந்தது. அப் பீரங்கியை ராஜாவின் பாதுகாப்பிற்கு யுத்த காலத்தில் இட மாற்றம் செய்வர். இன்றும் அவ்வாறே போர்க்களத்தில் செய்யப்படுகின்றது. அதன் அடிப்படையிலும் செஸ்ஸில் செய்யப்படுவதாக மற்றொரு விளக்கம் உண்டு. செங்கோட்டை, ஆக்ரா கோட்டை, செயின்ட் ஜார்ஜ் கோட்டைகளில் ஒரு அரை வட்ட வடிவில் சுவர்கள் காணப்படும். அதற்குத்தான் **கேஸில்** என்று பெயர். அங்குதான் பீரங்கிகளை யுத்தத்திற்கு பொருத்துவார்கள். (Castle = A battlement portion of a Fort, where canons are generally localed)

15. இரண்டு மன்னர்களுக்கு இடையே (This is a medieval battle between two Royal house-holds – Emperor of two Nations and each trying to trap the other's king) நடக்கும் யுத்தமாகும். இதன் வெற்றி–தோல்வி மன்னரை வளைத்துப் பிடிப்பதில் - நகர இயலாது செய்வதில்தான் உள்ளது. இது 'செஸ் போர்டு' என்னும் போர்க்களத்தில் விளையாடப்படும் யுத்தமாகும். இதில் அறுபத்து நான்கு **(64)** சம சதுர கட்டங்கள் உள்ளன. எனவே, போர்டும் சம சதுரமானது. எனவே, இதற்கு நம் நாட்டின் பெயர் **சதுரங்கம்** ஆகும். இதில் இரண்டு பேர்கள் இரு நாட்டிற்காகவும் விளையாடுவர். ஒருவருக்கு பதினாறு **(16)** வெள்ளைக் காய்களும், மற்றவருக்கு **(16)** கருப்புக் காய்களும் உண்டு. அவற்றில் எட்டு பீஸ்களும் (pieces), எட்டு பான்கள் (pawns) அல்லது சிப்பாய்களாகவும் இருக்கும். இவையெல்லாம் ஒரு வழியில் நகராது. இவற்றில் ஐந்து ஜாதி அல்லது விதமான பீஸ்களும், ஒரே விதமான எட்டு சிப்பாய்களும் யுத்தம் செய்யும்.

16. இவ்விளையாட்டில் உடல் பலத்தைக் காண்பிக்க ஒரு துளி வாய்ப்பும் கிடையாது. முற்றிலும் மூளையின் செயல்பாட்டினாலேயே விளையாடப் படுகின்றது. மூளையின் பலத்தைக் காண்பிக்க வேண்டும். இது ஒரு லாஜிகல் (Logical) சட்ட ரீதியான விளையாட்டாக இருப்பதால் அதிக பேச்சுக்கோ, வாய் சண்டைக்கோ, வழியில்லாது போய்விடுகின்றது.

எனவே, இது ஓர் அறிவு ஜீவிகளின், நாகரிகமான, பண்பாடுகள் நிறைந்த விளையாட்டு என உலக அரங்கில் புகழப்படுகின்றது.

கீழ்க்கண்ட வினாக்களுக்கு விடையளிக்கவும்:- (மார்க்குகள்)

1. செஸ் விளையாட்டின் வரலாற்றைச் சுருக்கமாகக் கூறு. 5
2. இவ்விளையாட்டு தங்கள் நாட்டில்தான் தோன்றியிருக்க வேண்டுமென்பதற்கு பெர்சியர்கள் ஆதாரமாகக் கூறியவை எவை? 5
3. இது இங்கிலாந்தை எப்பொழுது அடைந்தது? இதன் சட்ட திட்ட விதிகளில் இங்கிலாந்து மகாராணியார் செய்த மாற்றங்கள் யாவை? 5
4. ரஷ்யாவைச் சென்றடைந்த செஸ் அதிக வளர்ச்சியடைந்தள்ளது. அதன் காரணங்களை விளக்குக. 5

கோடிட்ட இடங்களைப் பூர்த்தி செய்க:-

1. சதுரங்க விளையாட்டு சுமார் .... வருடங்களுக்கு முன்பு .... தோன்றிய விளையாட்டு ஆகும். 2
2. இது .... கண்டுபிடிக்கப்பட்டது. 2
3. இதன் விதிகளில் மாறுதல்கள் .... நூற்றாண்டு .... செய்யப்பட்டது. 2
4. செஸ் விளையாட்டு .... நூற்றாண்டில் ரஷ்யாவைச் சென்றடைந்துள்ளது. 2
5. ரஷ்யாவில் செஸ் வளர்ச்சியை .... என்ற நிறுவனங்கள் கவனித்துக்கொள்கின்றன. 2
6. .... என்ற .... இருபத்தேழு வருடங்கள் தொடர்ந்து சேம்பியனாக இருந்திருக்கின்றார். 2

சரியா ✓ தவறா X என்பதனைக் குறிக்கவும்:-

1. செஸ் விளையாட்டு ஜாவா, சுமித்திரா, போர்னியோ, மலாங்கா நாடுகளில் ஏழாம் நூற்றாண்டில் சென்றடைந்தது. 2
2. இவ்விளையாட்டில் உள்ள யானைப் படை, இது இந்தியாவில் தோன்றிய ஓர் விளையாட்டு என்பதற்கு தகுந்த ஆதாரமாக இல்லை. 2
3. ஒரு காலத்தில் ராஜ வம்சத்தினரால் மட்டுமே விளையாடப்பட்டு வந்தது. 2
4. இது ஒரு பண்பாடுகள் நிறைந்த நாகரிகமான விளையாட்டு அல்ல. 2
5. இவ்விளையாட்டு உண்மையான போரின் ஓர் பிரதிபலிப்பு ஆகும். 2
6. செஸ் போர்டில் 70 (எழுபது) கட்டங்கள் இருக்கும். 2
7. இதில் மூன்று பேர்கள் மட்டுமே விளையாட இயலும். 2
8. இதில் ஒருவர் காய் கருப்பு, மற்றவர் காய் வெள்ளையாகும். 2

🨀 🨀 🨀

பாடம் - 2

செஸ் விளையாட்டின் சிறப்புக்கள்

1. இன்றைய நாட்களில், உலக மக்களால் ரசித்துப் பார்க்கக்கூடிய (விளையாடுபவர்கள் குறைவே) கிரிக்கெட் போன்ற விளையாட்டைக் கூட ஆராய்ந்து இது ஓர் அறிவுப்பூர்வமான விளையாட்டல்ல என்று ஒதுக்கித் தள்ளிய அமெரிக்கா, ரஷ்யா போன்ற பல நாடுகள் செஸ் விளையாட்டை ஏற்று, ஆராய்ந்து விரும்பிப் போற்றி விளையாடுவதுடன், அதில் தங்கள் நாட்டவர் 'சாம்பியன்' பட்டம் பெற வேண்டும் என்று அயராது முயற்சித்து வருகின்றனர். அதற்காகக் கோடிக்கணக்கில் பணம் செலவு செய்கின்றனர். செஸ் நிறுவனங்களுக்குச் சந்தாவாகத் தருவது ஓர் சிறப்பாகும். முன்பு 'நைட்' என்பதனை செஸ் மொழியில் Kt என்று குறிப்பிடுவர். அமெரிக்கா இதனைத் தங்கள் நாட்டு ஸ்பெல்லிங்கின் முதல் எழுத்தான N என்பதனைப் போடுவதற்குப் போராடி வெற்றி பெற்றது; இது இவ்விளையாட்டில் உலகின் முதல் வல்லரசு காட்டும் ஆர்வத்திற்கோர் எடுத்துக்காட்டாகும்.
2. இவ்விளையாட்டு மக்களிடம், குறிப்பாக, மாணவ, மாணவியரிடம் ஓர் கபட மற்ற நட்பை ஏற்படுத்துவதாகும். மூளை வளர்ச்சிக்கு (Mental attitude) மிகவும் ஏற்ற விளையாட்டு என்று இங்கிலாந்தின் மாஜி பிரதமர் திருமதி மார்கரெட் தாட்சர் கூறியுள்ளார்.
3. இது சென்ற இடமெல்லாம் சிறப்புடன் ஏற்றுக்கொள்ளப்பட்டது. விளையாடப்பட்டது. முன்னேற்றப்பட்டது. விளையாடப்பட்டு வருகின்றது.
4. இது திறமை (Talency) க்கு ஒரு சக்திக் (Core) கருவாக இருந்து இயக்குகின்றது. அதனை, இவ்விளையாட்டை நன்கு புரிந்து விளையாடுவதன் மூலம் பெற இயலும் என்று ரஷ்யாவின் தத்துவ மேதை மாக்சிம் கார்க்கி என்பவர் கூறியுள்ளார்.
5. டாக்டர் ஈவூவே (Dr. Euwe) என்னும் ஆங்கிலப் பேரறிஞர், 'வாழ்வில் தந்திரம், சாதுரியம், திட்டம், சந்தர்ப்பத்தில் திறமையாக செயல்படும் விதம், வெற்றி, தோல்வி, நடுநிலை, சக்தியின் திறன், சக்தியின் குவியல், சக்தியற்ற சூழ்நிலை, பொறுமை, மன ஒருமை - இவைகளை வாழ்நாளில், கல்லூரியின் படிப்பு முடியும் வரையும், முடித்து சில ஆண்டுகளுக்குப் பின்பே அனுபவப்பூர்வமாக அடைய, அனுபவிக்க இயலும். அவற்றில் சில கிடைக்காமலும் போகலாம். ஆனால், செஸ் விளையாட்டை விளையாடுவதால் நாம் வெகு விரைவில் திடமாக இவற்றைப் பெறுகிறோம், அனுபவிக்கின்றோம். புதுப்பித்துக் (Renewal) கொள்கின்றோம்' என்று விளக்கமாக ஒரு பெரிய புத்தகமே எழுதியுள்ளார்.
6. இவ்விளையாட்டு மூளையின் செயல்பாட்டை பல வழிகளில் தூண்டச் செய்யும் இயல்புடையதாக இருப்பதாலும், அறிவு வளர்ச்சிக்கு ஏற்றதாகவும், பண்பாடுள்ள, நாகரிகமான விளையாட்டாக இருப்பதாலும், இதனை ராஜ

வம்சத்தினர், மந்திரிகள், தளபதிகள், பிஷப்புக்கள், மற்ற மதத் தலைவர்கள், சான்றோர்கள், சர்வாதிகாரிகள், ஏனைய மக்கள், அதிகம் படித்தவர்கள், டாக்டர்கள், எஞ்சினியர்கள், குறைவாகப் படித்தவர்கள், படிக்காதவர்கள், அமெரிக்கர்கள், அதன் நட்பு நாடுகள், எதிரி நாடுகள், ரஷ்யர்கள் அதன் நட்பு, எதிரி நாடுகள், ஆங்கிலேயர்கள் (பிரிட்டிஷ்காரர்கள்) அவர்களால் ஆளப்பட்ட நாட்டினர், நட்பு நாட்டினர், எதிரி நாட்டினர், இந்தியர்கள், அவர்கள் வம்சா வழியினர், அவர்கள் நட்பு எதிரி நாடுகளென்று உலகின் எல்லா நாட்டினரும் இவ்விளையாட்டினைப் பெரிதும் மதித்துப் போற்றி, விரும்பி விளையாடினர் - விளையாடுகின்றனர். - விளையாடுவர் இவ்வுலகம் உள்ளளவும். சக்ரவர்த்தி நெப்போலியன் ஓர் சிறந்த செஸ் விளையாட்டு வீரர் என்பது குறிப்பிடத்தக்கது, அவர் **1804**-ம் ஆண்டு விளையாடிய விளையாட்டு ஒன்று உள்ளே தரப்பட்டுள்ளது. ('செஸ் குறியீடுகள்' - பாடம் **9**)

7. "இது ஆராய்ச்சி (Research) வேலை செய்பவர்களுக்கு மூளை ஊக்கத்திற்கு (Boost up of Brain work) உதவியளிப்பதாக உள்ளது என்று அனுபவ ரீதியாக கூறக்கேட்டேன்" என்று அலெக்ஸாண்டர் அலெக் கைன் என்பவரும், மிகாயில் போட்வின்னிக் என்பவரும் ஆதாரப்பூர்வமாகக் கூறியுள்ளனர்.

8. "இது ஒரு விளையாட்டு மாத்திரமல்ல, ஒரு கலையுமாகும். மங்கிக் கிடக்கும் மனித மூளையை, (அறிவுக்) கிரணங்களுடன் கூடிய சூரியனைப் போன்று உதிக்கச் செய்யும், ஓர் ஊக்கியாகும்" என்று அன்க்கிஸ்னோங்கியால் சொல்லப்பட்டுள்ளது.

9. **1981**-ம் வருடம், உலக சாம்பியன்களான காரி காஸ்பரோவும், கார்போவும் கடுமையாக ஒரு சந்தர்ப்பத்தில் விளையாடினர். உலகம் போற்றிய விளையாட்டாக இருந்ததுடன் யார் ஜெயிப்பார் என்ற எதிர்பார்ப்பு உலகம் முழுமையும் இருந்தது. இறுதியில் வியைாட்டு 'டிரா'வில் முடிந்தது. தோற்றால் பெறும் இகழ்வும் அடுத்து சேம்பியன் போட்டியில் நேரடியாக கலந்து கொள்ளும் வாய்ப்பை இழப்பவராகவும் காஸ்பரோவ் இருந்தார். இந்த டிரா நிலை அவருக்கு பெரும் ஆறுதலையளித்தது. “இது எனக்கு அனேக விஷயங்களைச் சொல்லித்தந்த விளையாட்டு, இது தன்னடக்கத்தை (Self Control) வளர்த்த ஒரு கலையாகும். முறையாக ஒருவன் ஒரு குறிக்கோளை, மன எழுச்சியின்றி அடைய உதவும் ஒரு விஞ்ஞானமாகும். இந்த உயர்நிலையை எனக்குத் தந்து என்னை தோல்வியடையாமல் செய்தமைக்கு இவ்விந்திய விளையாட்டிற்கு நன்றி கூறுவதுடன் **12**-ம் நூற்றாண்டின் இறுதியில் அஜர்பெய்ஜான் (ரஷ்யாவின் பகுதியாக இருந்தது) நாட்டின் கவி அஃபால்லாடிங் காகானி (Afalladिng Khakani) இவ் விளையாட்டைப்பற்றி எழுதிய கவிதையை நினைவுபடுத்திக்கொண்டு ஆறுதலடைகின்றேன்” என்று கூறினார். இதோ அந்தக் கவிதை -

Don't strive be a Queen - India
The straight path She can't tread
But rather be a pawn - console
And go on right ahead

10. இக் கவிதைக்கு விளக்கம் எழுதும்பொழுது 'இந்தியா - சதுரங்கம்' என்று குறிப்பிட்டுள்ளார். இதன் பொருள், பழைய இந்தியாவில் இந்த சதுரங்க விளையாட்டிற்கு-ராணிக்கு, சிப்பாய்க்கு இருக்கும் சக்திகூட இல்லாது ஒரு கட்டம் குறுக்காக மட்டும் போகுமாம். அதைவிட இப்பொழுது இருக்கும் நிலையினால் நான் டிராவாவது பெற இயன்றதே என்பதாகும்.
இதை இங்கு குறிப்பிடுவது ஏனெனில்,

11. 12-ம் நூற்றாண்டிலேயே இவ்விளையாட்டு பற்றி கவி பாடப்பட்டுள்ளது. இந்தியா - சதுரங்கம் என அவர்களின் கவிஞர்களாலேயே உரையும் எழுதப்பட்டுள்ளது. இது இவ்விளையாட்டிற்கும் நமக்கும் பெருமை தரத்தக்கதாகும்.

12. ஒரு முறை 40 ஆண்டுகளுக்கு முன்பு எழுதிய ஓப்பனிங் ட்ரீடைஸ் (Opening Treatise) என்ற புத்தகத்தில் 6. e2 - e4 ... b7 - b5 என்று வந்தால் 7... e4 - e5 என்று வரும் என்று உலக செஸ் வீரர்கள் அனைவராலும் ஒப்புக்கொள்ளப்பட்ட ஒரு நிரந்தர நகர்த்தலாக இருந்தது. இதை விவாதித்த உலக சேம்பியன்களில் ஒருவரான மிக்காயல் போட்வின்னிக் என்பவர் இது இறுதியில் கருப்பிற்கு பாதகமான நகர்த்தல் என்பதனைத் தனது செஸ் ஆய்வுக் கூடத்தில் (Laboratory) பல நாட்கள் ஆராய்ந்து 7... h7 - h6 ஆக இருக்க வேண்டும் என்பதனை நிரூபித்துக் காட்டினார். இதற்காக அவர் கம்யூனிச அரசின் "யூகோஸ்லேவிய என்சைக்ளோபேடிய செஸ் திறப்புகள்" என்ற புத்தகத்தை ஆதாரமாகக் காட்டியிருக்கின்றார். செஸ் ஆய்வுக்கூடம், அதற்கென்று ஒரு என்சைக்ளோபேடியா, வாத விவாதம் போன்றவையினால் இவ்விளையாட்டு அடையும் சிறப்பைக் காண்கின்றோம்.

13. It helps to learn how to think, to neutralize hot and cold brain's (Translation from Russian to English) function, to increase tremendous work on layer and range of brain etc. If you learn to play chess well, you will not only experience the real joy but to share with others. It helps to calculate and conclude என பல ரஷ்ய அறிவாளர் (Scholars) களால் புகழ்ப்பெற்றது.

14. இது ஓர் அறிவு ஜீவிகளின் விளையாட்டு ஆகும். மன மகிழ்ச்சியைத் தரவல்லது. அறிவைப் பெருக்கிக் கொள்ள உதவும். மன ஒருமைப்பாட்டிற்கும், இக்காலத்தில் பிழைப்பதற்கு ஏற்ற வகையில் அறிவுத் திறனை செயல்பட வைக்கும் வல்லமையுமுள்ளது.

15. இதையே தொழிலாகக் கொண்டு பலபேர் லட்சம், கோடியென சம்பாதித்துக் கொண்டுள்ளனர். இந்தியாவில் 40க்கும் அதிகமானவர்கள் இதில் ஈடுபட்டுள்ளனர். வருவாய் ஈட்டுகின்றனர்.

16. ஒவ்வொரு மானிடருக்கும் தினசரி பொழுதுபோக்கு விளையாட்டுகள் (Recreation) மிக மிக அவசியமானதென்று மனோதத்துவர்கள் வலியுறுத்துகின்றனர். இதை மனோரஞ்சன் என்றும் கூறுகின்றனர். தமிழில் மன மகிழ்வு தரும் விஷயம் என்று கொள்ளலாம். இவற்றிற்குப் பண்டைக்காலம் தொட்டு படைப்பிரிவுகளில் (தரைப் படை, விமானப் படை, கடற்படை) அதிக முக்கியத்துவம் அளிக்கப்படுகிறது. அதற்கு அரசாங்கங்கள் பணமும் தருகின்றன. இதனால் படைகளில் உயர் மன நிலையைக் (Moral up) கண்டனர். எனவே, டேபிள் டென்னிஸ், சீட்டுக் கட்டு, (சூதாட்டம் கூடாது), கேரம், டிராஃப்ட் விளையாடுவது, கடம், தபேலா கிட்டார், வயலின் போன்ற இசைக் கருவிகள் வாசிப்பது, பாட்டுப் பாடுவது, பத்திரிகை, செய்தித்தாள் படிப்பது போன்றவைகள் (பாலுணர்வு சம்பந்தப்பட்டவை நீங்கலாக) தேர்ந்தெடுக்கப்பட்டுள்ளன. அவற்றில் செஸ் விளையாட்டிற்கு முதலிடம் தரப்பட்டுள்ளது.

17. இவ்வளவு சிறப்புக்களைக் கொண்ட இவ்விளையாட்டினை நாமும் கற்போம், கற்றதை நமது சந்ததிகளுக்கு, இளைய தலைமுறையினருக்கும் கற்பிப்போம்.

வாழ்க, வளர்க என்று யாரும் வாழ்த்தத் தவறினாலும்
"வளரும் கலை செஸ், காலத்தினால் அழியாத கலை செஸ்".
"வாழ்க, வளர்க, அக் கலை" என்று நாமும் வாழ்த்துவோமாக.

வினாவிற்கு விடையளிக்கவும்:

செஸ் விளையாட்டின் சிறப்புகள் பற்றிய ஒரு குறிப்பு வரைக.

பாடம் - 3

செஸ் போர்டும் அதில் பயிற்சியும்

1. செஸ் விளையாட்டிற்குத் தேவையான கருவிகளில் ஒன்று **செஸ் போர்டு** ஆகும். இப்போர்டின் நீளமும், அகலமும் ஒரே அளவுடையதாக இருக்கும். எனவே, இது ஒரு சமசதுர போர்டு ஆகும். நிற்கும் வரிசையில் (Vertical) எட்டு (8) கட்டங்களும், படுக்கை வரிசையில் (Horizontal) எட்டு கட்டங்களாகவும் பிரிக்கப்பட்டு (8 x 8 = 64) அறுபத்திநான்கு சிறிய சமசதுரக் கட்டங்களைக் கொண்டதாகும். இதில் ஒன்று விட்டு ஒன்றாக அமைந்துள்ள 32 கட்டங்களுக்கு கருப்பு வர்ணமும் (கலர்), இடையிலுள்ள 32 கட்டங்களுக்கு வெள்ளை வர்ணமும் (கலர்) தீட்டப்பட்டிருக்கும்.

2. இது ஓர் உண்மையான போர்க்களத்தின் பிரதிபலிப்பாக இருந்தமையால் நமது முன்னோர்கள் இதனைக் களம் - போர்க்களம் என்றும் கூறினர். சதுர் + அங்கம் = சதுர அங்கமுடைய போர்டாக இருந்தமையால் 'சதுரங்க போர்டு' என்று கூறினர். அப்பெயரே இன்றும் உள்ளது. ஆங்கிலேயர்கள் இதனை (Chess Board, Chequered Board) செஸ் போர்டு அல்லது செக்குயர்டு போர்டு என்று கூறுவர். பல வண்ண சதுர கட்டங்களை

அடக்கிய அல்லது கொண்ட போர்டு என்பதாகும். படம்-1ல் நீங்கள் காண்பது ஒரு செஸ் போர்டு ஆகும். (மார்க்கிங் செய்யப்படாதது).

3. கி.பி. ஆறாம் நூற்றாண்டிற்கு முன்பு அறிவார்ந்த துறவிகள் இவ்விளையாட்டை, மணலிலோ, பட்டையான கல் அல்லது மர பரப்பிலோ வர்ணக் கற்களை வைத்து விளையாடியுள்ளனர். இது அரண்மனை விளையாட்டாக மாறியபின் சதுரங்கப் பலகை பலவித மரங்களாலும், உலோகங்களாலும் உருவாக்கப்பட்டு விளையாடப்பட்டது. 15-ம் நூற்றாண்டில் இது இங்கிலாந்து அரச குடும்பத்தையடைந்தபொழுது அவர்களை மிகவும் கவர்ந்தது. தங்கம், வெள்ளி போன்ற விலையுயர்ந்த உலோகங்களாலும் தேக்கு, தேவதாரு, கருங்காலி என்பன போன்ற மரங்களாலும் அவரவர் தேவைக்கேற்ப உருவாக்கப்பட்டு வந்ததோடு அல்லாமல் வியாபாரப் பொருளாகவும் மாறியது. விதவிதமான அழகிய போர்டுகளும், காய்களும் செய்யப்பட்டு உலகச் சந்தையில் அதிக அளவில் விற்பனையானது. இதில் ஆங்கிலேயர்கள், ஜாக்யூஸ் (Jaques), சீனர்கள், பர்மியர்கள் முன்னணியில் இருந்தனர்.

4. செஸ் போர்டின் நீளம், அகலம் இவ்வளவுதான் இருக்க வேண்டும் என்ற விதி (Rules) ஏதும் கிடையாது. எனினும் விளையாடுபவரின் கை நீளத்திற்கேற்ப செஸ் போர்டுகள் இருத்தல் அவசியம். சிறுவர், சிறுமியர் விளையாடுவதற்கு பெரிய அளவுள்ள போர்டைக் கொடுத்து விளையாடச் செய்தால், அவர்கள் குனிந்து கையை முழுமையாக நீட்டி காய்களை நகர்த்துவர், அச்சமயம் அறியாமல் காய்களைச் சாய்த்து விடுவர். பெரியவர்களுக்கு சிறிய போர்டைக் கொடுத்தால் அவர்களும் அதுபோன்றே செய்வர். ஏனெனில், அவர்களது விரல்களின் பருமனுக்கு ஏற்ற இடைவெளி இரு காய்களுக்கு இடையில் இருக்காது. இவைகளை மனதில் கொண்டு நடைமுறையில் மூன்று வித அளவுகளைக் கொண்ட போர்டுகளும் ஓர் மிகப்பெரிய அளவுள்ள போர்டும் உள்ளன. அவை மினி, மீடியம், லார்ஜ், எக்ஸ்ட்ரா லார்ஜ் போர்டுகளாகும். இவைகள் தவிர கடைகளில் பலவித சைஸ்களிலும் போர்டுகள் விற்கப்படுகின்றன. இவைகள் ஒவ்வொன்றினைப்பற்றி அறிவோம். இவைகள் தவிர மேக்னடிக் போர்டுகளும் உள்ளன.

(அ) மினி போர்டு (MINI BOARD)

இதன் அளவு 14" × 14" ஆகும். உள்கட்ட அளவுகள் 1½" × 1½" ஆகும். ஃபிரேமின் அளவு 1" நான்கு ஓரங்களிலும், அல்ஜிப்ரிக் (குறிக்கணக்கியல்) முறையிலும் டிஸ்கிரிப்டிவ் (விளக்கத்துடன் கூடிய) முறையிலும் விளையாடுவதற்கு மார்க்கிங் செய்ய விரும்பினால் இரண்டு பக்கமும் ஃபிரேம் உடையதாக இருத்தல் வேண்டும்.

(ஆ) மீடியம் போர்டு (MEDIUM BOARD)

இதன் அளவு 16" × 16" ஆகும். உள் கட்டங்களின் அளவுகள் 1¾" × 1¾" ஆகும். ஃபிரேமின் அளவு நான்கு ஓரங்களிலும் 1".

அல்ஜிப்ரிக் (Algebraic) முறையிலும், டிஸ்கிரிப்டிவ் (Descriptive) முறையிலும் விளையாடுவதற்கு மார்க்கிங் செய்ய விரும்பினால் இரண்டு பக்கமும் ஃபிரேம் உடையதாக இருத்தல் வேண்டும்.

(இ) பெரிய போர்டு (LARGE BOARD)

இதன் அளவு 18" X 18" ஆகும். உள் கட்டங்களின் அளவு 2" × 2" ஆகும். ஃபிரேம் அளவு நான்கு பக்கங்களிலும் ஓர் அங்குலம். மேற்கூறிய இரு முறைகளிலும் விளையாட விரும்புபவர்களுக்கு இரு பக்கமும் ஃபிரேம் உடையதாக இருத்தல் வேண்டும். இந்த அளவுள்ள போர்டுகளையே பெரியவர்களும் நடுத்தர வயதுடைய பையன்களும், பெண்களும் அதிகம் விரும்பி எடுத்து விளையாடுவதை (மீடியம் போர்டுக்கு ஏற்றவர்கள் என்று கருதப்படுபவர்கள்) அனுபவத்தில் கண்டோம். எனவே, 13 (பதிமூன்று) வயதுக்கு மேற்பட்டவர்களுக்கு இந்த சைஸ் ஏற்றதாக உள்ளது என்று சிபாரிசு செய்யலாம்.

(ஈ) மிகப்பெரிய சைஸ் போர்டு (Extra Large Size Board)

இதன் அளவு 2 அடி 4 அங்குலமாகும். (28" × 28") இதன் உள் கட்டங்களின் அளவுகள் 2½" × 2½" ஆகும். இதன் ஃபிரேம்கள் 2" × 2" ஆகும். இதன் ஃபிரேம்கள் ஏறக்குறைய கேரம் போர்டின் பிரேம்கள்போல் இருக்கும். இதில் ஒரு பக்கம் மட்டும் விளையாடும்படி மார்க்கிங் செய்யப்பட்டிருக்கும். இப் போர்டுகள் பொழுதுபோக்கு விளையாட்டு மையங்கள், சமூக உயர்நிலை சங்கங்கள், பெரிய அறைகளைக் கொண்டுள்ள வீடுகள் ஆகியவற்றில் நிலையாக ஓரிடத்தில் வைப்பதற்கு ஏற்றது. அடிக்கடி இடம் விட்டு இடம் மாற்றி வைக்கும் தன்மை (Mobility) தேவையில்லை. சிறுவர்கள் விளையாடுவதற்கு ஏற்றவைகள் அல்ல.

(உ) மேற்கூறிய மூன்று (மினி, மீடியம், லார்ஜ்) போர்டுகளை 4 மி.மீட்டர் கனமுள்ள, தரமான ஒட்டுப் பலகையிலோ (பிளைவுட்டிலோ) அல்லது நீரினால் சுருங்கி விரியும் தன்மையற்ற (வாட்டர் புரூஃப்) பலகையிலோ தயாரிக்க வேண்டும். மட்டமான பலகையாக இருப்பின் தண்ணீர், காபி, தேநீர் போன்றவை ஊற்றி விட்டாலோ அல்லது அதிக உஷ்ண காலங்களிலோ வளைவு (Bend) ஏற்படுவதுடன் பட்டை பட்டையாக உரியத் தொடங்கும். அதை சில சிறுவர்களும், சில பெரியவர்களும் அதிகமாககி விளையாட ஏற்றதாக இயலாதபடி செய்து விடுவர். தரமான மரப் பலகைகள் (வாட்டர் புரூஃப் பிளைவுட்) விலை கூடுதலானாலும் மேற்கூறியவற்றால் பழுதடைவதில்லை. நான்காவதாகக் கூறப்பட்ட எக்ஸ்ட்ரா லார்ஜ் போர்டை 6 மி.மீ. அல்லது 8 மி.மீ. போர்டில் (பிளைவுட்) தயாரிக்கலாம். இதர விபரங்கள் மற்ற மூன்று போர்டுகளுக்கும் கூறியவை இதற்கும் பொருந்தும்.

5. இவைகளைத் தவிர கடைகளில் அட்டையினால் செய்த செஸ் போர்டுகள்

பல சைஸ்களில் கிடைக்கின்றன. இவைகளில் ரேங்க் எண்களும், ஃபைல் எழுத்துக்களும் இருக்காது. எளிதில் கிடைக்கும், விலையும் மிகக் குறைவு. அத்துடன் உழைப்பும் மிக, மிகக் குறைவு. உறுதியற்றது.

6. **மேக்னடிக் போர்டுகள்** என்பது காய்களின் அடியில் சிறு வட்டக் காந்தத் (மேக்னட்) துண்டு ஒட்டப்பட்டிருக்கும். இதன் போர்டு (Tinned Board), தகரம் அதிக அளவில் கலந்த உலோக போர்டு ஆகும். அதனால் காந்தத்தை அதிக அளவில் கவர்ந்திழுக்கவும் இயலுகிறது. இதன் விலையும் மிக அதிகம் என்று கூறுவதற்கில்லை. மினி சைஸிலேயே உள்ளன. இவைகள் குறிப்பாக நீண்ட தூரம் இரயிலிலுள்ள முதல் வகுப்பு கூப்பே (Coupe) களில், டூரிஸ்டுகளால் ஏற்பாடு செய்யப்பட்ட பேருந்துகளில், கார்களில் இட வசதியுடன் பிரயாணம் செய்பவர்கள், உல்லாசப் பயணம் செல்லும் இடங்களில் செஸ் விளையாட விரும்பும் செஸ் பிரியர்களுக்கு ஏற்றதாகும். அசைவுகளிலும், காற்றிலும் காய்கள் விழுவதில்லை. பயிற்சி அளிப்பதற்கேற்ற மிகப்பெரிய மேக்னட் போர்டுகளும் உள்ளன. இவைகள் தவிர ரெக்ஸின் ஷீட்டில் தெளிவாக அச்சிடப்பட்ட அழகிய போர்டுகளும் கிடைக்கின்றன. இவைகள் குளிர்சாதன வசதி செய்யப்பட்ட அறைகளில் 'பெட் ஸ்டெட்' (Bed Sted) என்னும் கட்டிலுக்கு இணையான சிறிய மேஜைகளில் வைத்து விளையாடவும், பின்பு மடித்து அதன் கீழ்தட்டில் வைத்து விடவும் ஏற்றதாக உள்ளது. குளிர்சாதன வசதி இல்லாத இடங்களில் மிருதுவான (Soft Wood) பலகையினால் செய்யப்பட்ட மேஜை மீது டிராயிங் பின்னினால் (Drawing pin) பொருந்தச் செய்து விளையாடுவர். இவைகள் தவிர 64 சதுர மரத்துண்டுகளை (தரமுள்ள மரத்துண்டுகள்) இணைத்து செஸ் போர்டுகளையும் உருவாக்கிக் கொள்கின்றனர். சிலர் ஸ்டூல்கள், பெரிய பெட்டிகள், மேஜைகள், பெக் டேபிள்கள், பெட் ஸ்டெட்கள், தரை ஆகியவற்றில் செஸ்போர்டை வரைந்து வர்ணம் தீட்டி விளையாடு கின்றனர். சிமெண்டில் வர்ணங்களை கலந்து தரைகளில் செஸ் போர்டை உருவாக்கியும் விளையாடுகின்றனர்.

7. **செஸ் போர்டுக்கு வர்ணம் தீட்டுதல்:** பலகையையும், ஃபிரேம்களையும் பெயிண்ட் அடித்த பின்பே இணைக்க வேண்டும். ஃபிரேமிற்கும், பலகைக்கும் முதலில் ரெட் ஆக்சைடு பெயிண்ட்டை இரண்டு கோட்டிங், (நல்ல பெயிண்ட்டாக இருப்பின் ஒரு கோட்டிங்) அடித்துக் கொள்ளல் வேண்டும். பின்பு ஃபிரேமிற்கு கட்டங்களின் வர்ணமாகிய கருப்பு வெள்ளைக்கு சற்று அடங்கிய வர்ணமாக தேர்ந்தெடுத்து அடித்தல் வேண்டும். மரக் கலர், மங்கிய சிகப்பு, பர்ப்பிள், சாக்லேட் கலர் இவைகளில் ஏதாவது ஒன்றை அடிக்கலாம். ரெட் ஆக்சைடு இரண்டு கோட்டிங் அடித்தும் அப்படியே விட்டு விடலாம். பளபளப்பு இல்லாத பளிச்சென்று தெரியாத ஒளியைப் பிரதிபலிக்காத, மங்கலாக இல்லாத பெயிண்டுகளை தேர்ந்தெடுத்தல் வேண்டும். முதலில் வெள்ளையையோ அல்லது கருப்பையோ போர்டின் இருபக்கங்களிலும் நன்றாக அடிக்க வேண்டும்.

காய்ந்தபின் குறிப்பிட்ட அளவில் சற்றுக் கூர்மையான ஊசியால் கட்டங்களாகப் பிரித்துக்கொண்டு மற்ற கலரை கட்டங்களில் அடித்து நிரப்ப வேண்டும். நன்றாகக் காய்ந்த பின்பு ஒரிருமுறை டச்சிங் செய்தல் வேண்டும். பின்பு ஃபிரேம்களை (முன்கூட்டியே துளை இடப்பட்டிருக்க வேண்டும்), சிறிய மரை மற்றும் ஆணியால் இணைத்துவிட வேண்டும். தேவையானால் மூலைக்கு உலோக பூண் போட்டுக்கொள்ளலாம்.

8. செஸ் விளையாடும்பொழுது நாம் போர்டை அதிக நேரம் உற்று நோக்குவதாலும், காய்களும் அதே கலரில் இருப்பதாலும் பளபளப்பான பெயிண்டுகள் கண்களுக்கு ஒத்து வருவதில்லை. பளபளப்பான பரப்பில் ஒளி சிதறுவதாலும் நேராகவோ, சாய்வாகவோ பிரதிபலிப்பதாலும் உயர்தர எனாமல் பெயிண்டுகள் நாம் எதிர்பார்க்கும் பலனைத் தருவதில்லை. எனவே, தேர்ந்தெடுக்கும் பெயிண்டுகள் அதிக மங்கலாகவும், பளபளப்பு இல்லாததாகவும் இருக்க வேண்டும்.

9. பெயிண்ட் அடிக்குமுன் இடது கை பக்க கீழ் முனை கட்டம் (a1ல்) கருப்பு அடிக்க வேண்டும் என்பதை மறவாதீர்கள். 32 கருப்புக் கட்டங்கள், 32 வெள்ளைக் கட்டங்களை சரிபார்த்துக்கொள்ளவும். இடது கை கீழ் முனை கட்டம் கருப்பு, மேல்முனை கட்டம் வெள்ளை. வலது கை மேல்முனை கட்டம் கருப்பு, கீழ்முனை கட்டம் வெள்ளை என்பதனையும் சரிபார்த்துக்கொள்ளவும்.

10. வெள்ளை, கருப்பு என்ற இரண்டு கலர்களைத் தவிர உலக செஸ் ஸ்தாபனமான FIDE-ன் குறிப்புப்படி வேறு எதிர் கலர்கள் (Opposite colours) உதாரணமாக, பச்சை, சிகப்பு போன்றவைகள் அடிக்கக்கூடாது. டாக்டரின் அறிவுரையின் அடிப்படையில் எதிர் விளையாட்டுக்காரர், போட்டி நடத்துபவர், போட்டிக்கு ஆதரவு கொடுப்பவர் இவர்களின் சம்மதத்தில் வெள்ளையை இளம் மஞ்சளாக மாற்றி அடித்துக்கொள்ளலாம்.

11. போர்டில் ஒரு பக்கம் கீழ் ஃபிரேமில் (இடது முனை கட்டம் கருப்பு இருக்கும்படி) ஒவ்வொரு கட்டத்திற்கு நேராக a,b,c,d,e,f,g,h என்ற ஆங்கில எழுத்துக்களை அழகாக வெள்ளை பெயிண்டில் எழுதிக்கொள்ளவும் அல்லது ஸ்டென்சில் செய்து இடைவெளியை (Gap) மறைக்கவும். பெரிய ஆங்கில எழுத்துக்கள் கண்டிப்பாக எழுதக் கூடாது. (படம் 2ஐப் பார்க்கவும்). பின்பு இடது பக்க ஃபிரேமில் கீழிருந்து மேலாக ஒவ்வொரு கட்டத்திலும் முறையே 1,2,3,4,5,6,7,8 என்று ஒவ்வொரு கட்டத்திற்குரிய ரேங்க் எண்ணை மேற்கூறிய முறையில் எழுதிக் கொள்ளவும். இந்த - a,b,c,d,e,f,g,h - என்ற ஃபைல் எழுத்துக்களும் 1,2,3,4,5,6,7,8 என்ற ரேங்க் எண்களும் அல்ஜிப்ரிக் முறையாகும். தற்காலங்களில் அங்கீகரிக்கப்பட்ட அடையாளக் குறிகள் ஆகும். இவைகள் காய்ந்தபின் போர்டின் மறுபக்கம் கீழ்க்கண்டவைகளை எழுத வேண்டும்.

12. போர்டின் மறுபக்கம் கீழ் ஃபிரேமில் ஒவ்வொரு கட்டத்திற்கும் நேராக QR,

QN, QB, Q, K, KB, QN, KR - என்று வெள்ளை பெயிண்டினால் தெளிவாக எழுதிக்கொள்ளவும். இவ்வெழுத்துக்களைப் பெரிய ஆங்கில எழுத்துக்களில்தான் (Capital Letters) எழுத வேண்டும் என்பது **கண்டிப்பான** விதி. பின்பு இடது-கை-பக்க ஃபிரேமில் அல்ஜிப்ரிக் முறையில் கீழிருந்து மேலாக ஒவ்வொரு கட்டத்திற்கு நேராக 1,2,3,4,5,6,7,8 என்றும் வலது-கை-பக்க ஃபிரேமில் அதற்கு நேர்மாறாக கீழிருந்து 8,7,6,5,4,3,2,1

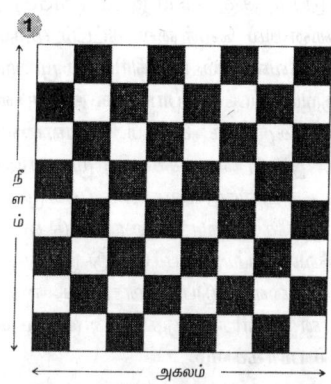

படம்-1

படம்-1ல் காண்பது ஒரு செஸ் போர்டு (சதுரங்கப் பலகை). இதன் நீளமும், அகலமும் சமமாக இருக்கும் (சம சதுரம்). இதன் உள்ளிருக்கும் சிறிய கட்டமும் சமசதுரமாகும். ஒரு போர்டில் 32 கருப்புக் கட்டங்களும், 32 வெள்ளைக் கட்டங்களும் இருக்கும். ஃபைலைக் குறிக்கும் எழுத்துக்களும் ரேங்க் எண்களும் தரப்படவில்லை.

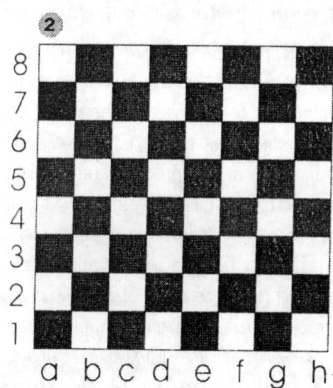

படம்-2

படம்-2ல் அல்ஜிப்ரிக் முறையில் ரேங்க் எண்களும் (1,2,3,4,5,6,7,8) ஃபைலை குறிக்கும் (a,b,c,d,e,f,g,h) ஆங்கில அடிப்படையில் சிறிய எழுத்துக்களும் தரப்பட்டுள்ளன.

என்று ஒவ்வொரு கட்டத்திற்கு நேராக எழுதிக்கொள்ளவும். இது டிஸ்கிரிப்டிவ் முறையில் விளையாடுவதற்கு உதவும். **இதை படம் 3-ல் காண்க.**

13. **போர்டை வைக்கும் முறை:** விளையாட்டு ஆரம்பம் ஆவதற்கு முன்பு போர்டை சரியாக வைத்தல் வேண்டும். குறிகளிடப்பட்ட போர்டாக இருப்பின் இடது கை முனையில் இருக்கும். a-ம், 1-ம் வெள்ளைக் காயை வைத்து விளையாடுபவருக்கு உரிய இடம் (Side) ஆகும். அவர் வலது-கை-பக்க கீழ் முனையில் வெள்ளை கட்டம் வரும். இதை அல்ஜிப்ரிக் முறையில் கொள்ள வேண்டும். டிஸ்கிரிப்டிவ் முறையில் போர்டை தயார் செய்வதானால் குறியிடப்பட்ட போர்டாக இருப்பின் QR1 (Queen's Rook 1) என்ற கருப்புக் கட்டம், வெள்ளைக் காயை வைத்து விளையாடுபவரின் இடது-கை-பக்க கீழ் முனையிலும், KR1 (King's Rook 1) என்ற கட்டம் அவரது வலது-கை-பக்க முனையிலும் வரும். மடிப்பு போர்டுகளின் மடிப்புக்கோடு இரு விளையாட்டு வீரர்களையும் தொடுவது போன்று இருக்க வேண்டும். மடிப்புக்கோடு இடது-வலது பக்கம் இருக்கக் கூடாது. எனினும் விளையாடுபவரின் இடது கை முனையில் கருப்புக் கட்டம் உள்ளதா என்று சரிபார்த்துக்கொள்ளுதல் வேண்டும். ஒரு மடிப்பு போர்டை **படம் 4-ல் பார்க்கவும்.**

14. மூன்றாம் முறையாகிய **ஃபோர்சித்** (Forsyth System) நடைமுறையில் இல்லை. அதன் விளக்கம் பின்வரும் பாடங்களில் உள்ளது. போர்சித் முறையில் வலது-பக்க-மேல்முனை வெள்ளைக் கட்டத்தில் (a8) 1 எனத் துவங்கி இடது-பக்க-கீழ்முனைக் கட்டத்தில் (h1) 64 என்று முடிவடையும். எண் 57 இடது-பக்க-கீழ்முனைக் கட்டமாகும். **படம் 5-ல்** போர்சித் முறைப்படி எண்கள் தரப்பட்டுள்ள செஸ் போர்டைக் காண்க.

15. **ஃபைல்** (File): எட்டு கட்டங்களடங்கிய ஒரு நிற்கும் வரிசைக்கு ஒரு (File) ஃபைல் என்று பெயர். அதேபோல் ஒரு செஸ் போர்டில் எட்டு ஃபைல்கள் உள்ளன. **படம் 6-ஐக்** கவனிக்கவும். அதில் a,b,c,d,e,f,g,h என்ற எட்டு எழுத்துக்களுக்குமேல் எட்டு ஃபைல்கள் தனித் தனியாக உள்ளன. வேறு விதமாகக் கூறுவோமேயானால், ஃபைல் என்பது ஒன்றன்மீது ஒன்றாக எட்டு கட்டங்களை அடுக்குவதனால் உண்டாகும் ஒரு நிற்கும் (Vertical) வரிசையாகும். ஒரு செஸ் போர்டில் a,b,c,d,e,f,g,h - என்று எட்டு ஃபைல்கள் உள்ளன. ஃபைலைக் குறிக்கும் a-h என்ற ஆங்கில எழுத்துக்கள் செஸ் போர்டின் கீழ் ஃபிரேமில் எழுதப்பட்டிருக்கும். ஃபைல்களைக் குறிக்கும் எழுத்துக்களாகிய a,b,c,d,e,f,g,h - ஐ கண்டிப்பாக இதில் உள்ளதுபோல் சிறிய ஆங்கில எழுத்துக்களில்தான் எழுதவேண்டும். பெரிய எழுத்துக்களிலோ, வேறு வடிவ எழுத்துக்களிலோ எழுதக் கூடாது. இது விதியாகும். **படம் - 7ல்** ஃபைல்கள் இணைத்துக் காட்டப்பட்டுள்ளன.

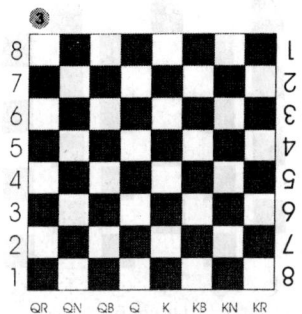

படம்-3

படம்-3ல் நீங்கள் காண்பது டிஸ்கிரிப்டிவ் முறையில் ஃபைலைக் குறிக்கும் QR, QN, QB, Q, K, KB, KN, KR என்ற எழுத்துக்களும், ரேங்கைக் குறிக்கும் 1,2,3,4,5,6,7,8-8,7,6,5,4,3,2,1 என்ற எண்கள் இரு பக்கமும் தரப்பட்டுள்ள ஒரு செஸ் போர்டு ஆகும்.

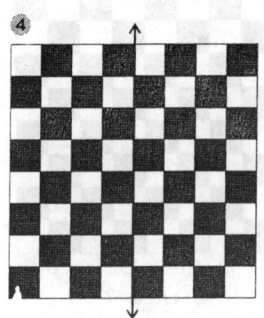

படம்-4

படம்-4ல் உள்ளது ஒரு மடிப்பு செஸ் போர்டு ஆகும். மடிப்பை எப்படி வைக்க வேண்டும் என்பதை அம்புக்குறி காட்டுகின்றது. இதில் ஃபைலைக் குறிக்கும் எழுத்துக்களும் ரேங்க் எண்களும் குறிக்கப்படவில்லை.

படம்-5

படம்-5ல் காணப்படுவது ஃபோர்சித் முறை-I (Forsyth-I) யின்படி உள்ள செஸ் போர்டு ஆகும். இதில் 1 முதல் 64 வரை எழுதப்பட்டிருக்காது. ஆனால், எழுதி இருப்பதாக மனதில் கணக்கிட்டுக்கொள்ளுதல் வேண்டும். எவ்வித குறியீடுகளும் இருக்காது.

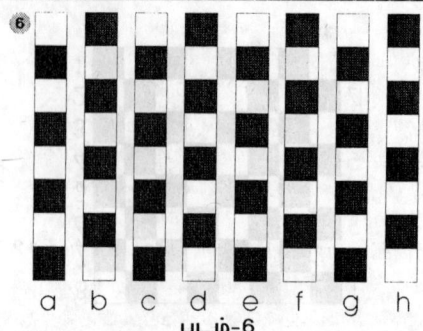

6

படம்-6

படம்-6ல் ஃபைல்களை தனித்தனியாகப்பிரித்துக் காண்பிக்கப்பட்டுள்ளது. இதில் a,b,c,d,e,f,g,h, என்று எட்டு ஃபைல்கள் உள்ளன. ஒவ்வொரு ஃபைலிலும் நிற்கும் வரிசையில் எட்டு கட்டங்கள் உள்ளன. (Rows of Vertical Squares).

7

படம்-7

படம்-7ல், படம்-6ல் உள்ள எட்டு ஃபைல்களும் இணைத்துக் காட்டப்பட்டுள்ளன.

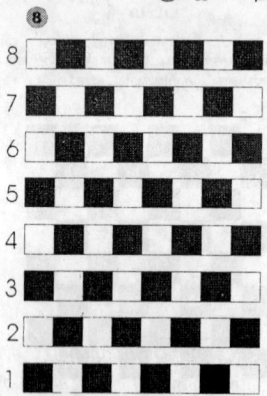

8

படம்-8

படம்-8ல் ரேங்குகளைத் தனித்தனியாகப் பிரித்துக் காண்பிக்கப்பட்டுள்ளது. இதில் 1,2,3,4,5,6,7,8 என்று எட்டு ரேங்குகள் உள்ளன. ஒவ்வொரு ரேங்கிலும் படுக்கை வரிசையில் எட்டு கட்டங்கள் உள்ளன. (Rows of horizontal squares are ranks)

16. **ரேங்க்** (Rank): எட்டு கட்டங்களடங்கிய ஒரு படுக்கை வரிசைக்கு 'ரேங்க்' என்று பெயர். ஒரு செஸ் போர்டில் எட்டு ரேங்குகள் உள்ளன. **படம் 8-ஐக் கவனிக்கவும்.** அதில் 1,2,3,4,5,6,7,8 என்ற எட்டு எண்களுக்கும் வலது பக்கம் (நாம் எப்பொழுதும் எழுதுவதும், படிப்பதும் போன்று) எட்டு ரேங்குகள் தனித்தனியாக உள்ளது. வேறு விதமாகக் கூறுவோமேயாகில் ரேங்க் (Rank) என்பது வலது புறத்தில் ஒவ்வொன்றாக எட்டு கட்டங்களை இணைப்போமேயானால் உண்டாகும் ஒரு படுக்கை (Horizontal) வரிசைக்கு 'ரேங்க்' என்று பெயர். ஒரு செஸ் போர்டில் 1,2,3,4,5,6,7,8 என்று எட்டு ரேங்குகள் உள்ளன. ரேங்க்கைக் குறிக்கும் 1-8 எண்கள் செஸ் போர்டின் இடது பக்க ஃபிரேமில் எழுதப்பட்டிருக்கும். **படம் 9-ல்** எட்டு ரேங்க்குகளும் இணைத்துக் காட்டப்பட்டுள்ளன.

17. **கட்டங்களுக்குப் பெயர்:** காய்களின் நகர்த்துதல்களை எழுதவும், எந்தக் காய் நகர்த்தப்பட்டது, நகர்த்தப்படும், எந்தக் கட்டத்தில் நகர்ந்தது, நகர்த்தப் பட்டது என்பதனை எழுதவும், சொல்லவும் ஒவ்வொரு கட்டத்திற்கும் பெயரிடுதல் அவசியம். மேலும் 'இதை அதில் நகர்த்து', 'அது இங்கிருந்தது' என்று கூறி குழம்பாமலிருக்கவும், முக்கியமான விளையாட்டுகளைப் பதிவு செய்யவும், விளையாடும் விளையாட்டை குறித்துக்கொள்ளவும், செஸ் புத்தகங்கள் படிக்கவும் உபயோகப்படும். செஸ் மொழிகளின் ஒரு பகுதியாக உபயோகப்படுவது பெயரிடப்பட்ட கட்டங்களாகும். கட்டங்களுக்கு எவ்வாறு பெயரிடப்பட வேண்டுமென்று அறிவோம். **படம் 10-ஐப் பார்க்கவும்.** a,b,c,d,e,f,g,h என்று கீழே தரப்பட்டுள்ளவை ஃபைல் எழுத்துக்கள் என்பதையும், இடது பக்கம் தரப்பட்டுள்ள 1,2,3,4,5,6,7,8 என்பது ரேங்க் எண்கள் என்றும் அறிவோம். ஃபைல் எழுத்து a-ஐயும் ரேங்க் எண் 1ஐயும் இணைத்தால் a1 என்று ஆகும். அதுவே இடது-கை-பக்க கீழ்முனை கருப்புக் கட்டமாகும். (அது வெள்ளைக் காயை வைத்து விளையாடுபவரின் கட்டமென்பதை நன்கு அறிவீர்கள்) அதற்கு மேலே ஃபைலில் உள்ளது a2, a3,a4,a5,a6,a7,a8 - என்பவை இடது கை மேல்முனை கடைசி வெள்ளைக் கட்டத்தில் முடியும். பின் b1,b2,b3,b4,b5,b6,b7,b8; c1,c2,c3,c4,c5,c6,c7,c8; d1,d2,d3,d4,d5,d6,d7,d8; e1,e2,e3,e4,e5,e6,e7,e8; f1,f2,f3,f4,f5,f6,f7,f8; g1,g2,g3,g4,g5,g6,g7,g8; பிறகு வலது-கை-பக்க கீழ்முனை வெள்ளைக் கட்டம் h1 முதல் h2,h3,h4,h5,h6,h7,h8 வரை வலது கை பக்க மேல்முனை கருப்புக் கட்டத்தில் முடிவடையும்.

குறிப்பு: a1 என்று மட்டும் தான் எழுதவும், படிக்கவும் வேண்டும். 1a என்று கூறுவது தவறு ஆகும்.

18. **செஸ் போர்டில் பயிற்சி (அல்ஜிப்ரிக் முறை) :** நாம் செஸ் விளையாட்டில் முன்னேற்றம் அடையவும், அதை சிறப்பாக விளையாடவும், வெற்றிகள் பெறவும், போட்டிகளில் பங்குபெறும் தகுதியை நமக்கு நாமே ஏற்படுத்திக்கொள்ளவும், செஸ் போர்டில் உள்ள கட்டங்களில் நன்கு பயிற்சி பெறுதல் (Familiarisation of squares of chess board) அவசியம்.

உதாரணமாக, ஒரு நைட்டை (குதிரையை)ப் பார்த்தவுடன் அது இரண்டாவது, மூன்றாவது, நான்காவது நகர்த்தலில் எந்தெந்தக்

படம்-9

படம்-9ல், படம் 8-ல் காட்டப்பட்டுள்ள எட்டு ரேங்குகளும் இணைத்துக் காட்டப்பட்டுள்ளன.

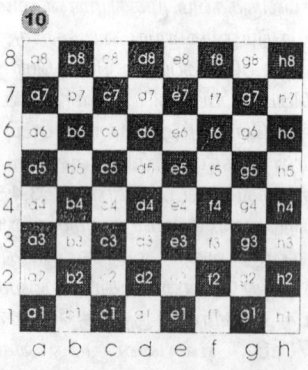

படம்-10

படம்-10ல் ஒவ்வொரு கட்டத்திற்கும் பெயரிடப்பட்டுள்ளதைக் காண்கின்றீர்கள். a1 முதல் கட்டம் வெள்ளைக் காயை வைத்து விளையாடுபவரின் கட்டமாகும்.

(அல்ஜீப்ரிக் நொடேஷன்)

கட்டங்களில் செல்லும் என்பதைக் கணக்கிடவும், இதேபோல் ஒவ்வொரு காய்களின் நிலை மாற்றத்தைக் கணக்கிடவும், இதனால் நாம் எதிரியின் காய்களினால் எவ்விதம் இரண்டு, மூன்று, நான்கு ஆட்டங்களுக்குப் பின் தாக்கப்படலாம், அதை எவ்வாறு தடுக்க இயலும் என்பதைப் போன்ற நிலை மாற்றத்தைக் கணக்கிட கட்டங்களைப் பற்றி நாம் முழுமையாக அறிந்து வைத்திருப்பது அவசியமாகும்.

19. பிரபல சாம்பியன்கள், கிரேண்ட் மாஸ்டர்கள் கூறுவது போன்று போர்டில் விளையாடுவது 40 சதவீதம் என்றால் மனதில் விளையாடுவது 60 சதவீதமாக இருக்க வேண்டும். சிந்தித்து விளையாடவும் எந்தக் காய், எந்த கட்டத்திற்கு அடுத்து நகரும் என்பதை நொடியில் யூகித்தறியவும்

வேண்டும். ஆகையால் கட்டங்களில் முழுப்பயிற்சி தேவை. மேலும், கருப்பு, வெள்ளைக் காய்களை மாற்றி மாற்றி விளையாடும்பொழுது ஏற்படும் தவறான ஓரிரு நகர்த்தலின் இழப்பை இக்கட்டங்களின் பயிற்சி தவிர்த்துவிடும். இந்த ஓரிரு நகர்த்தலின் இழப்பு அனேக போட்டிகளில் எதிரிக்கு வெற்றியைத் தந்துள்ளது. கட்டங்களின் முழுப் பயிற்சி, வெற்றிக் கனியைப் பறிக்கச் செல்பவருக்கு இடப்பட்ட அழகிய முழுமையான பாதையாகும். (Familiarisation of chequards is a fine paved path to success) என்று பிரபல சாம்பியன் கூறியுள்ளார். எனவே, கட்டங்களின் பயிற்சியைப் பார்ப்போம்.

(ஏ) (a) a1,b2,c3,d4,e5,f6,g7,h8; h8,g7,f6,e5,d4,c3,b2,a1 - கருப்புக் குறுக்குக் கட்டங்களாகும்.

(b) c1,d2,e3,f4,g5,h6; h6,g5,f4,e3,d2,c1-ம் கருப்பு குறுக்குக் கட்டங்களாகும்.

(c) e1,f2,g3,h4; h4,g3,f2,e1-ம் கருப்புக் குறுக்குக் கட்டங்களாகும்.

(d) g1,h2; h2,g1-ம் கருப்புக் குறுக்குக் கட்டங்களாகும்.

(e) a3,b4,c5,d6,e7,f8; f8,e7,d6,c5,b4,a3-ம் கருப்புக் குறுக்குக் கட்டங்களாகும்.

(f) a5,b6,c7,d8; d8,c7,b6,a5-ம் கருப்புக் குறுக்குக் கட்டங்களாகும்.

(g) a7,b8; b8,a7-ம் கருப்புக் குறுக்குக் கட்டங்களாகும்.

கருப்புக் குறுக்குக் கட்டங்களில் ஒவ்வொரு விளையாட்டுக்காரரின் ஒரு பிஷப்பும், ராணியும் மட்டுமே செல்லும்.

(பி) (ச) h1,g2,f3,e4,d5,c6,b7,a8; a8,b7,c6,d5,e4,f3,g2,h1- வெள்ளைக் குறுக்குக் கட்டங்களாகும்.

(சா) f1,e2,d3,c4,b5,a6; a6,b5,c4,d3,e2,f1-வெள்ளைக் குறுக்குக் கட்டங்களாகும்.

(சி) d1,c2,b3,a4; a4,b3,c2,d1-ம் வெள்ளைக் குறுக்குக் கட்டங்களாகும்.

(சீ) b1,a2; a2,b1-ம் வெள்ளைக் குறுக்குக் கட்டங்களாகும்.

(சு) h3,g4,f5,e6,d7,c8; c8,d7,e6,f5,g4,h3-ம் வெள்ளைக் குறுக்குக் கட்டங்களாகும்.

(சூ) h5,g6,f7,e8; e8,f7,g6,h5-ம் வெள்ளைக் குறுக்குக் கட்டங்களாகும்.

(செ) h7,g8; g8,h7-ம் வெள்ளைக் குறுக்குக் கட்டங்களாகும்.

இவைகளில் ஒவ்வொரு விளையாட்டுக்காரரின் மற்றொரு பிஷப்பும், ராணியும் செல்ல இயலும்.

(சி) (அ) a1,c1,e1,g1 g1,e1,c1,a1 — இவைகள் முதல் ரேங்க்கிலிருக்கும் கருப்புக் கட்டங்களாகும்

(ஆ) b2,d2,f2,h2 h2,f2,d2,b2 — இவைகள் இரண்டாவது ரேங்கிலிருக்கும் கருப்புக் கட்டங்களாகும்.

(இ) a3,c3,e3,g3 இவைகள் மூன்றாவது ரேங்க்கிலிருக்கும்
g3,e3,c3,a3 கருப்புக் கட்டங்களாகும்.

(ஈ) b4,d4,f4,h4 இவைகள் நான்காவது ரேங்க்கிலிருக்கும்
h4,f4,d4,b4 கருப்புக் கட்டங்களாகும்.

(உ) a5,c5,e5,g5 இவைகள் ஐந்தாவது ரேங்க்கிலிருக்கும்
g5,e5,c5,a5 கருப்புக் கட்டங்களாகும்.

(ஊ) b6,d6,f6,h6 இவைகள் ஆறாவது ரேங்க்கிலிருக்கும்
h6,f6,d6,b6 கருப்புக் கட்டங்களாகும்.

(எ) a7,c7,e7,g7 இவைகள் ஏழாவது ரேங்க்கிலிருக்கும்
g7,e7,c7,a7 கருப்புக் கட்டங்களாகும்.

(ஏ) b8,d8,f8,h8 இவைகள் எட்டாவது ரேங்க்கிலிருக்கும்
h8,f8,d8,b8 கருப்புக் கட்டங்களாகும்.

இக் கட்டங்களில், படுக்கை வசத்தில் இடையிலிருக்கும் வெள்ளைக் கட்டங்களைத் தாண்டி ராணியும், ரூக்கும் செல்லும். வெள்ளைக் கட்டங்களிலிருக்கும் நைட் தாவக்கூடும். இரண்டாவது, ஏழாவது ரேங்க்கை ஆரம்ப கட்டங்களாகக் கொண்டுள்ள பான்கள் எட்டாவது, ஒன்றாவது ரேங்க் வரை ஒவ்வொரு கட்டமாகச் செல்ல இயலும்.

(டி) (அ) b1,d1,f1,h1 முதல் ரேங்க்கின்
h1,f1,d1,b1 வெள்ளைக் கட்டங்களாகும்

(ஆ) a2,c2,e2,g2 இரண்டாவது ரேங்க்கின்
g2,e2,c2,a2 வெள்ளைக் கட்டங்களாகும்.

(இ) b3,d3,f3,h3 மூன்றாவது ரேங்க்கின்
h3,f3,d3,b3 வெள்ளைக் கட்டங்களாகும்.

(ஈ) a4,c4,e4,g4 நான்காவது ரேங்க்கின்
g4,e4,c4,a4 வெள்ளைக் கட்டங்களாகும்.

(உ) b5,d5,f5,h5 ஐந்தாவது ரேங்க்கின்
h5,f5,d5,b5 வெள்ளைக் கட்டங்களாகும்.

(ஊ) a6,c6,e6,g6 ஆறாவது ரேங்க்கிலுள்ள
g6,e6,c6,a6 வெள்ளைக் கட்டங்களாகும்.

(எ) b7,d7,f7,h7 ஏழாவது ரேங்க்கிலுள்ள
h7,f7,d7,b7 வெள்ளைக் கட்டங்களாகும்.

(ஏ) a8,c8,e8,g8 எட்டாவது ரேங்க்கிலுள்ள
g8,e8,c8,a8 வெள்ளைக் கட்டங்களாகும்.

இக் கட்டங்களில், ரூக்குகளும், ராணியும், பான்களும் தொடர்ச்சியாக, இடையிலிருக்கும் கருப்புக் கட்டங்களைத் தாண்டிச் செல்லும். பிஷப்புகள் ஏதாவதொரு கட்டத்தை மட்டும் தாண்டிச் செல்லும். நைட்ஸ்களும் ஏதாவதொரு கட்டத்தில் அமரலாம்.

20. இப்பொழுது நாம் மேலே உள்ளபடி ரேங்குகளில் உள்ள கருப்பு-வெள்ளைக் கட்டங்களை அறிந்தோம். a,c,e,g களில் உள்ள கருப்புக் கட்டங்கள்

ஒற்றைப்படை (1,3,5,7) எண்ணிலும், வெள்ளைக் கட்டங்கள் இரட்டைப்படை (2,4,6,8) எண்ணிலும் வருவதையறிந்தோம், அதேபோல் b,d,f,h என்ற ஃபைல்களில் உள்ள கருப்புக் கட்டங்கள் இரட்டைப்படை எண்ணிலும் வெள்ளைக் கட்டங்கள் ஒற்றைப்படை எண்ணிலும் வருவதையறிகின்றோம். இப்பொழுது ஃபைல்களில் வரும் கருப்பு-வெள்ளைக் கட்டங்களைப்பற்றி விரிவாக அறிவோம்.

(ஏ) (க) a1,a3,a5,a7 a7,a5,a3,a1   a ஃபைலில் வரும் கருப்புக் கட்டங்களாகும்.

(கா) b2,b4,b6,b8 b8,b6,b4,b2   b ஃபைலில் வரும் கருப்புக் கட்டங்களாகும்.

(கி) c1,c3,c5,c7 c7,c5,c3,c1   c ஃபைலில் வரும் கருப்புக் கட்டங்களாகும்.

(கீ) d2,d4,d6,d8 d8,d6,d4,d2   d ஃபைலில் வரும் கருப்புக் கட்டங்களாகும்.

(கு) e1,e3,e5,e7 e7,e5,e3,e1   e ஃபைலில் வரும் கருப்புக் கட்டங்களாகும்.

(கூ) f2,f4,f6,f8 f8,f6,f4,f2   f ஃபைலில் வரும் கருப்புக் கட்டங்களாகும்.

(கெ) g1,g3,g5,g7 g7,g5,g3,g1   h ஃபைலில் வரும் கருப்புக் கட்டங்களாகும்.

(கே) h2,h4,h6,h8 h8,h6,h4,h2   h ஃபைலில் வரும் கருப்புக் கட்டங்களாகும்.

மேலே குறிப்பிட்ட கட்டங்களின் வழியாக ரூக்கும், ராணியும், சிப்பாயும் முழு அளவில் சென்று வர இயலும். நைட்ஸ் எந்தக் கட்டங்களிலும் தாவலாம். பிஷப்புகள் குறுக்காகத் தாண்டிச் செல்ல இயலும்.

(பி) (ப) a2,a4,a6,a8 a8,a6,a4,a2   a ஃபைலில் வரும் வெள்ளைக் கட்டங்களாகும்.

(பா) b1,b3,b5,b7 b7,b5,b3,b1   b ஃபைலில் வரும் வெள்ளைக் கட்டங்களாகும்.

(பி) c2,c4,c6,c8 c8,c6,c4,c2   c ஃபைலில் வரும் வெள்ளைக் கட்டங்களாகும்.

(பீ) d1,d3,d5,d7 d7,d5,d3,d1   d ஃபைலில் வரும் வெள்ளைக் கட்டங்களாகும்.

(பு) e2,e4,e6,e8 e8,e6,e4,e2   e ஃபைலில் வரும் வெள்ளைக் கட்டங்களாகும்.

(பூ) f1,f3,f5,f7 f7,f5,f3,f1   f ஃபைலில் வரும் வெள்ளைக் கட்டங்களாகும்.

(பெ) g2,g4,g6,g8 g ஃபைலில் வரும் வெள்ளைக் கட்டங்களாகும். g8,g6,g4,g2

(பே) h1,h3,h5,h7 h ஃபைலில் வரும் வெள்ளைக் கட்டங்களாகும். h7,h5,h3,h1

இந்த ஃபைல்களில் ராணியும், ரூக்கும் முழுமையாகச் செல்ல இயலும். பிஷப் தாண்டிச் செல்லும். நைட் ஏதாவதொரு கட்டத்தில் அமர இயலும்.

21. (a) **இணை ஃபைல்கள்**

'a' ஃபைல் 'h' ஃபைலுக்கு இணையானது.
'b' ஃபைல் 'g' ஃபைலுக்கு இணையானது.
'c' ஃபைல் 'f' ஃபைலுக்கு இணையானது.
'd' ஃபைல் 'e' ஃபைலுக்கு இணையானது.

(b) **இணை ரேங்க்குகள்**

1வது ரேங்க் 8வது ரேங்க்கிற்கு இணையானது.
2வது ரேங்க் 7வது ரேங்க்கிற்கு இணையானது.
3வது ரேங்க் 6வது ரேங்க்கிற்கு இணையானது.
4வது ரேங்க் 5வது ரேங்க்கிற்கு இணையானது.

(c) **இணை கட்டங்கள்**

a1 = h8	a2 = h7	a3 = h6	
b1 = g8	b2 = g7	b3 = g6	
c1 = f8	c2 = f7	c3 = f6	
d1 = e8	d2 = e7	d3 = e6	
a4 = h5	a5 = h4	a6 = h3	
b4 = g5	b5 = g4	b6 = g3	
c4 = f5	c5 = f4	c6 = f3	
d4 = e5	d5 = e4	d6 = e3	
a7 = h2	a8 = h1	a1 = a8	
b7 = g2	b8 = g1	a2 = a7	
c7 = f2	c8 = f1	a3 = a6	
d7 = e2	d8 = e1	a4 = a5	
b1 = b8	c1 = c8	d1 = d8	
b2 = b7	c2 = c7	d2 = d7	
b3 = b6	c3 = c6	d3 = d6	
b4 = b5	c4 = c5	d4 = d5	
e1 = e8	f1 = f8	g1 = g8	h1 = h8
e2 = e7	f2 = f7	g2 = g7	h2 = h7
e3 = e6	f3 = f6	g3 = g6	h3 = h6
e4 = e5	f4 = f5	g4 = g5	h4 = h5

a2, b3, c4, d5, e6, f7, g8 = b1, c2, d3, e4, f5, g6, h7
g8, f7, e6, d5, c4, b3, a2 = h7, g6, f5, e4, d3, c2, b1
a4, b5, c6, d7, e8 = d1, e2, f3, g4, h5
e8, d7, c6, b5, a4 = h5, g4, f3, e2, d1
a6, b7, c8 = f1, g2, h3
c8, b7, a6 = h3, g2, f1
a8 = h1
a1 = h8

a3, b4, c5, d6, e7, f8 = c1, d2, e3, f4, g5, h6
f8, e7, d6, c5, b4, a3 = h6, g5, f4, e3, d2, c1
a5, b6, c7, d8 = e1, f2, g3, h4
d8, c7, b6, a5 = h4, g3, f2, e1
a7, b8, = g1, h2 b8, a7 = h2,g1

22. ஒரு விளையாட்டு வீரர் முதலில் வெள்ளைக் காய்களை வைத்து விளையாடுகின்றார். பின்பு அடுத்த ஆட்டத்தில் கருப்பில் விளையாடுகின்றார். கருப்பும், வெள்ளையும் ஒரே மாதிரி (symmetrical) இருப்பினும் நிலை (position) மாறியிருக்கும், அச்சமயம் பிரபல விளையாட்டு வீரர்களுக்குக் கூட சிறிது மாற்றத்தைத் தரும். அவர்கள் அதனால் கருப்பில் விளையாடும்பொழுது ஓரிரு நகர்த்துதல்கள் பின்தங்கியே (without gain) சென்று கொண்டிருப்பர். அதனால் தோல்வி கூட ஏற்படலாம். தனிக்கவனம் செலுத்த வேண்டும். அதை ஆரம்ப நிலையிலேயே தவிர்க்க, மேற்கண்ட பயிற்சி சிறந்தது ஆகும்.

23. **செஸ் போர்டில் பயிற்சி (டிஸ்க்ரிப்டிவ் முறை) :**

இதுவே மிகப் பழமையான 'செஸ் மொழி' அல்லது 'செஸ் குறியீடுகள்' ஆகும். செஸ் விளையாட்டை அறிந்தவர்களில் பெரும்பாலோர் இதனை நன்கு அறிந்திருப்பர். இதை படிப்பதால் பயன் உண்டு. விபரம் '**செஸ் குறியீடுகள் என்ற 9-ம் பாடத்தில்**' கொடுக்கப்பட்டுள்ளது. தற்சமயம் நடைமுறையில் உள்ள அல்ஜிப்ரிக் முறையை நன்கு புரிந்து படித்துவிட்டு, 40-50 ஆட்டங்கள் அதில் விளையாடிய பின்பு இதைப் படித்தால் போதுமானது. படிக்காமல் விட்டுவிட்டு போட்டிகளில் பங்கேற்கும் முன்பு படித்தாலும் போதும். இரண்டையும் இணைத்துப் படிக்க வேண்டாம். குழப்பமேற்படலாம். ஆங்கிலம் பேசும் நாடுகளிலிருந்து வெளியாகும் புத்தகங்களை (இம் மொழியில்) படிக்கவும், அங்குள்ள கல்வி நிறுவனத்தில் தபால் மூலம் செஸ் படிக்கவும், விளையாடவும் இது உபயோகப்படும்.

24. இதில் ஒவ்வொரு கட்டத்திற்கும் பெயரிடுவதற்காக முதலில் போர்டை இரண்டாகப் பிரித்துள்ளனர். **படம் 11ஐக் காண்க.** வலது-கை பக்கத்திலிருக்கும் நான்கு ஃபைல்களை ராஜாவின் பக்கம் (King's side) என்றும், இடது-கை பக்கத்திலிருக்கும் நான்கு ஃபைல்களை ராணியின்

பக்கம் (Queen's side) என்றும் கூறுவர். ஒவ்வொரு ஃபைலுக்கும் அதன் காய்களின் பெயரையே வைத்துள்ளனர். அதாவது, வெள்ளைக் காய்களின் விளையாட்டு ஆரம்பமாகும்பொழுது நிறுத்தப்படும் ஃபைலுக்கு **ராணி ஃபைல்** (Queen's file) என்றும், ராணியின் இடது பக்கம் இருக்கும் பிஷப்பிற்கு **ராணி பிஷப்** (Queen's Bishop) ஃபைல் என்றும், அதற்கு இடது பக்கமிருக்கும் நைட்டிற்கு **ராணியின் நைட்** (Queen's Knight) ஃபைல் என்றும், அதற்கு இடப்புறமிருக்கும் ரூக்கிற்கு **ராணியின் ரூக்** (Queen's Rook) ஃபைல் என்றும் பெயர்.

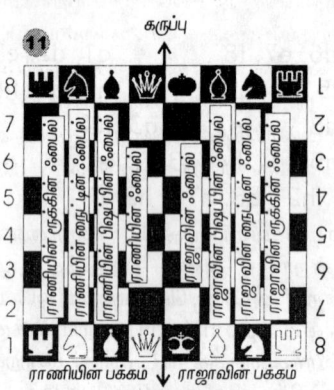

படம்-11

படம் 11-ல் ஃபைல்களுக்கு காய்களின் பெயரை இணைத்தே பெயர்கள் தரப்பட்டுள்ளன. (டிஸ்கிரிப்டிவ் முறை). இரு விளையாட்டுக்காரர்களுக்கும் ஃபைலின் பெயரும், ஃபைலும் ஒன்றே.

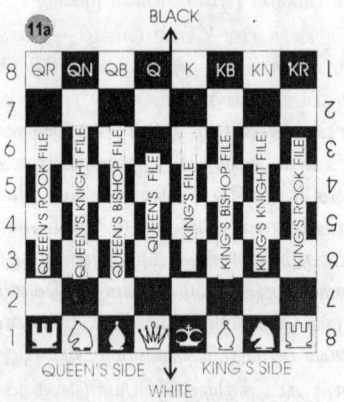

படம்-11a
In the diagram 11 files are named after pieces (Descriptive system).
Each file has the same name for each player.
Both the diagrams 11 and 11-a are same but languages are different.

25. வெள்ளை ராணி, வெள்ளை ராணியின் பிஷப், வெள்ளை ராணியின் நைட், வெள்ளை ராணியின் ரூக்–எந்தெந்த ஃபைலில் ஆரம்ப நிலையில் நிற்கின்றதோ, அதே ஃபைலின் கடைசி கட்டத்தில், கருப்பு ராணி, அதன் பிஷப், நைட், ரூக்கும் நிற்கும். ஆனால், அவைகள் கருப்பு ராணியின் வலது கை பக்கம் அடுத்தடுத்து வரும்.

26. அதேபோன்று வெள்ளை ராஜா (White King) விற்கு வலது கை பக்கம் உள்ள கட்டத்தில் வெள்ளை ராஜாவின் பிஷப்பும் (White King's Bishop) அடுத்து நைட், அதற்கடுத்தும் கடைசியாக மூலைக் கட்டத்தில் வெள்ளை ராஜாவின் ரூக் நிற்கும். கருப்புக் காய் விளையாடுபவர் பக்கம் சென்றால் அவரின் ராஜா, வெள்ளை ராஜா நிற்கும் ஃபைலில் இருக்கும் முதல் கட்டத்திலும், அடுத்து இடது கை பக்கம் கருப்பு ராஜாவின் பிஷப் (Black King's Bishop) அதற்கடுத்து கருப்பு ராஜாவின் நைட் (Black King's Knight) அதற்கடுத்து கருப்பு ராஜாவின் ரூக் (Black King's Rook) நிற்கும்

27. எனவே, மேலே இருக்கும் நிலையில் கருப்புக் காயை வைத்து விளையாடுபவருக்கும், வெள்ளைக் காயை விளையாடுபவருக்கும் ஒரு காய்க்கு ஒரே ஃபைல் தான். ஆனால், இடதும் வலதும் மாறியிருக்கும்.

28. ஒருவர் வெள்ளைக் காயை வைத்து விளையாடும்பொழுது கிங் கேஸ்லிங் செய்தே பழக்கப்பட்டிருப்பார். அது வலது கை பக்கம் அமைந்துள்ளது. அவரே கருப்புக் காயை வைத்து விளையாடும்பொழுது அதே பழக்கத்தில் நகர்த்தி, கிங் கேஸ்லிங் வலது கை பக்கம் விளையாடிவிட்டு சில நகர்த்தல்களுக்குப் பின் துணுக்குறுவார். ஏனெனில், அது அவருக்கு ராணியின் பக்கமாகிறது. எனவே, ஒரு விளையாட்டு வீரர் விதிப்படி, கருப்பு-வெள்ளைக் காய்களில் மாறி மாறி விளையாடிப் பழக வேண்டும். வெள்ளையை மட்டும் வைத்தும் கருப்பை மட்டும் வைத்தும் விளையாடக் கூடாது.

29. **டிஸ்க்ரிப்டிவ் முறையில் ரேங்க்:** இம்முறையில் வெள்ளைக் காயை வைத்து விளையாடுபவரும் கருப்புக் காயை வைத்து விளையாடுபவரும் தனக்கு அருகிலுள்ள ரேங்க்கை ஒன்று (1st Rank) என்றும், அடுத்தடுத்து வரும் ரேங்க்குகளை இரண்டாவது, மூன்றாவது, நான்காவது, ஐந்தாவது, ஆறாவது, ஏழாவது, எட்டாவது ரேங்க் என்றும் அழைப்பர். இதில் இருவருக்கும் நான்கு ரேங்க் வரை மாற்றமில்லாமல் செல்லும்; ஐந்தாவது ரேங்க், ஒருவருக்கு 4வது ரேங்க்காகவும், மற்றவருக்கு 5வது ரேங்க்காகவும், ஒருவருக்கு 6வது ரேங்க், மற்றவருக்கு மூன்றாவது ரேங்க்காகவும், ஏழாவது மற்றவருக்கு இரண்டாவதாகவும், எட்டாவது மற்றவருக்கு ஒன்றாவது ரேங்க்காகவும் காட்சி தரும்.

30. **சிப்பாய்கள்:** கருப்பு-வெள்ளை இரண்டு சிப்பாய்களும் அவரவர் பீஸ்

(காய்) களுக்கு முன்பு, அவரவர் இரண்டாவது ரேங்க்கில் நிறுத்தப்பட வேண்டும். ஒவ்வொரு சிப்பாயும் அந்தந்தக் காய்களின் சிப்பாய் (பான்) ஆகும். பான்களின் பெயர் கீழ்க்கண்டவாறு ஆகும்.

31. ராஜாவிற்கு முன் நிற்கும் பான், ராஜாவின் பான் (King's Pawn); ராஜாவின் பிஷப்பிற்கு முன் நிற்கும் பான், ராஜாவின் பிஷப்பின் பான் (King's Bishop's Pawn); ராஜாவின் நைட்டிற்கு முன் நிற்கும் பான், ராஜாவின் நைட்டின் பான் (King's Knight's Pawn); ராஜாவின் ரூக்கிற்கு முன் நிற்கும் பான், ராஜாவின் ரூக்கின் பான் (King's Rook's Pawn) ஆகும். இதேபோன்று ராணியின் பான் (Queen's Pawn), ராணியின் பிஷப்பின் பான், (Queen's Bishop's Pawn), ராணியின் நைட்டின் பான் (Queen's Knight's Pawn), ராணியின் ரூக்கின் பான் (Queen's Rook's Pawn) ஆகும். **இவற்றின் விபரம் படம் 12-ல் காண்க.**

32. இதன் அடிப்படையில் ஒவ்வொரு கட்டத்திற்கும் பெயரிடப்பட்டுள்ளது. இடது கை முதல் கட்டம் QR1, அதற்கு மேல் QR2, QR3, QR4, QR5, QR6, QR7, QR8 ஆகும். இதேபோல் QN1, QN2, QN3, QN4, QN5, QN6, QN7, QN8; QB1, QB2, QB3, QB4, QB5, QB6, QB7, QB8; Q1, Q2, Q3, Q4, Q5, Q6, Q7, Q8

K1, K2, K3, K4, K5, K6, K7, K8; KB1, KB2, KB3, KB4, KB5, KB6, KB7, KB8

KN1, KN2, KN3, KN4, KN5, KN6, KN7, KN8

KR1, KR2, KR3, KR4, KR5, KR6, KR7, KR8 என 64 கட்டங்களாகின்றன. **இவற்றை படம் 13ல் காணவும்.**

33. **படத்தில் எப்படி படிப்பது ?:** செஸ் போர்டை படத்தில் காணும்பொழுது, மேல் பகுதி கருப்புக் காய்களை வைத்து விளையாடுபவரின் பக்கமாகும். அவரது காய்கள் கீழ்நோக்கி வரும். கீழ்ப் பகுதி வெள்ளைக் காய்களை வைத்து விளையாடுபவரின் பக்கமாகும். அவரது காய்கள் கீழிலிருந்து மேல்நோக்கிச் செல்லும்.

34. வெள்ளைக் காயை வைத்து விளையாடுபவரின் கிங்ஸ் கேஸ்லிங் வலது கை பக்கமென்றால் (இணையான), கிங்ஸ் கேஸ்லிங் கருப்புக் காயை வைத்து விளையாடுபவருக்கு இடது கை பக்கம் வரும். வெள்ளையின் வலது பக்க நிகழ்ச்சிகள் கருப்பின் இடது கை பக்கம் வரும்.

35. இம்முறையிலும் போர்டை வைக்கும்பொழுது கருப்பு கீழ்முனைக் கட்டம் விளையாடுபவர்களின் இடது கை பக்கம் வரவேண்டும். குறியீடுகள் செய்யப்பட்ட போர்டாக இருப்பின், QR1 வெள்ளையின் இடதுகீழ் முனையாகும்.

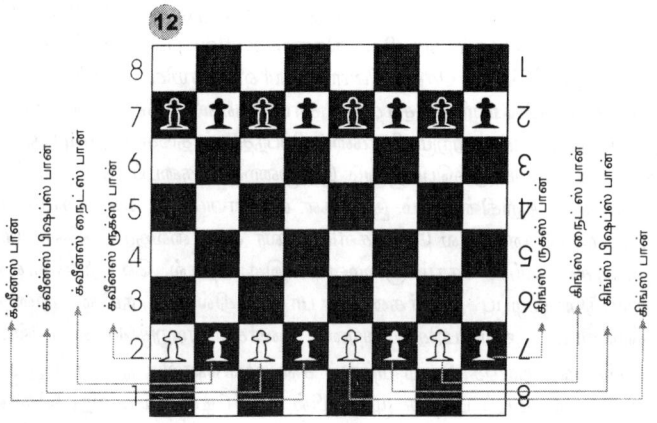

12

படம்-12

மேலே உள்ள பான்களும் இது போன்றதுதான். ஆனால், கருப்புக்குரியது ஆகும்

13

BLACK

QR1 QR8	QKt1 QKt8	QB1 QB8	Q1 Q8	K1 K8	KB1 KB8	KKt1 KKt8	KR1 KR8
QR2 QR7	QKt2 QKt7	QB2 QB7	Q2 Q7	K2 K7	KB2 KB7	KKt2 KKt7	KR2 KR7
QR3 QR6	QKt3 QKt6	QB3 QB6	Q3 Q6	K3 K6	KB3 KB6	KKt3 KKt6	KR3 KR6
QR4 QR5	QKt4 QKt5	QB4 QB5	Q4 Q5	K4 K5	KB4 KB5	KKt4 KKt5	KR4 KR5
QR5 QR4	QKt5 QKt4	QB5 QB4	Q5 Q4	K5 K4	KB5 KB4	KKt5 KKt4	KR5 KR4
QR6 QR3	QKt6 QKt3	QB6 QB3	Q6 Q3	K6 K3	KB6 KB3	KKt6 KKt3	KR6 KR3
QR7 QR2	QKt7 QKt2	QB7 QB2	Q7 Q2	K7 K2	KB7 KB2	KKt7 KKt2	KR7 KR2
QR8 QR1	QKt8 QKt1	QB8 QB1	Q8 Q1	K8 K1	KB8 KB1	KKt8 KKt1	KR8 KR1

WHITE

படம்-13

படம்-13ல் டிஸ்க்ரிப்டிவ் முறையில் கட்டங்களுக்கு பெயர் கொடுக்கப்பட்டுள்ளது. மேலே உள்ளது கருப்புக்குரிய பெயரும், கீழே உள்ளது வெள்ளைக்குரியதும் ஆகும். சில புத்தகங்களில் Knightற்கு Kt என்றும் சிலவற்றில் வெறும் N மட்டும் கொடுத்திருப்பர்.

செஸ்போர்டில் பயிற்சி - ஃபோர்சித் முறை
(Forsyth System or Notations)

36. இது செஸ் போர்டில் பயிற்சி என்பதன்கீழ் மூன்றாவது சிஸ்டம் (முறை) ஆகும். இது அல்ஜிப்ரிக் முறை, டிஸ்க்ரிப்டிவ் முறை - இவ்விரண்டைக்

காட்டிலும் மிகப் பழமையானது. இப்பொழுதும் ஐரோப்பிய, அரேபிய, ஆப்ரிக்க நாடுகளின் சில கிராமங்களில் மனமகிழ்ச்சிக்காகவும், பொழுதுபோக்காக செஸ் விளையாடும் விவசாயிகளிடமும், இங்கிலாந்து போன்ற முன்னேறிய தேசத்தில் காபி ஹவுஸில் வேலை செய்பவர்கள், தையல்காரர்கள், மற்றும் சில கடை சிப்பந்திகள் தங்கள் ஓய்வு நேரங்களில் செஸ் விளையாடும்பொழுதும் இம்முறையை கடைப்பிடிப்பதாகப் புத்தக வாயிலாக அறிகின்றோம். இவர்கள் விளையாட்டுப் போட்டிகளில் கலந்து கொள்வதில்லை. சில நேரங்களில், சிலர் காசு வைத்தும் விளையாடுவர். அவர்கள் ஓய்வு நேரம் குறைவாக இருப்பதால், வெற்றி-தோல்வியில் ஏற்படும் இழப்பு அவர்களைப் பாதிப்பதில்லை. நவீன முறையான டிஸ்க்ரிப்டிவ், அல்ஜிப்ரிக் முறையை அவர்கள் ஏற்றுக்கொள்வதில்லை.

37. மேற்கூறிய நாடுகளிலும் மற்றும் சில முன்னேறிய நாடுகளிலும் செஸ் விளையாட்டைப் புத்தக முறையில், போட்டிகளில் கலந்துகொள்ளும் நோக்கத்துடனில்லாது, மனமகிழ்ச்சிக்கும், பொழுதுபோக்காகவும் (Time pass) விளையாடுகின்றனர். அவர்களுக்குப் பொதுவாக **காபி ஹவுஸ்** (Coffee House Players) **பிளேயர்ஸ்** என்று பெயர். அவர்களிடம் இந்த போர்சித் முறைகள் கடைப்பிடிப்பது காணப்படுகின்றது. இதில் இரண்டு பிரிவுகள் உள்ளன.

38. **ஃபோர்சித் முறை** - I

படம் 5-ஐக் காணவும். இதில் இடது கை மேல்முனை வெள்ளைக் கட்டத்தில் (அல்ஜிப்ரிக் முறையில் a8) 1 என்று தொடங்கி, வலது கை பக்கமுள்ள (அல்ஜிப்ரிக் முறையில் h1) கீழ்முனை வெள்ளைக் கட்டத்தில் 64 என்று முடியும். இந்த எண்கள் போர்டில் பெரும்பாலும் எழுதப்பட்டிருக்கும். (1ம் 64ம்).

39. விவசாயிகளுக்கும், காபி ஹவுஸ் பிளேயர்களுக்கும் செஸ் புத்தகத்தைப் படிப்பதற்கோ, விளையாட்டிலோ, முக்கிய விளையாட்டுகளை ரெகார்டு செய்து வைப்பதற்கோ செஸ் மொழி தேவைப்படுவதில்லை. ஏனெனில் அவர்கள், திடீரென்று விளையாட்டை விட்டுவிட்டு அவரவர் வேலைக்குச் சென்று விடுவர். அச்சமயம் இவர்கள் காய்கள் எந்தெந்தக் கட்டங்களிலிருந்தவை என்பதைக் குறித்து வைத்துக்கொள்வதற்கே தேவைப்பட்டது. மீண்டும் வந்து அதே விளையாட்டைத் தொடர்வதையே விரும்பினர். அவ்வாறு குறிப்பிடுமுன், அந்தந்த நம்பருக்கு முன் அவரவர்கள் பெயரை எழுதிவிடுவர். அத்துடன் காய்களின் கலரையும் குறித்துக்கொள்வர். எனவே ஃபோர்சித் முறையில் விளையாடுகின்றனர்.

உதாரணம்: அலெக்ஸ் (கருப்பு); 5 - ராணி, 6 - பிஷப், 11 - ராஜா, 12, 13, 15, 17 பான்கள், 16 - குதிரை, 18 - ரூக் என்பன போன்று.

விக்டர் (வெள்ளை); 64 நைட், 63 ராஜா, 50, 51, 52, 41, 45 பான்கள், 39 பிஷப், 47 ரூக், 57 ரூக் என்பன போன்று.

இவை படத்துடன் விளக்கப்பட்டுள்ளதை **படம் 14-ல் காண்க.**

40. **ஃபோர்சித் முறை** - II

இம்முறையிலும், இடது கை பக்க மேல்முனை வெள்ளைக் கட்டம் **1 (ஒன்று)** என்றும், வலது கை பக்க கீழ்முனை h1 வெள்ளைக் கட்டத்தில் **64** என்றும் முடியும். இதை செஸ் விளையாட்டைக் கற்ற அனைவரும் தெரிந்து வைத்திருப்பர். தெரிந்துகொள்ளவேண்டுமென்பதும் விதியாகும். போர்டில் எழுதியிருக்காது. இம்முறையை ஒரு படத்தின் மூலம் படிப்போம். **படம் - 15ஐக் காணவும்.** கீழே கொடுக்கப்பட்டுள்ளதில் ஆங்கிலத்தில் பெரிய எழுத்துக்கள் (Capital Letters) வெள்ளைக் காய்களையும், சிறிய எழுத்துக்கள் (Small Letters) கருப்புக் காய்களையும் குறிக்கும்.

4 Q2k/4pp2/16/2B5/4pp2/rpP5/P2K2NR

இதில் **4** என்பது **1**-ல் (இடது மேல்முனை வெள்ளைக் கட்டத்தில்) தொடங்கி **4** கட்டங்கள் காலி என்பதையும், Q என்பது ஐந்தாவது கட்டத்தில் வெள்ளை ராணி என்பதையும், பின்பு **2** என்பது **2** கட்டங்கள் காலி என்பதையும், k (சிறிய எழுத்து கே) கருப்பு ராஜாவையும், / பார் அல்லது ஆப்ளிக் (Bar or oblique) அடையாளம் எட்டு கட்டங்கள் ஒரு ரேங்கில் முடிந்து விட்டது. அடுத்த ரேங்கைக் கீழே படிக்கவும் என்பதையும், **4** என்பது அடுத்த கீழ் ரேங்கில் **4** கட்டங்கள் காலி என்பதையும், pp என்ற இரண்டு சிறிய p-க்கள் இரு கருப்பு பான்கள் என்பதையும், **2** என்பது இரண்டு காலி கட்டங்கள் என்பதனையும், / என்பது அந்த ரேங்க் முடிந்துவிட்டது கீழ் ரேங்கிற்குச் செல்லவும் என்பதனையும், **16** என்பது **16** கட்டங்கள்--அதாவது கீழே இரண்டு ரேங்க்குகளில் ஒரு காயும் இல்லை என்பதனையும், / என்பது அந்த இரண்டு ரேங்கிற்குக் கீழே உள்ள ரேங்கில் படிக்க வேண்டுமென்பதனையும், **2**-இரண்டு கட்டம் காலி, பெரிய B-வெள்ளை பிஷப், **5**-ஐந்து கட்டங்கள் காலி, பின்பு / கீழே அடுத்த ரேங்கு **4** அதில் நான்கு கட்டங்கள் காலி, பின்பு பெரிய PP **(இரண்டு வெள்ளை பான்கள்)**, பிறகு **2** கட்டங்கள் காலி, / **(பார்)**, அதற்கடுத்த கீழ்கட்டம் அதில் சிறிய r-அதாவது கருப்பு ரூக், பின்பு சிறிய p-அது கருப்பு பான், பின்பு பெரிய P வெள்ளை பான், பின்பு **5**-ஐந்து கட்டங்கள் காலி, பின்பு / கீழ் ரேங்க், பின்பு பெரிய P வெள்ளை பான், பின்பு **2** கட்டங்கள் காலி, பிறகு பெரிய K, பின்பு **2** கட்டங்கள் காலி, பின்பு பெரிய N வெள்ளைக் குதிரை, பின்பு கடைசி கட்டத்தில் பெரிய R வெள்ளை ரூக் என்பதனைக் குறிக்கும்.

41. இம்முறையை சற்று மாறுதலுடன் இதற்கு முன்பு எழுதி வந்தனர். அவை சற்று நீளமாக இருந்தமையால், அதை மாற்றி மேற்கண்ட முறையை கடைப்பிடிக்கின்றனர். அந்த நீளமான முறையையும் அறிந்துகொள்வதற்கு கீழே தரப்பட்டுள்ளது. அம் முறையில் காலி கட்டங்களைக் கூட்டி எழுதுவதற்குப் பதிலாக அந்தந்தக் கட்டங்களில் எண்களே தரப்பட்டிருக்கும்.

42. 1, 2, 3, 4 Q 6, 7, k / 9, 10, 11, 12, p, p 15, 16 / 17, 18, 19, 20, 21, 22, 23, 24 / 25, 26, 27, 28, 29, 30, 31, 32 / 33, 34,

B, 36, 37, 38, 39, 40 / 41, 42, 43, 44, P, P, 47, 48 / r, p, P, 52, 53, 54, 55, 56 / P, 58, 59, K 61, 62, N, R.

14

படம்-14

ஃபோர்சித் முறை 1-ன்படி ஒரு விளையாட்டு முடியாத நிலையில் குறித்து வைத்துக்கொள்வர்.

15

படம்-15

படம் 15-ல் உள்ள காய்களின் நிலையை (Position) ஃபோர்சித் முறை-IIன் (Forsyth-II) படி குறிப்பிடப்பட்டுள்ளது (பாரா-40).

43. இதில் குறிப்பிடப்பட்டிருக்கும் எண்கள் எல்லாம் காலி கட்டங்கள். பெரிய ஆங்கில எழுத்துக்களெல்லாம் வெள்ளைக் காய்கள், சிறிய ஆங்கில எழுத்துக்கள் கருப்புக் காய்களாகும்.

44. நமது முன்னோர்களாலும், அரண்மனைகளிலும் உபயோகப்படுத்தப்பட்ட முறை ஃபோர்சித் முறையாகும். அச்சமயங்களில் நமது நாட்டில் பெரிய-

சிறிய ஆங்கில எழுத்துகளுக்குப் பதிலாக, தமிழ் வார்த்தைகள் உபயோகிக்கப்பட்டு வந்ததாக அறிகின்றோம். உதாரணமாக, வெ. ராஜா, க. ராணி, க. ரதம், வெ. குதிரை, க. சிப்பாய், வெ. யானை என்று குறிப்பிட்டு அத்துடன் மேற்கண்டவாறு காலி கட்டங்களையும் எழுதி வந்துள்ளனர்.

45. ஃபோர்சித் முறை தெளிவாகவும், குழப்பமின்றியும், விரைவாக விளங்கிக்கொள்ளவும், எழுதவும் உதவும் ஒரு நல்ல முறையாகவே இன்றும் எண்ணப்படுகின்றது. குறிப்பாக, ஒரு விளையாட்டை முடிக்காத நிலையில் குறித்துக்கொள்ள உதவும் முறையாகும். ஆனால், இது உலக செஸ் ஸ்தாபனமான FIDE-னால் தற்சமயம் போட்டிகளில் ஏற்றுக்கொள்ளப்பட மாட்டாது. தற்காலங்களில் உலக முழுமையும் விளையாடப்படும் முறையும், FIDE என்னும் உலக செஸ் ஸ்தாபனத்தினால் ஏற்றுக்கொள்ளப்படும் முறையும் அல்ஜிப்ரிக் முறையும் ஒன்றேயாகும். ஆனால், விளையாட்டுக்கு பொறுப்பு ஏற்பவர்களும், FIDE ஸ்தாபனமும், இரு விளையாட்டு வீரர்களும் ஏற்றுக்கொண்டால் எம்முறையிலும் விளையாட இயலும்.. பார்வையாளர்களுக்கும் பெரும்பான்மையானவருக்கும் விளங்கும் முறை அல்ஜிப்ரிக் குறியீட்டு முறைகளேயாகும்.

வினாக்களுக்கு விடையளிக்கவும்:

1. செஸ் போர்டை (சதுரங்க பலகை)ப் பற்றி பத்து வாக்கியங்களுக்கு மிகாமல் எழுதுக (10)
2. செஸ் போர்டில் மிகவும் பயனுள்ள சைஸ் எது ? அதனை விளக்கி எழுதவும். (5)
3. அல்ஜிப்ரிக் சிஸ்டம், டிஸ்க்ரிப்டிவ் சிஸ்டம் என்பதென்ன ? (5)
4. செஸ் போர்டில் பயிற்சி செய்வதன் லாபமென்ன ? (5)
5. ரேங்க் என்பது யாது ? (5)
6. ஃபைல் என்பது எதைக் குறிக்கும் ? (5)
7. அல்ஜிப்ரிக் முறையில் கட்டங்களுக்கு எவ்வாறு பெயரிடப் பட்டுள்ளது ? (5)
8. படுக்கை வசத்தில் வரும் கருப்பு, வெள்ளைக் கட்டங்களை எழுது. (அல்ஜிப்ரிக்) (5)
9. அல்ஜிப்ரிக் முறையில் இணைக் கட்டங்களை எழுது. (5)
10. அல்ஜிப்ரிக் முறையில் ஃபைல்களில் இருக்கும் கருப்பு-வெள்ளைக் கட்டங்களை எழுதுக (5)
11. அல்ஜிப்ரிக் முறையில் குறுக்குக் கட்டங்களை எழுதுக. (5)
12. படத்தில் செஸ் போர்டைப் படிக்கும் முறையை எழுது. (5)

சரியா (✓), தவறா (X), குறிப்பிடுக:

1. செஸ் போர்டில் 32 வெள்ளைக் கட்டங்களும் 34 கருப்புக் கட்டங்களும் உள்ளன. (2)

2. a, b, c, d, e, f, g, h என்று ஃபைல்களுக்குப் பெயர் கொடுப்பது அல்ஜிப்ரிக் முறையாகும். (2)
3. a1-க்கும் h8-க்கும் இடையில் ஒன்பது கருப்புக் கட்டங்களே உள்ளன.(2)
4. ரேங்க் என்பது படுக்கைக் கட்டங்களாகும். ஒன்றன்மேல் ஒன்றாக எட்டு எட்டாக இருக்கும். (2)
5. ஃபைல் என்பது நிற்கும் கட்டங்களாகும். எட்டு எட்டாக நிற்கும். (2)
6. a1 = h7 (2)
7. ரேங்க் 4 = ரேங்க் 5 (2)
8. a8 = h1 (2)
9. f1,g2,h3 = a6,b7,c8 (2)

கோடிட்ட இடங்களைப் பூர்த்தி செய்க : 10
1. g1,h2 = a7 _____
2. a2,b3,c4,d5 ___ ___ ___ = b1 ___d3___ ___ h7
3. a1 ___ ___ ___ f1 g1 h1 = ___b8___d8___f8___ ___
4. ரேங்க் 4 = ரேங்க் ___
5. b1,b2 = _____ g7
6. a3 = ___
7. h2,g3, _____e5 d6___ ___ = ___ f2 _ _ _ _ _ _
8. e4 = _____
9. f3 = _____
10. f8 = __ _____

வினாக்கள் - டிஸ்க்ரிப்டிவ் முறையில்
1. ரேங்க் என்பதென்ன ? 5
2. ஃபைல் என்பதென்ன ? விளக்குக. 5
3. டிஸ்க்ரிப்டிவ் முறையில் கட்டங்களுக்கு எவ்வாறு பெயர் கொடுக்கப்பட்டுள்ளது ? 5
4. இணை ரேங்குகளை எழுதுக. 5
5. ஃபைலில் வரும் கருப்பு, வெள்ளைக் கட்டங்களை எழுதுக. 5
6. குறுக்குக் கருப்புக் கட்டங்களை எழுதுக. 5

கோடிட்ட இடங்களை நிரப்புக:
1. டிஸ்க்ரிப்டிவ் முறையில் கருப்புக் காய்களை வைத்து விளையாடுபவருக்கு ராணியின் பிஷப்பின் ஐந்தாவது கட்டம் வெள்ளைக்கு _____ கட்டமாகும். 2
2. வெள்ளைக்கு ராணியின் ஃபைலாக வருவது, கருப்புக் காய் விளையாடுபவர்களுக்கு _____ ஃபைலாக இருக்கும். 2
3. டிஸ்க்ரிப்டிவ் முறையில் ஃபைல்களுக்கு அதன் _____. _____ அடிப்படையிலேயே பெயர் கொடுக்கப்பட்டுள்ளது. 2

4. KBP என்பது ________________ ஆகும். 2
5. வெள்ளைக்கு ரேங்க் எண் 2 என்பதுபோல், கருப்புக்கு இணையான ரேங்க் எண் என்ன ? 2

மேற்கண்ட வினாக்கள் டிஸ்க்ரிப்டிவ் போர்டு பாடத்தில் வருபவை. இதற்கு உடன் விடையளிக்க வேண்டியதில்லை. முன்பு எழுதியதுபோல் அல்ஜிப்ரிக் முறையைப் படித்து 40-50 ஆட்டங்கள் விளையாடிய பின்பு விடையளித்தால் போதுமானதாகும்.

வினாக்கள்–ஃபோர்சித் முறை:

1. ஃபோர்சித் முறையினைச் சுருக்கி எழுதுக. 5
2. ஃபோர்சித் முறை இரண்டில், ஏதேனும் ஒன்றைப்பற்றி விளக்குக. 5
3. படம் 15a-ல் உள்ள காய்களின் (பான் பீஸ்களின்) நிலையை ஃபோர்சித் முறை I-ன்படி குறிப்பிடவும். 5
4. படம் 16-ல் உள்ள காய்களின் (பான் பீஸ்கள்) நிலையை ஃபோர்சித் முறை II-ன்படி குறிப்பிடவும்.
5. நமது முன்னோர்கள் கடைப்பிடித்த ஃபோர்சித் முறை எது ? 2
6. ஃபோர்சித் முறை எத்தனை பிரிவுகளைக் கொண்டது ? 2
7. இன்று ஃபோர்சித் முறை யாரால் உபயோகப்படுத்தப்படுகின்றது ? 2

15a

படம்-15a

16

படம்-16

பாடம் - 4
செஸ் காய்களும், அவைகளை நகர்த்தும் விதிகளும்

1. பாடம் 3-ல் செஸ் போர்டைப்பற்றிப் படித்தோம். செஸ் விளையாட, செஸ் போர்டு ஓர் முக்கிய சாதனமாக இருப்பதுபோன்று செஸ் காய்களும் முக்கியமானவை ஆகும்.

2. ஒரு பக்க விளையாட்டுக்காரருக்கு 16 (பதினாறு) வெள்ளைக் காய்களும், மறுபக்க விளையாட்டுக்காரருக்கு 16 (பதினாறு) கருப்புக் காய்களும் இருக்கும். இந்தப் பதினாறு காய்களில் ஒருவருக்கு ஒரு ராஜா, ஒரு ராணி, இரண்டு பிஷப்புக்கள், இரண்டு நைட்ஸ் (குதிரைகள்), இரண்டு ரூக்ஸ் (Castles-கோட்டைகள்) என்று எட்டு காய்கள் இருக்கும். இவற்றிற்கு பீஸ்கள் (Pieces) என்றும், எட்டு சிப்பாய்களுக்கும் பான்ஸ் (Pawns) என்றும் பெயர். உலக அளவில் இவ்வார்த்தைகளே உபயோகப்படுத்தப்படுவதால், நாமும் இனி அவ்வாறே சொல்வோம், எழுதுவோம். இவைகள் எல்லாம் மற்ற விளையாட்டுகளில் வருவதுபோல் (தாயம், பல்லாங்குழி, ஏணியும்-பாம்பும், டிராஃப்ட் போன்ற வீட்டு விளையாட்டுகள்) ஒன்றுபோல் நகருவதில்லை. ஒவ்வொன்றும் ஒவ்வொரு விதியினைப் பெற்றிருக்கின்றது. பான்கள் மூன்று விதிகளைப் பெற்றிருக்கின்றன. கற்பது எளிது.

3. நகர்த்துதலின் அடிப்படையில் பிரித்துக் கூறுவோமேயாகில் 5 (ஐந்து) +3 என்று எட்டு வித நகர்த்துதல்கள் உள்ளன. அவைகள் 1) ராஜாவிற்கு ஒரு வித நகர்த்தல் (Moves) 2) ராணிக்கு ஓர் விதம், 3) பிஷப்புக்கு ஓர் விதம், 4) நைட்டிற்கு ஓர் விதம், 5) ரூக்கிற்கு ஒரு விதம், 6) பானிற்கு முதலில் இரண்டு கட்டம், 7) பானிற்குப் பின்பும் 1 கட்டம், 8) கேஸ் லிங்கிங் ஒரு நகர்த்தலில் (Move) இரண்டு பீஸ்களை நகர்த்துவது என்று எட்டு வித நகர்த்துதல்கள் உள்ளன. பின்வரும் பாராக்களில் ஒவ்வொன்றினைப் பற்றியும் விவரமாக அறிவோம்.

4. காய்களை எவ்வாறு நகர்த்துவது என்பதற்கு முன்பாக காய்களை எவ்வாறு போர்டில் அடுக்க வேண்டும் (Set up of coin on the Board or fall-in-pieces and Pawns) என்பதைக் கவனிப்போம். படுக்கை வசத்தில் (Horizontal) செல்லும் கட்டங்களின் வரிசையை ரேங்க் (Rank) என்றும் நிற்கும் வரிசையில் (Vertical) அதாவது மேலும் கீழுமாகச் செல்லும் வரிசையை ஃபைல் (File) என்றும் முன்பு அறிந்தோம். ஆட்டம் துவங்கும் முன்பு எல்லா பீஸ்களையும், பான்களையும் படம் 17-ல் காட்டியுள்ளபடி அடுக்கவேண்டும். இதில் ரூக்குகள் நான்கு மூலைக் கட்டங்களிலும் (வெள்ளைக்கு a1ம் h1ம், கருப்புக்கு a8ம் h8ம்), அதற்கு அடுத்து படுக்கை வரிசையில் உள்நோக்கி நைட்டுகளையும் (வெள்ளைக்கு b1 - g1ம், கருப்புக்கு b8 - g8ம்) அதற்கு அடுத்த அதே படுக்கை வரிசையில் உள்நோக்கி பிஷப்புகளையும் (வெள்ளைக்கு c1-f1ம், கருப்புக்கு c8-f8ம்)

அதற்கடுத்து மத்தியிலிருக்கும் e1-ல் வெள்ளை ராஜாவையும், e8-ல் கருப்பு ராஜாவையும், d1 என்ற வெள்ளைக் கட்டத்தில் வெள்ளை ராணியையும், d8 என்ற கருப்புக் கட்டத்தில் கருப்பு ராணியையும் வைக்க வேண்டும். எனவே, ஆட்டம் ஆரம்பமாகும் முன் வெள்ளை ராணி வெள்ளைக் கட்டத்திலும், கருப்பு ராணி கருப்புக் கட்டத்திலும் இருக்கும். இந்த எட்டு பீஸ்களுக்கும் முன்வரிசையில், அதாவது வெள்ளைக்கு a2, b2, c2, d2, e2, f2, g2, h2, கருப்புக்கு a7, b7, c7, d7, e7, f7, g7, h7 என்ற கட்டங்களில் முறையே வெள்ளை எட்டு பான்களையும், கருப்பு எட்டு பான்களையும் அடுக்க வேண்டும். போர்டை வைக்கும்பொழுது கருப்புக் கட்டம் இடது கை பக்கம் (இருவருக்குமே) வரவேண்டும்.

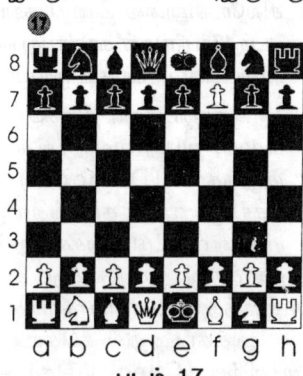

படம்-17

விளையாட்டு ஆரம்பம் ஆவதற்குமுன் போர்டில் காய்கள் அடுக்கப்பட்டுள்ளன (அணிவகுத்து நிற்கின்றன)

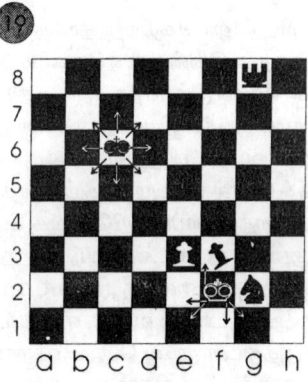

படம்-19

c6-ல் இருக்கும் ராஜா (King) எட்டு திசைகளிலும் ஒரே ஒரு கட்டம் மட்டும் செல்லும் என்பதைக் காட்டுகின்றது. f2லிருக்கும் வெள்ளை ராஜா f3ல் இருக்கும் கருப்பு பானை அடிக்க இயலும். g2-ல் இருக்கும் கருப்பு நைட்டை அடிக்காது ஏனெனில் g8ல் இருக்கும் கருப்பு ரூக், வெள்ளை ராஜாவை அடித்து ஆட்டம் முடிந்துவிடும். e3-ல் இருக்கும் பான் தன் இன பானாக இருப்பதால் அங்கு செல்ல இயலாது.

குறிகளிடப்பட்ட போர்டாக இருப்பின், a1 என்பது வெள்ளையின் இடது கை பக்கத்திலும், h8 என்பது கருப்பின் இடது கை பக்கத்திலும் கீழ் இடது கை மூலைக் கட்டமாக இருத்தல் வேண்டும் என்பதனை மறக்கக்கூடாது. அடுத்து காய்களை நகர்த்துவது எப்படி என்பது பார்ப்போம்.

5. காய்களை எப்படி நகர்த்துவது ?

(a) ராஜா (King)

படம்-18

காய்கள் அனைத்திலும் அதிக உயரமுடைய ராணிக்கு அடுத்த உயரமுடையது ராஜாவாகும். பெரும்பாலும் ராஜாவின் நடுவில் ஒரு சிலுவை இருக்கும். (வெகு சிலரே சிலுவை இன்றி காய்கள் தயாரிக்கின்றனர்) படம் 18ல் நீங்கள் காண்பது ஒரு கருப்பு, ஒரு வெள்ளை ராஜாவின் படமாகும். ஒருவருக்கு ஒரு ராஜாதான்.

ராஜா, தான் இருக்கும் கட்டத்திலிருந்து மேலும்-கீழும், இடது-வலது ஆக நான்கு கட்டங்களிலும் குறுக்காக (Diagonal) நான்கு கட்டங்களிலும் சேர்ந்து எட்டு கட்டங்களிலும் நகரும். அதாவது ராஜாவை எட்டு திசைகளிலும் ஒரே ஒரு கட்டம் மட்டும் நகர்த்த இயலும். நகர்த்தும் கட்டங்களில் தன் இன காய் (ராஜாவின் கலரிலேயே) இருத்தல் கூடாது. எதிரியின் காய் இருப்பின் அதை அடித்து எடுத்துவிட்டு அக்கட்டத்தில் செல்ல இயலும். அவ்வாறு அடிக்கும்பொழுது, ராஜாவிற்கு (Check) செக் விழக்கூடாது. அதாவது எதிரியின் காய் அடித்துவிடாது வைக்க வேண்டும். (விளையாடுபவரின் விருப்பம்).

மற்ற காய்களை விட ராஜா சக்தியற்றதாகத் தோன்றினாலும், ராஜாவே முக்கியமான காயாகக் கருதப்படுகின்றது. ஏனெனில், ஆட்டம் முடியும் வரை அது போர்டில் இருந்தேயாக வேண்டும். எந்த ஒரு எதிரியின் காயோ, பானோ ராஜாவை செக் சொல்லாமல் அடிக்க இயலாது. அவ்வாறு அடிக்கும்படியான நிலை (Position) ஏற்படுமாயின் ஆட்டம் முடிந்துவிடும். ஒரு எதிரியின் காயோ, பானோ ராஜாவை (Check) செக் சொல்லி பயமுறுத்தும் பட்சத்தில் விளையாட்டுக்காரர் ராஜாவை அந்த நிலையிலிருந்து காப்பாற்றியே ஆக வேண்டும். வேறு நகர்த்தல் செய்ய இயலாது. அவ்வாறு உடன் அடுத்த நகர்த்தலிலேயே ராஜா காப்பாற்றப்படாவிட்டால் அந்த நிலைக்கு (Position) **செக் மேட்** (Check mate) என்று பெயர். அத்துடன் அவரின் எதிரி ஜெயித்துவிட்டார் என்று பொருள். அந்த ஆட்டம் அத்துடன் முடிவு பெறும். ஏனெனில், இவ்விளையாட்டின் குறிக்கோளே ராஜாவை எக்கட்டத்திலும் நகர விடாமல் வளைப்பதேயாகும். அதாவது ராஜா நகரக்கூடிய எட்டு கட்டங்களில் எக்கட்டத்தில் நகர்த்தினாலும் செக்கில் (Check)ல் மாட்டிக்கொள்ளும் நிலையே ஏற்பட்டுவிடும். இது எதிரிக்கு வெற்றியைத் தந்துவிடும்.

ஒரு விளையாட்டுக்காரர் தனது காய் ஒன்றை நகர்த்தியபொழுது, அந்தக் காய் செல்லும் வழியில் எதிரியின் ராஜா நின்றால், அவ்விளையாட்டுக்காரர் செக் (Check) என்ற வார்த்தை சொல்ல வேண்டும். (உனது ராஜாவை காப்பாற்றிக்கொள் என்று கொள்ளலாம்) தவிர மௌனமாக அதை அடிக்கக் கூடாது என்பது விதி. தவிர, எதிரியின் ராஜாவிற்கு செக் வைக்க வேண்டுமானாலும், காயை நகர்த்திவிட்டு செக் (Check) என்ற வார்த்தையைச் சொல்ல வேண்டுமென்பது விதி. **படம் 19-ஐயும்** (ராஜா எப்படி நகரும்) **பார்க்கவும்.**

படம்-20

(b) ராணி (Queen)

காய்கள் அனைத்திலும் உயரமானது இதுதான். இதையொத்த உருவ அமைப்புடைய ராஜாவின் மேல் சிலுவை இருக்கும். இதில் இருக்காது. ஆனால், வட்ட பூ போன்ற அமைப்பு இருக்கும். இதற்கு நமது முன்னோர்கள் இட்ட பெயர் மந்திரியென்றும், 15-ம் நூற்றாண்டில் பிரிட்டிஷாரால் இது ராணியாக மாற்றப்பட்டது என்றும் முந்தைய பாடத்தில் அறிந்தோம்.

ராணி, தான் இருக்கும் கட்டத்திலிருந்து நேர்கோடாக (வளையாமல்) எட்டு திசைகளிலும் போர்டின் இறுதிவரை செல்லவல்லது. ரூக்கைப் போன்று படுக்கையிலும் (Horizontal), மேலும் கீழும் (Vertical), பிஷப்பைப் போன்று குறுக்காகச் (Diagonal) செல்லவும், திரும்பி அதே வழியில் மறு ஆட்டத்தில் வரக்கூடிய ஆற்றலைப் பெற்ற காயாகும். ஒரு நல்ல கட்டத்தில் (உதாரணமாக) d4-ல் நிற்கும் ஒரு ராணி 27 கட்டங்களுள் விரும்பும் ஒன்றிற்குச் செல்லும் ஆற்றலைப் பெற்றது. எனவே, ராணி மிகவும் சக்தி வாய்ந்த, பயன்தரத்தக்க காய் என்று கூறப்படுகின்றது. படம் 20-ல் ஒரு கருப்பு, ஒரு வெள்ளை ராணியையும் படம் 21-ல் அது செல்லும் பாதையையும் கவனிக்க.

எல்லாக் காய்களைப் போன்றும் (நைட்டைத் தவிர) ராணி செல்லும் வழியில் தன் இன காய் (அதே கலர்) இருப்பின் மேற்கொண்டு செல்ல இயலாது. எதிரியின் காயோ, பானோ இருப்பின் அதை அடித்துவிட்டு அக்கட்டத்தில் அமர இயலும். அவ்வாறு அடிக்கும்பொழுது, எதிரியின் காயினால் தாக்கப்படாமலிருக்கின்றோமா என கவனித்துக்கொள்வது அவசியம். (இது விருப்பம்தான், விதியல்ல) போர்டின் இறுதிவரையில்தான் ஒரு நகர்த்தலில் (ஒரு ஆட்டத்தில்) செல்ல இயலும். வளைந்து போகக் கூடாது.

ஒரு விளையாட்டுக்காரர், ராணியை போர்டின் இறுதிவரை நகர்த்த வேண்டுமென்பது அவசியம் கிடையாது. ராணி போகும் வழியில் தான் விரும்பிய ஏதாவதொரு கட்டத்தில் வைத்துக்கொள்ள இயலும்.

படம்-21

d4ல் இருக்கும் ராணி d3, d2, d1, d5, d6, d7, d8 போன்ற ஃபைல் (File) களிலும், c4, b4, a4 போன்ற ரேங்க்கு (Rank) களிலும், e3, f2, g1 போன்று குறுக்காகவும், இரண்டு நகர்த்துதலில் சென்று திரும்ப இயலும். e5, f6 வழியாகச் செல்லும்பொழுது g7 லிருக்கும் எதிரியின் ரூக்கை அடிப்பதைப் போன்று எல்லா வழிகளிலும் எதிரியின் காயை விரும்பினால் அடிக்கும் h4-க்கு செல்ல தாண்டிச் செல்ல இயலாது.

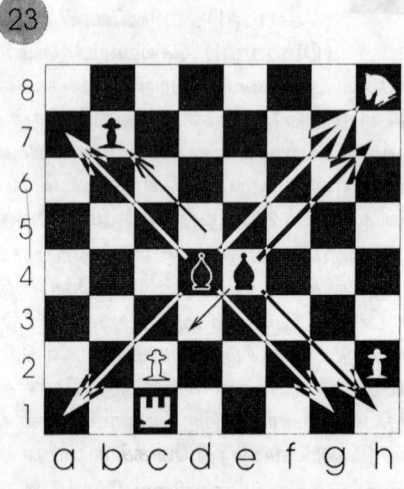

படம்-23

e4-லிருக்கும் கருப்பு பிஷப் f3, g2, h1 என்று குறுக்காகச் செல்லும். b7லிருக்கும் பான் தன் இன பான் ஆதலால், தாண்டிச் செல்ல இயலாது. c2விலிருக்கும் வெள்ளை பான் c1ரூக்கின் ஆதரவுடன் இருப்பதால் அடிக்காது. ஆனால், h-8 நைட்டை அடிக்கும்.

பதினைந்தாம் நூற்றாண்டிற்கு முன்பு ராணி இவ்வளவு சக்தி வாய்ந்த காயாக இருக்கவில்லை. எட்டு திசைகளிலும் ராஜாவைப் போன்றோ அல்லது குறுக்காக (Diagonal) நான்கு திசைகளிலும் ஒரே ஒரு கட்டம் மட்டும் நகரும் விதியைப் பெற்றதாக இருந்திருக்கிறது. பின்பு 15-ம் நூற்றாண்டில் இங்கிலாந்து நாட்டின் அரசியார், தற்பொழுது உள்ள இவ்விதியை ஏற்படுத்தி உலகம் முழுமையும் பரப்பியுள்ளார் என்பதனை நாம் முன் பாடத்தில் படித்தோம். ஒருவருக்கு ஒரு ராணிதான். ராணி காய்களைத் தாண்ட இயலாது. (குதிரை மட்டும் காய்களைத் தாண்டிச் செல்லும்)

படம்-22

(c) பிஷப் (Bishop)

பிஷப், படம் 22ல் உள்ளது போன்ற உருவமைப்புகளைக் கொண்டது. ஒவ்வொரு விளையாட்டுக்காரருக்கும் இரண்டு பிஷப்புக்கள் உண்டு. இதற்கு நமது முன்னோர்கள் இட்ட பெயர் **ரதம்** ஆகும். பிஷப்புகள் ஒரு நேர்கோட்டில் (வளையாது) குறுக்காக (Diagonal) மேல்நோக்கியும் கீழ்நோக்கியும் போர்டின் இறுதிவரை சென்று வரும் விதியைப் பெற்றது. அதன் வழியில் அதை வைத்து விளையாடுபவர் விரும்பும் வரை எத்தனை கட்டங்கள் வேண்டுமானாலும் நகர்த்தலாம். ஆனால், வழியில் அதன் இனத்தைச் (அதே கலர்) சேர்ந்த காயோ, பானோ இருக்கக் கூடாது. எதிரியின் காய் வழியில் இருக்குமேயாகில் அதை அடித்து எடுத்துவிட்டு அக் கட்டத்தில் அமரலாம். அவ்வாறு அடிக்கும்பொழுது எதிரியின் வேறு காயினாலோ, பானாலோ தாக்கப்படாதிருப்போமா என்பதனையும் கவனித்துக் கொள்வது விளையாடுபவரின் விருப்பமாகும் - விதியல்ல.

மற்ற காய்களைப் போன்றே (குதிரையைத் தவிர) பிஷப்பும் வேறு காய்களிருக்கும் (தன் காயாகவோ, எதிரியின் காயாகவோ இருக்கலாம்) கட்டங்களைத் தாண்டிச் செல்ல இயலாது.

விளையாடுபவர் ஆட்டம் தொடங்கும் முன்பு, ஒரு பிஷப்பை கருப்பு கட்டத்திலும் (அதாவது வெள்ளை c1 - f1 - யிலுமாக இரண்டு கட்டங்களிலும் கருப்பு c8 - f8 யிலுமாக இரு கட்டங்களிலும்) மற்றொன்றை வெள்ளைக் கட்டத்திலும் நிறுத்த வேண்டும். ஏனெனில், அப்பொழுதுதான் அது அதன் விதிப்படி குறுக்காகவும், தனது கட்டத்தின் கலரை விடாது (ஒரு கலர் குறுக்குக் கட்டத்தில்) செல்ல இயலும். இதனால் கருப்புக் கலர் கட்டத்தில் நகரத் துவங்கிய பிஷப்பு, எப்பொழுதும், எங்கு சென்றாலும் கருப்புக் கலர் கட்டங்களிலேயே காணப்படும். அதேபோன்று வெள்ளைக் கட்டத்தில் நகரத் துவங்கிய பிஷப் ஆட்டம் முழுமையும், எப்பொழுதும் எங்கு சென்றாலும் வெள்ளைக் கட்டத்திலேயே நகரும், காணப்படும். **படம் 23-ஐக் காண்க.**

4

படம்-24.

(d) **நைட் குதிரை** (Knight or Night)

இக் காய்களை அடையாளம் காண்பது சுலபம். இவைகள் பெயருக்கேற்ப குதிரையின் தலையுடன் மார்பு வரையுள்ள வடிவத்தில் காணப்படும் காயாகும். ஒவ்வொரு விளையாட்டுக்காரருக்கும் இரண்டு குதிரைகள் இருக்கும். இதற்கு நமது முன்னோர்கள் இட்ட பெயரே இன்று வரையுள்ளது. இதன் நகர்த்துதலிலும் ஆங்கிலேயர்கள் எவ்வித மாற்றமும் செய்யவில்லை. **படம் 24-ல் குதிரையின் படம் காண்க.**

இது ஆங்கில மொழியின் அடிப்படை எழுத்துக்களில் உள்ள "L" போன்று மூன்று கட்டங்கள் செல்லும். அது படுக்கை (Horizontal) வரிசையின் கட்டங்களாகிய ரேங்க்கில் (Rank) இரண்டு கட்டங்களும், நிற்கும் கட்டங்களாகிய ஃபைலில் (Vertical file) ஒரு கட்டம் திரும்பியும் நிற்கும் அல்லது ரேங்க் (Rank)ல் இரண்டு கட்டங்களும், ஃபைலில் (File)ல் ஒரு கட்டமும் திரும்பி நிற்கும். படம் **25/26**ல் குதிரையின் போக்கு எவ்வாறு என்பது தரப்பட்டுள்ளது. குதிரைக்கு மற்ற காய்களுக்கு இல்லாத சிறப்புச் சலுகைகள் இரண்டு உண்டு. ஒன்று, அது தான் போகவேண்டிய கட்டம் காலியாக இருந்து இடைக்கட்டங்களில் காய்கள் இருப்பின், அக்காய்களைத் தாண்டி தனது கட்டத்திற்குச் சென்று விடும். இரண்டாவதாக, ஒரு நகர்த்தலிலேயே நைட் திரும்பும் தன்மையுடையது. மற்ற காய்கள் திரும்புவதற்கு இரண்டு நகர்த்துதல்கள் தேவை. ஒரு நகர்த்தலில் போர்டின் இறுதிவரையில்தான் மற்ற காய்கள் செல்லும். மேலும், இடையில் காய்கள் இருப்பின் தாண்ட இயலாது.

நைட், போர்டின் ஓரக்கட்டங்களில் இல்லாமல் நல்லதொரு கட்டத்தில் (உதாரணம் d4 or e4 or d5 or e5) நிற்குமேயானால் ஒரே நகர்த்தலில் அதனைச் சுற்றியுள்ள 8 (எட்டு) கட்டங்களில் ஒன்றில் தாவும் தன்மையுள்ளது. **படம் 25/26ஐ பார்க்கவும்.** தன் இனத்தின் (அதே கலர்) காயோ பானோ இல்லாவிட்டால், இந்த எட்டு கட்டங்களில் ஏதாவதொன்றில் அது தாவ இயலும். அது செல்ல விரும்பும் இவ்வெட்டு கட்டங்களில் ஏதாவதொன்றில் எதிரியின் காய் இருக்குமேயானால் அதை அடித்துவிட்டு அக்கட்டத்தில் அமரும் (பின்பு அது எதிரியின் வேறொரு காயினால் தாக்கப்படுமா என்பதைக் கவனிக்க வேண்டியது விளையாடுபவரின் செயலாகும். இது விதியல்ல).

நைட்டின் நகரும் தன்மை சற்று குறைவாக இருப்பதால், சில சமயம் குறிப்பாக, இறுதி ஆட்டத்தில் (End game) பிஷப், ரூக் இவைகளைவிட சக்தி குறைந்ததாயும், ஆரம்ப ஆட்டங்களில் அதிசய சக்தி கொண்டதாகவும் காணப்படும்.

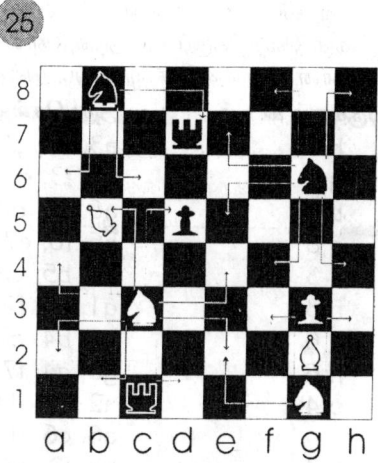

படம்-25

c-3 நைட் b1,d1,b5,d5, e2,e4, a2,a4 ஆகிய எட்டு கட்டங்களில் தாவும். b5-ல் எதிரியின் பிஷப்பை அடித்துவிட்டது. d5-லிருக்கும் எதிரியின் பான் ஆதரவுடன் இருப்பதால் அடிக்காது. b1-தன் இன காயாக இருப்பதால் அங்கு செல்ல இயலாது.

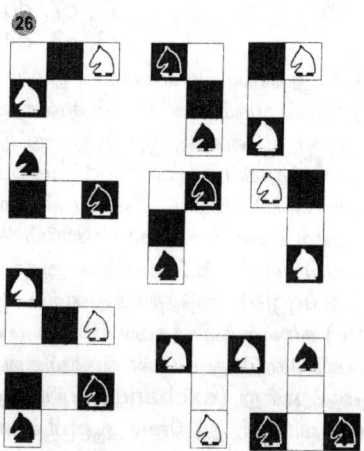

படம்-26

'L' என்ற ஆங்கில அல்லது 'ட' என்று தமிழ் எழுத்துக்களின் இரு முனைகள் நைட் (குதிரை) எவ்வாறு செல்லும் என்பதை மேலே உள்ள படம் விளக்குகின்றது. அதாவது ஃபைலில் இரு கட்டங்களிலும் ரேங்க்கில் ஒரு கட்டமும் அல்லது ஃபைலில் ஒரு கட்டமும் ரேங்க்கில் இரு கட்டமும் செல்லும்.

நைட் "L" வடிவத்தில் செல்வதால் சிலசமயம் தந்திரமான (Trick) விளையாட்டிற்கு உதவும் காயாக உள்ளது. ஆனால், அவைகள் இரண்டு, மூன்று நகர்த்தலுக்குப் பின் எந்த கட்டத்தில் செல்லும் என்பதைக் கணிப்பது மிகவும்

சிரமமான காரியம் ஆகும். எனவே, நைட்டின் போக்கை நன்கு தெரிந்து வைத்திருப்பவர்களுக்கு வெற்றிக்குப் பல திறவுகோல்களை வைத்திருப்பது போன்றதாகும். அதற்கான பயிற்சிகள் கீழே தரப்பட்டுள்ளன.

ஒரு நைட் இருக்கும் கட்டம்			**அது செல்லும் கட்டம்**
(White)	b 1	-	a3, c3, d2
(White)	g 1	-	h3, f3, e2
(Black)	b 8	-	a6, c6, d7
(Black)	g 8	-	h6, f6, e7
(White)	a 3	-	b1, b5, c2, c4
(White)	h 3	-	g1, g5, f2, f4
(Black)	a 6	-	b8, b4, c7, c5
(Black)	h 6	-	g8, g4, f7, f5
(Black)	b 4	-	a2, c2, d3, (attack)
			a6, c6, d5 (defence)
(Black)	g 4	-	h2, f2, e3 (attack)
			h6, f6, c5 (defence)
(White)	g 5	-	h7, f7, e6 (attack)
			e4, f3, h3 (defence)
(White)	b5	-	a7, c7, d6 (attack)
			a3, c3, d4 (defence)

போர்டில் **1, 2, 3, 4**வது ரேங்க் வெள்ளையின் நாடும் (territory) **5, 6, 7, 8** கருப்பின் (territory) நாடும் ஆகும். கடைசி நான்கு நகர்த்துதல்களும் (moves) முக்கியம் வாய்ந்தது ஆகும். ஏனெனில், இருவரது நைட்டும் எதிரியின் நாட்டில் எல்லையைக் கடந்து நுழைந்துவிட்டது (crossed the border). இந்நிலையில் மிகவும் எச்சரிக்கையாக விளையாட வேண்டும். நைட்டின் நகர்த்துதல் வினோதமாக இருப்பதால் எதையாவது தாக்கிவிடும். காஸ்பரோவ் போன்ற சிறந்த உலக சாம்பியன்களின் ஆட்டங்களை ஆராயும் பட்சத்தில் இந்த போராட்டத்தையும் (struggle) அடுத்தடுத்து ஏற்பட இருக்கும் இடைவிடா போராட்டங் (struggle) களைத் தவிர்க்கவும் சில சமயம் ஏதாவது ஒரு காயை— ஏன் பிஷப்பைக் கூட பலி கொடுத்து தங்கள் நிலையினை உயர்த்திக்கொள்வர். அல்லது நைட்டிற்கு நைட் என்று (exchange) பரிமாற்றம் செய்து நடுநிலை (neutralize) செய்து விடுவர். நடுநிலை ஆனபின் விளையாட்டு ஆரம்ப நிலையிலிருந்து ஆடுவது போன்று இருக்கும். இக்கட்டத்தில் யார் குதிரையைக் காப்பாற்றி தக்க வைத்துக் கொள்கின்றார்களோ, அவர்களுக்கு வெற்றி நிச்சயம். மிக, மிக அதிகம் மூளையின் செயல்பாடு (மூளையை பிழிந்து எடுக்க வேண்டுமென்பதுபோல்) எதற்குத் தேவைப்படுமெனில், நமது நைட்டைக் காப்பாற்றிக்கொண்டு, எதிரிக்கு வேறு எதையாவது பலி கொடுக்கலாம் என்று எண்ணும்போது, இதை வெற்றிகரமாக முடிப்பதற்கு அவ்வளவு யோசிக்க இயலாமல் போய்விடும், அல்லது சிரமமாக இருக்கும். அந்நிலையில் நைட்டிற்கு நைட்டே என்று சமன்செய்வதே சிறந்தது ஆகும்.

முக்கிய குறிப்பு: இப்புத்தகத்தைப் படிக்கத் துவங்கும் முன்பு செஸ் போர்டையும், பான் காய்களையும் எடுத்து வைத்துக்கொள்ளல் வேண்டும். அத்துடன் காய்களை/பான்களை போர்டில் வைத்து அவ்வப்பொழுது நகர்த்திப் பார்த்துப் படிப்பது நலமாகும். அடுத்து குதிரையின் போக்கைக் கணிப்போம்.

1. a2 (Black) - c1, c3, b4
2. h2 (Black) - f1, f3, g4
3. a7 (White) - c8, c6, b5
4. h7 (White) - f8, f6, g5

மேலே உள்ள நான்கு நகர்த்துதல்களும் எதிரியின் நாட்டில் நடுகள நிலையிலேயே நடப்பதால், குதிரையை லாபமின்றி இழந்துவிடும் அபாயமும், எதிரியை பலம் குறைய (weak) வைக்கும் நிலையும் ஏற்படும். எனவே, நைட்டை எந்தக் காரணத்திற்காகவும், தனிமையாக வைக்காது ஒரு ஆதரவு காயுடன் நகர்த்தவும். வெள்ளை நைட் 5, 6, 7, 8 ரேங்க்குகளிலுள்ள கட்டங்களிலும், கருப்பு நைட் 4, 3, 2, 1 ரேங்க்குகளிலுள்ள கட்டங்களிலும் நகர்த்தும்பொழுது துணையுடன் செல்வதே சிறந்தது. அடுத்து

1. c1 (Black) - a2, b3, d3, e2
2. f1 (Black) - d2, e3, g3, h2
3. c8 (White) - a7, b6, d6, e7
4. f8 (White) - d7, e6, g6, h7

1. d2 (Black) - b1, b3, c4, e4, f3, f1
2. e2 (Black) - g1, g3, f4, d4, c3, c1
3. d7 (White) - b8, b6, c5, e5, f6, f8
4. e7 (White) - g8, g6, f5, d5, c6, c8

மேற்கண்ட நான்கு நகர்த்துதல்களையும் கவனிக்கும்பொழுது, நமது நைட் எதிரியின் கட்டங்களில் இருந்துகொண்டு, எதிரியின் ஆறு கட்டங்களை ஒரு நைட் கண்காணிப்பதால் திறமையாக நகர்த்தினால் எதிரியின் ஏதாவதொரு காயை அடித்து வலுவிழக்கச் செய்யும்.

ஒரு நைட் போர் புரிய (Advancement) துவங்க வைப்பதற்கு, 4-வது 5-வது ரேங்க்கிலுள்ள கட்டங்களாகிய a4, b4, c4, d4, e4, f4, g4, h4; a5, b5, c5, d5, e5, f5, g5, h5ல் இருத்தல் வேண்டும். இந்த இரண்டு ரேங்க்கும் ஒருவருக்கு மற்றவரின் ரேங்க் ஆகும். இக்கட்டங்களிலிருந்து முன்னால் அனுப்பும் முன்பு சில சமயம் பின்னேற வேண்டியும், பின் இடது-வலது மாற்றி அனுப்பும்படியும் அல்லது எதிரியின் தாக்குதல் நிலையைப் பொறுத்து முன்னேறுவதை தவிர்த்துவிடுதலும் வரும். எனவே, பின்னேறுவதற்கு நைட்டிற்கு அதன் தாவுதலைக் கணித்து காலி கட்டங்கள் வைக்க வேண்டும். நமது காய்களால் அடைத்துவிட்டோமானால் குதிரையை இழக்க நேரிடும். எனவே, இந்த இரண்டு ரேங்க்குகளிலிருந்து எவ்வாறு முன்னேறும் என்பதனைக் காண்போம்.

a4	(White)	-	b6, c5 (attack)
			b2 or c3 (defence)
b4	(White)	-	a6, c6, d5 (attack)
			a2 or c2 or d3 (defence)
c4	(White)	-	b6, d6, a5, e5 (attack)
			a3 or b2 or d2 or e3 (defence)
d4	(White)	-	b5, c6, f5, e6 (attack)
			b3 or c2 or e2 or f3 (defence)
e4	(White)	-	d6, c5, f6, g5 (attack)
			g3 or f2 or d2 or c3 (defence)
f4	(White)	-	h5, g6, d5, e6 (attack)
			h3 or g2 or d3 or e2 (defence)
g4	(White)	-	h6, f6, e5 (attack)
			h2 or f2 or e3 (defence)
h4	(White)	-	f5, g6 (attack)
			g2 or f3 (defence)
a5	(White)	-	b7, c6 (attack)
			b3, c4 (defence)
b5	(White)	-	a7, c7, d6 (attack)
			a3 or c3 or d4 (defence)
c5	(White)	-	a6, b7, e6, e7 (attack)
			a4 or b3 or e4 or d3 (defence)
d5	(White)	-	b6, c7, f6, e7 (attack)
			b4 or c3 or f4 or e3 (defence)
e5	(White)	-	c6, d7, g6, f7 (attack)
			c4 or d3 or f3 or g4 (defence)
f5	(White)	-	h6, g7, d6, e7 (attack)
			d4 or e3 or g3 or h4 (defence)
g5	(White)	-	h7, f7, e6 (attack)
			h3 or f3 or e4 (defence)
h5	(White)	-	g7, f6 (attack)
			g3 or f4 (defence)
h5	(Black)	-	g3, f4 (attack)
			g7, f6 (defence)
g5	(Black)	-	h3, f3, e4 (attack)
			h7 or f7 or e6 (defence)
f5	(Black)	-	g3, e3, h4, d4 (attack)

			g7 or e7 or h6 or d6 (defence)
e5	(Black)	-	f3, d3, g4, c4 (attack)
			f7 or d7 or g6 or c6 (defence)
d5	(Black)	-	e3, c3, f4, b4 (attack)
			e7 or c7 or f6 or b6 (defence)
c5	(Black)	-	d3, b3, e4, a4 (attack)
			e6, d7, a6, b7 (defence)
b5	(Black)	-	a3, c3, d4 (attack)
			a7 or c7 or d6 (defence)
a5	(Black)	-	b3, c4 (attack)
		-	b7, c6 (defence)
a4	(Black)	-	b2, c3 (attack)
			b6 or c5 (defence)
b4	(black)	-	a2, c2, d3 (attack)
			a6 or c6 or d5 (defence)
c4	(Black)	-	a3, b2, d2, e3 (attack)
			a5 or b6 or d6 or e5 (defence)
d4	(Black)	-	b3, c2, e2, f3 (attack)
			b5 or c6 or e6 or f5 (defence)
e4	(Black)	-	c3, d2, f2, g3 (attack)
			c5 or d6 or f6 or g5 (defence)
f4	(Black)	-	d3, e2, g2, h3 (attack)
			d5 or e6 or g6 or h5 (defence)
g4	(Black)	-	e3, f2, h2 (attack)
			e5 or f6 or h6 (defence)
h4	(Black)	-	f3, g2 (attack)
			f5 or g6 (defence)

எதிரியின் குதிரை, கருப்பிற்கு ஐந்தாவது ரேங்கிலும், வெள்ளைக்கு நான்காவது ரேங்கிலும் வந்துவிட்டால், விளையாடுபவர்களுக்கு ஒரு மனமாற்றம் (Psychological effect) ஏற்படுவதாக செஸ் வல்லுநர்கள் கூறுகின்றனர். அது உண்மையே. சிலருக்கு இந்நிலையில் சிறிது குழப்பம், சிறிது பயம், சிறிது அல்லது அதிக அளவில் தெளிவற்ற நிலை ஏற்படுகின்றது. ஏன் ஏற்படுகின்றது ? குறுகிய நேரத்தில் நைட் இரண்டாவது, மூன்றாவது தாவலில் எங்கு வந்து எதைத் தாக்கி எடுத்துவிடுமோ என்பதனைத் துல்லியமாக கணக்கிட்டு முடிவு எடுக்க இயலாமையால் (Very difficult to work out where the knight will be able to go after three or four moves from this rank) இவையெல்லாவற்றையும் தகர்த்து விடுவது மேற்கண்ட (attack/defence) கட்ட பயிற்சியாகும். இதைப் படித்து மனதில் பதியவைத்துப் பின்பு வெளிக்கொணர்ந்து

செயல்படுத்துபவர்களுக்கு வெற்றி நிச்சயம்.

இதுவரை குதிரையின் போக்கை கவனித்தறிந்தோம். இனி, நமது தேவையை குதிரையினால் அடைவது எப்படி என்பதனை அறிவோம். செஸ் போர்டையும் ஒரு நைட்டையும் எடுத்து வைத்துக்கொள்ளுங்கள். ஒரு நைட் g1-ல் அதாவது, அதனுடைய ஆரம்ப கட்டத்தில் உள்ளது. அதை g1, g2, g3, g4, g5, g6, g7 என்று ஃபைலிலும் (Vertical File), h1, f1, e1, d1, c1, b1, a1, என்று ரேங்க்கிலும் (Horizontal), h2, f2, e3, d4, c5, b6, a7 என்று குறுக்காகவும் (Diagonal) எப்படி நகர்த்துவது?

நைட் இருக்கும் கட்டம்		நகர்த்த விரும்பும் கட்டமும் எக்கட்டங்களை எத்தனை நகர்த்தலில் கடக்க இயலும் என்பதும்
g1	(Vertical)	g2 விற்குச் செல்ல 3 (மூன்று) நகர்த்தல்கள் செய்ய வேண்டும் (−) அவைகள் g1−e2−f4−g2
g1	(Vertical)	g3 க்குச் செல்ல 2 (இரண்டு) நகர்த்தல்கள் செய்ய வேண்டும். அவைகள் g1−e2−g3 (=)
g1	(Vertical)	g4 க்குச் செல்ல 3 (மூன்று) நகர்த்தல்கள் செய்ய வேண்டும். அவைகள் (=) g1−f3 or h3−h2 or f2−g4
g1	(Vertical)	g5 க்குச் செல்ல 2 (இரண்டு) நகர்த்தல்கள் செய்தாலே போதும் (+) g1−h3 or f3−g5
g1	(Vertical)	g1 லிருந்து g6 க்குச் செல்ல 3 (மூன்று) நகர்த்தல்கள் சென்றாலே போதும் (+) அவை g1−h3 or f3−h4 or f4−g6
g1	(Vertical)	g1 லிருந்து g7 க்குச் செல்ல 4 (நான்கு) நகர்த்தல்கள் செய்ய வேண்டும் (+) அவைகள் g1−h3 or f3−g5-e6-g7
g1	(Vertical)	g8 க்குச் செல்ல 5 (ஐந்து) நகர்த்தல்கள் செய்ய வேண்டும் (+) அவைகள் g1−e2−g3−f5−e7 or h6−g8.
g1	(Horizontal)	g1 லிருந்து h1 க்குச் செல்ல 3 (மூன்று) நகர்த்தல்கள் செய்ய வேண்டும் (−) அவைகள் g1−e2−g3−h1 or g1−h3−f2−h1.
g1	(Horizontal)	g1 லிருந்து f1 க்குச் செல்ல 3 (மூன்று) நகர்த்தல்கள் செய்ய வேண்டும் (−) அவைகள் g1−f3−d2−f1.
g1	(Horizontal)	g1 லிருந்து e1 க்கு செல்ல 2 (இரண்டு) நகர்த்தல்கள் செய்ய வேண்டும் (=) அவைகள் g1−f3−e1.
g1	(Horizontal)	g1 லிருந்து d1 க்குச் செல்ல 3 (மூன்று) நகர்த்தல்கள் செய்ய வேண்டும் (=) அவைகள் g1−h3−f2−d1
g1	(Horizontal)	g1 லிருந்து c1 க்குச் செல்ல 2 (இரண்டு) நகர்த்தல்கள் செய்ய வேண்டும் (+) அவைகள் g1−e2−c1
g1	(Horizontal)	g1 லிருந்து a1 க்குச் செல்ல 4 (நான்கு) நகர்த்தல்கள்

		செய்ய வேண்டும் (+) அவைகள் g1-e2-d4-b3-a1
g1	(Diagonal)	g1 லிருந்து f2-விற்கு செல்ல 2 (இரண்டு) நகர்த்தல்கள் செல்ல வேண்டும் (–) அவைகள் h3–f2
g1	(Diagonal)	g1 லிருந்து e3 க்குச் செல்ல 4 (நான்கு) நகர்த்தல்கள் செல்ல வேண்டும். (–) அவைகள் g1–h3–f2–g4–e3
g1	(Diagonal)	g1 லிருந்து d4 க்குச் செல்ல 2 (இரண்டு) நகர்த்தல்கள் போதுமானது (+) அவைகள் g1–f3–d4
g1	(Diagonal)	g1 லிருந்து c5 க்குச் செல்ல 4 (நான்கு) நகர்த்தல்கள் செய்ய வேண்டும் (–) அவைகள் g1–f3–d4–e6–c5
g1	(Diagonal)	g1 லிருந்து b6 க்குச் செல்ல 4 (நான்கு) நகர்த்தல்கள் செய்ய வேண்டும் (+) அவைகள் g1–f3–d2–c4–b6
g1	(Diagonal)	g1 லிருந்து a7 க்குச் செய்ய 4 (நான்கு) நகர்த்தல்கள் செய்ய வேண்டும் (+) அவைகள் g1–f3–d4–c6–a7

குறிப்பு (–) லாபமற்றது
(+) லாபமுள்ளது
(=) லாபமோ, நஷ்டமோ இல்லாதது

g1-ல் நிற்கும் நைட்டானது 11 நகர்த்துதலில் (நீள தாண்டுதல் மூலம்) தான் இருந்த g1க்கே வந்து சேரும். எப்படியெனில், g1 – h3 – g5 – h7 – f8 – d7 – b8 – a6 – b4 – a2 – c1 – e2 – g1.

அதே g1ல் நிற்கும் நைட்டானது 15 நகர்த்துதலில் (குறுகிய தாண்டுதல் மூலம்) தான் இருந்த g1க்கே வந்து சேரும். எப்படி ?) g1 – e2 – g3 – e4 – g5 – e6 – g7 – e8 – c7 – a6 – c5 – a4 – c3 – a2 – c1 – e2 – g1.

நீள தாண்டுதல்: இரண்டு கட்டம் முன்னேறி ஒரு கட்டம் திரும்புதல். மேலே காண்பிக்கப்பட்டுள்ளதுபோல்.

குறுகிய தாண்டுதல்: ஒரு கட்டம் முன்னேறி இரண்டு கட்டம் திரும்புதல்.

மேற்கண்ட நகர்த்துதல்களை நன்கு கற்பதனால் குதிரையின் போக்கு நன்கு விளங்கும். அதனால் அதிக நம்பிக்கை (Over confidence on knight) இறுதி ஆட்டங்களில் தவிர்க்கப்படுவதுடன் 1 ராஜா, 1 நைட், 1 பிஷப்பைக் கொண்டு 1 தனிமை (Lone king) ராஜாவை வெற்றிகொள்வது எப்படி என்பதைக் கணக்கிட உதவுவதோடு (இது மிக சிரமமான ஒன்று. பின்வரும் பாடத்தில் முழுமையும் விளக்கப்பட்டுள்ளது), நைட்டை ராணி அல்லது ரூக்கிற்குத் துணையாக வைத்து கட்டுப்படச் செய்யவும், குதிரையைக் காப்பாற்றி நன்கு பயன்படுத்தி விளையாட உதவுகிறது.

மேலும் g1-ல் நிற்கும் குதிரையை ரேங்கில், ஃபைலில் (File) குறுக்கில் (Diagonal) எவ்வாறு செல்லும் என்பதனை நன்கு கற்றால், மற்ற கட்டங்களில் நிற்கும் நைட்டையும் இதுபோலவே கணக்கிட்டுக்கொள்வது சுலபமாக இருக்கும்.

நைட் ஒரு நகர்த்தலில் தான் நிற்கும் அதே ஃபைலிலோ அல்லது தான் நிற்கும் அதே ரேங்கிலோ செல்ல இயலாது. ஃபைலில் நிற்பின் வேறு ரேங்க் / ஃபைலிலும், ரேங்கில் நிற்பின் வேறு ஃபைல் / ரேங்க்கிலும் மாறிவிடும். இதனால் சில சமயம் ஒரு பலனற்ற காயாகக் காணப்படுவதாகப் படித்தோம். இவ்வாறு காணப்படுவதற்குக் காரணம், நாம் நைட்டின் நகர்த்துதல்களை மற்ற காய்களுடன் இணைத்துக் கணக்கிடுவதேயாகும். நைட் மற்ற காய்களுடன் சம்பந்தப்படாதது என்பதை நாம் அறியாததேயாகும். ஒருவருக்கு இறுதியாட்டத்தில் ஒரு ராஜா மட்டும் இருந்து மற்றவருக்கு ஒரு ராஜா, இரண்டு பிஷப்புக்கள் இருந்தால், ஆட்டத்தை முடிக்க இயலாவே இயலாது. ஆனால் ஒரு ராஜா, ஒரு பிஷப், ஒரு நைட் இருப்பின், ஆட்டத்தில் வெற்றியடைய இயலும் என்பதனையும் அறிவோம். நைட்டிற்கு இல்லாது, மற்ற காய்களுக்கு இருக்கும் மற்றொரு சலுகை, தாங்கள் செல்லும் வழியில் இருக்கும் காய்களை அடித்தெடுக்க இயலும். வழியில் இருக்கும் காலி கட்டங்களில் அமர இயலும். ஆனால், நைட்டினால் இவ்விரண்டும் இயலாது. அதை அடைய இருக்கும் கட்டம் காலியாக இருப்பின் அங்கு சென்றுதான் அமர இயலும். வழியிலுள்ள கட்டங்கள் காலியாக இருப்பின், அமர இயலாது. அதேபோன்று வழியில் இருக்கும் எதிரி காய்களை அடிக்க இயலாது. தான் போய்ச் சேரும் கட்டத்திலுள்ள எதிரியின் காயைத்தான் அடிக்க இயலும்.

மேற்கண்ட பாராக்களில் நைட்டின் (குதிரையின்) தனித்தன்மை, சிறப்புச் சலுகைகள், இல்லாத சலுகைகள், அதன் போக்கு, நாம் விரும்பும் கட்டத்தை அடைய எத்தனை நகர்த்துதல்கள் நகர்த்த வேண்டும் என்பதைப்பற்றிப் படித்தோம். இனி, நைட் ஒரு கட்டத்திலிருக்குமானால், எந்தெந்த கட்டங்களுக்குத் தாவும் என்பதனைப்பற்றிப் படிப்போம். இதனால் நைட்டைப்பற்றி நாம் இன்னும் தெளிவு பெறுவதோடு நல்ல பயனையும், விளையாட்டில் அடைய இயலும்.

ஒரு நைட் இதில் இருக்குமானால்			**அது செல்லக்கூடிய கட்டங்கள்**
a1	(Black)	-	b3, c2 (White)
b1	(White)	-	a3, c3, d2 (Black)
c1	(Black)	-	b3, a2, d3, e2 (White)
d1	(White)	-	c3, b2, e3, f2 (Black)
e1	(Black)	-	d3, c2, f3, g2 (White)
f1	(White)	-	e3, d2, g3, h2 (Black)
g1	(Black)	-	f3, e2, h3 (White)
h1	(White)	-	g3, f2 (Black)
a2	(White)	-	b4, c3, c1 (Black)
b2	(Black)	-	a4, c4, d3, d1 (White)
c2	(White)	-	b4, a3, a1, d4, e3, e1 (Black)

d2	(Black)	-	c4, b3, b1, e4, f3, f1 (White)
e2	(White)	-	d4, c3, c1, f4, g3, g1 (Black)
f2	(Black)	-	e4, d3, d1, g4, h3, h1 (White)
g2	(White)	-	f4, e3, e1, h4 (Black)
h2	(Black)	-	g4, f3, f1 (White)
a3	(Black)	-	b5, c4, c2, b1 (White)
b3	(White)	-	a5, a1, c5, c1, d4, d2 (Black)
c3	(Black)	-	a4, a2, b5, b1, d5, d1, e4, e2 (White)
d3	(White)	-	b4, b2, c5, c1, e5, e1, f4, f2 (Black)
e3	(Black)	-	c4, c2, d5, d1, f5, f1, g4, g2 (White)
f3	(White)	-	d4, d2, e5, e1, g5, g1, h4, h2 (Black)
g3	(Black)	-	e4, e2, f5, f1, h5, h1 (White)
h3	(White)	-	f4, f2, g5, g1 (Black)
a4	(White)	-	b6, b2, c5, c3 (Black)
b4	(Black)	-	a6, a2, c6, c2, d5, d3 (White)
c4	(White)	-	a5, a3, b6, b2, d6, d2, e5, e3 (Black)
d4	(Black)	-	b5, b3, c6, c2, e6, e2, f5, f3 (White)
e4	(White)	-	c5, c3, d6, d2, f6, f2, g5, g3 (Black)
f4	(Black)	-	d5, d3, e6, e2, g6, g2, h5, h3 (White)
g4	(White)	-	e5, e3, f6, f2, h6, h2, (Black)
h4	(Black)	-	f5, f3, g6, g2 (White)
a5	(Black)	-	b7, b3, c6, c4 (White)
b5	(White)	-	a7, a3, c7, c3, d6, d4 (Black)
c5	(Black)	-	a6, a4, b7, b3, d7, d3, e6, e4 (White)
d5	(White)	-	b6, b4, c7, c3, e7, e3, f6, f4 (Black)
e5	(Black)	-	c6, c4, d7, d3, f7, f3, g6, g4 (White)
f5	(White)	-	d6, d4, e7, e3, g7, g3, h6, h4 (Black)
g5	(Black)	-	e6, e4, f7, f3, h7, h3 (White)
h5	(White)	-	f6, f4, g7, g3 (Black)
a6	(White)	-	b8, b4, c7, c5 (Black)
b6	(Black)	-	a8, a4, c8, c4, d7, d5 (White)
c6	(White)	-	a7, a5, b8, b4, d8, d4, e7, e5 (Black)
d6	(Black)	-	b7, b5, c8, c4, e8, e3, f7, f5 (White)
e6	(White)	-	c7, c5, d8, d4, f8, f4, g7, g5 (Black)
f6	(Black)	-	d7, d5, e8, e4, g8, g4, h7, h5 (White)
g6	(White)	-	e7, e5, f8, f4, h8, h4 (Black)
h6	(Black)	-	f7, f5, g8, g4 (White)

a7	(Black)	-	c8, c6, b5 (White)
b7	(White)	-	a5, c5, d8, d6 (Black)
c7	(Black)	-	a8, a6, b5, d5, e8, e6 (White)
d7	(White)	-	b8, b6, c5, f8, f6, e5 (Black)
e7	(Black)	-	c8, c6, d5, g8, g6, f5 (White)
f7	(White)	-	d8, d6, e5, h8, h6, g5 (black)
g7	(Black)	-	e8, e6, f5, h5 (White)
h7	(White)	-	f8, f6, g5 (Black)
a8	(White)	-	b6, c7 (Black)
b8	(Black)	-	a6, c6, d7 (White)
c8	(White)	-	a7, b6, d6, e7 (Black)
d8	(Black)	-	b7, c6, e6, f7 (White)
e8	(White)	-	c7, d6, f6, g7 (Black)
f8	(Black)	-	d7, e6, g6, h7 (White)
g8	(White)	-	e7, f6, h6 (Black)
h8	(Black)	-	f7, g6 (White)

இதிலிருந்து நாம் அறிவது ஒரு நைட்டை, a1, h1, a8, h8 ஆகிய மூலைக் கட்டங்களில் வைப்பதால் இரண்டு கட்டங்களையும்,

b1, g1, a2, h2, a7, h7, b8, g8 ஆகிய எட்டு கட்டங்களில் வைப்பதால் மூன்று கட்டங்களையும்,

c1, d1, e1, f1, b2, g2, a3, h3, a4, h4, a5, h5, a6, h6, b7, g7, c8, d8, e8, f8 ஆகிய இருபது கட்டங்களில் வைப்பதால் நான்கு கட்டங்களையும்,

c2, d2, e2, f2, b3, g3, b4, g4, b5, g5, b6, g6, c7, d7, e7, f7 ஆகிய பதினாறு கட்டங்களில் வைப்பதால் ஆறு கட்டங்களையும்,

c3, d3, e3, f3, c4, d4, e4, f4, c5, d5, e5, f5, c6, d6, e6, f6 ஆகிய பதினாறு கட்டங்களில் வைப்பதால் எட்டு கட்டங்களையும் தாக்குகின்றது.

எனவே துவக்கத்திலும், மிக அவசியமான தேவைத் திட்டங்களைத் தவிர நைட்டை c3, c4, c5, c6, d3, d4, d5, d6, e3, e4, e5, e6, f3, f4, f5, f6 கட்டங்களில் வைப்பதுதான் நல்லது. அதன் சக்தி அதிகமாகி திணர வைக்கும் தன்மையுடையதாக இருக்கும். துவக்கத்தில் உள்ள ஆட்டங்கள் முடிந்து 20ஆவது நகர்த்துதலுக்குள் ராணியினால் எதிரியின் ராஜாவிற்கு தடை வைக்க, நல்லதொரு துணைக் காயாக நைட் உதவுகின்றது. இரண்டில் ஒன்று (ஃபோர்க்) என்று முடிவு செய்து, இறுதியாட்டத்தின் இறுதியில் காய்களை நகர்த்த முடியாமலுள்ள ஒரு இக்கட்டான நிலையை (ஸ்டேல்மேட்)த் தவிர்த்து ராஜாவை வீழ்த்துவதற்கான நிலையைச் (செக்மேட்) செய்ய மிகவும் பயனுள்ளதாக இருக்கின்றது. இதன் விளக்கம், இறுதியாட்டம், சிறப்பான இறுதியாட்டம் என்னும் 15, 16வது பாடங்களில் காணவும்.

கருப்புக் கட்டமொன்றில் நிற்கும் நைட், வெள்ளைக் கட்டங்களிலும், வெள்ளைக் கட்டம் ஒன்றில் நிற்கும் நைட் (குதிரை), கருப்புக் கட்டங்களிலும் சென்றடையும் என்பது கவனிக்கத்தக்கது. இரண்டு நைட்டுகளை அடுத்தடுத்த கட்டங்களில் வைத்து நகர்த்திச் சென்றால், மாபெரும் சக்தியால் எதிரியைத் தாக்குவதற்குச் சமமாகும். இதனால், எதிரியின் தற்காப்பு கோட்டையை (டிபன்சை) எளிதில் தகர்க்க இயலும். நல்ல முன்னேற்றம் அடைவதோடு ராஜாவை வீழ்த்தச் செய்ய வழி வகுத்துவிடும். உதாரணமாக d-4, e-4 லிருந்து இரு குதிரைகளையும் d-6, e-6 என்று இணைத்துக்கொண்டு சென்று தாக்குவது. உலக கிரேண்ட் மாஸ்டர்கள், சாம்பியன்கள் இதுபோன்று இரட்டைக் குதிரை தாக்குதலை நேரிடையாகவோ, மறைமுகமாகவோ செயல்படுத்தி முன்னேற்றம் (லாபம்) அடைகின்றனர்.

(e) ரூக் (Rook)

படம்-27

இதை அடையாளம் காண்பது எளிது. ஏனெனில் மற்ற காய்களின் உருவ அமைப்பை முன்பே தெரிந்து கொண்டோம். எஞ்சியிருப்பது இதுவே. ஒவ்வொரு வருக்கும் இரண்டு ரூக்குகள் உண்டு. படம் 27ல் ஒரு கருப்பு, ஒரு வெள்ளை ரூக்குகள் தரப்பட்டுள்ளன. படம் 28-ல் ரூக்கை நகர்த்தும் விதம் தரப்பட்டுள்ளது. இதற்கு நமது முன்னோர்கள் இட்ட பெயர் யானை (Elephant) ஆகும். ஏனெனில், அக்காலந்தொட்டு அண்மைக் காலம் வரை யானைப்படைகள் வைத்திருந்தவர்கள் இந்தியர்களே. 15-ம் நூற்றாண்டின் ஆரம்பத்தில் செஸ் விளையாட்டின் சட்ட திட்டங்களில் மாற்றம் செய்த ஆங்கிலேயர் இதற்கு Rook என்று மாற்றம் செய்தனர். Rook என்பது Castle ஆகும். Castle என்றால் அரண்மனை கோட்டை சுவரில் உள்ள வளைவுப்பகுதி. அங்குதான் போர் பீரங்கிகளைப் பொருத்துவர் என்பதனை நாம் முன்பே படித்தோம்.

ரூக்குகள் படுக்கைக் கட்டங்களிலும், (Rows of Horizontal Squares) நிற்கும் கட்டங்களிலும் (Rows of Vertical Squares) நேர்கோட்டில் சென்று திரும்பும் விதியைக் கொண்டவை. அதாவது ரேங்க்கிலும் (Rank), ஃபைலிலும் (File) சென்று வர ரூக்குகளால் இயலும். ஒரு நகர்த்தலில் போர்டின் கடைசி வரை படுக்கை கட்டங்களில் மட்டுமோ அல்லது நிற்கும் கட்டங்களில் மட்டுமே நகர இயலும். ரேங்க்கில் சென்று ஃபைலில் திரும்பவோ, ஃபைலில் சென்று ரேங்க்கில் திரும்பவோ அல்லது போர்டு கடைசி வரை ஒரே நகர்த்தலில் சென்று திரும்பவோ இயலாது. இவ்விதி எல்லா காய்களுக்கும் பொருந்தும் விதி என்று முன்பே படித்தோம். ஆனால், இவ்விதி குதிரைக்குப் பொருந்தாது என்பதனையும், குதிரை மட்டும் ஒரே நகர்த்துதலில் திரும்பும் தன்மையுடையது என்பதனையும் அறிவோம். காய்களைத் தாண்டிச் செல்ல இயலாது.

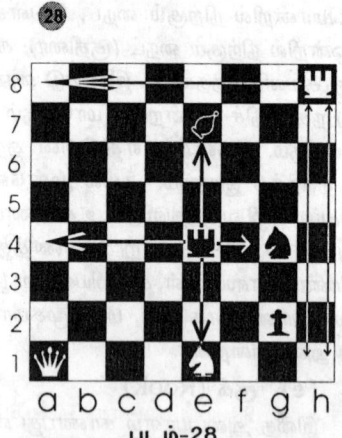

படம்-28

h1-ல் இருந்த ரூக் ஒரு நகர்த்தலில் h8-க்குப் போய்விட்டது. அடுத்த நகர்த்தலில் h1-க்கு திரும்பி வரவோ அல்லது a8-க்குப் போகவோ இயலும். e4-லிருக்கும் ரூக் e7-லிருக்கும் எதிரியின் காயை அடித்து விட்டது. g4-ல் தன் இன காய் இருப்பதால் அதைத் தாண்டிச் செல்ல இயலாது e4-ல் இருக்கும். எதிரியின் நைட் (குதிரை) அதன் ராணியின் துணையுடன் இருப்பதால் அதை அடிக்காது.

படம்-30

முதன் முதலாக பானை நகர்த்தும்பொழுது வெள்ளை இரண்டாவது ரேங்க்கிலிருந்து ஒரு கட்டம் தாண்டி மூன்றாவது ரேங்கிற்கோ அல்லது இரண்டு கட்டங்கள் தாண்டி நான்காவது ரேங்கிற்கோ செல்ல இயலும். அதேபோல கருப்பும் ஏழாவது ரேங்க்கிலிருந்து ஆறாவது ரேங்க்கிற்கோ அல்லது ஐந்தாவது ரேங்க்கிற்கோ செல்ல இயலும்.

விளையாடுபவர் விரும்பும் வரை எல்லா கட்டங்களிலும், போர்டின் இறுதி வரை படுக்கைக் கட்டங்களிலோ, நிற்கும் கட்டங்களிலோ செல்லலாம். ஆனால், வழியில் தன் இனத்தைச் சேர்ந்த (அதே கலர்) காய்களோ, எதிரியின் காய்களோ இருப்பின், அதற்கு முன்கட்டத்தில் நின்றுவிட வேண்டும், தாண்டிச் செல்ல

இயலாது. ஆனால் எதிரியின் காயையோ, பானையோ அடித்து எடுத்துவிட்டு அக்கட்டத்தில் அமரலாம். அடிக்கும் முன்பு, தான் தாக்கப்படுவோமா என்பதனைக் கவனிக்க வேண்டும். அது விளையாடுபவரின் விருப்பமயேன்றி விளையாட்டு விதியல்ல.

படம்-29

(f) **பான்கள்** (Pawns)

இதற்கு நமது முன்னோர்கள் இட்ட பெயர் 'சிப்பாய்கள்' என்பதாகும். Pawn என்றால் A single soldier என்றுதான் அர்த்தம். ஒவ்வொருவருக்கும் எட்டு பான்கள் இருக்கும். இவைகள் எல்லா காய்களைவிட சிறியவை. மேலும், எண்ணிக்கையில் எட்டு இருப்பதால் அடையாளம் மிக எளிதில் காண இயலும். படம் 29-ல் ஒரு கருப்பு பான், ஒரு வெள்ளை பானின் படம் காண்பிக்கப்பட்டுள்ளது. படம் 30-ல் பான்களின் நகரும் விதம் காண்பிக்கப்பட்டுள்ளது.

பான்கள் சாதாரணமாக ஒரே ஒரு கட்டம் மட்டும் முன்னோக்கிச் செல்லும். ஆனால், முதல் நகர்த்தலில் - அதாவது, ஆரம்ப நகர்த்தலில் (very first) - ஒவ்வொரு பானையும் இரண்டு கட்டங்கள் நகர்த்தலாம். விளையாடுபவர் விரும்பினால் ஆரம்பத்தில் பானை ஒரே ஒரு கட்டம் மட்டும் நகர்த்தி 3 (மூன்றாவது) ரேங்க்கிலோ அல்லது இரண்டு கட்டங்கள் நகர்த்தி 4 (நான்காவது) ரேங்க்கிலோ வைக்க இயலும். செஸ் ஆட்டத்தில் எல்லா காய்களும் முன்னோக்கி, பின்னோக்கி, இடது, வலது புறத்திலும் செல்ல வல்லவைகள். ஆனால், பான் நகரும்பொழுது முன்னோக்கி மட்டுமே (அடிக்கும் பொழுது அல்ல) நகரும். பின்னோக்கி நகர இயலாது.

மற்ற காய்களுக்கும், பானுக்கும் ஓர் மாபெரும் வித்தியாசம் உண்டு. அது என்னவெனில், மற்ற காய்களைப்போல் தன் வழியில் வரும் காய்களை பானால் அடிக்க இயலாது. உதாரணமாக, பான் முன்னோக்கிச் செல்லும்பொழுது தான் செல்ல வேண்டிய கட்டத்தில் எதிரியின் பான் இருப்பின், அக்கட்டத்தில் செல்லும். விதி (Rules) இருந்தும் அது அக்கட்டத்தில் செல்லவோ, அதை அடிக்கவோ கூடாது. எதிரியின் பானுக்கும் இதே விதி (Rules). எனவே, அவ்விரண்டு பான்களும் எதிரெதிரே நின்றுவிடும். இதை பான்களின் 'நகர இயலா நிலை' (Pawns are blocked) என்று கூறப்படும். படம் 31-ல் பான்கள் அசையா நிலையில் (Blocked) இருப்பதைக் காணலாம்.

பான்கள் எவ்வாறு எதிரியின் காய்களை அடிக்கின்றன ? எதிரியின் காய்களை அடிப்பதற்கு பான்கள் குறுக்கில் (Diagonal) முன்னேறி ஒரு கட்டம் தனது இடது பக்கமோ அல்லது வலது பக்கமோ சென்று அடிக்கும். அதாவது, ஒரு பான் போர்டின் கடைசி ரேங்க்கிலோ, ஃபைலிலோ (File) இல்லாது போனால் குறுக்கில் உள்ள இரண்டு கட்டங்களில் ஒன்றில் சென்று எதிரியின் காயை அடிக்கும். **படம் 32-ஐக்** காணவும். பான் வெள்ளைக் கட்டத்தில்

இருக்குமேயாகில் அது எதிரியின் காயை அடித்தெடுப்பதற்குச் செல்லும் இரண்டு கட்டங்களும் வெள்ளைக் கட்டங்களாகவே இருக்கும். பான் கருப்புக் கட்டத்தில் இருந்தால், அது எதிரியின் காயை அடித்தெடுப்பதற்கு செல்லும் இரண்டும் கட்டங்களும் வெள்ளைக் கட்டங்களாகவே இருக்கும். பான் கருப்புக் கட்டத்தில் இருந்தால், அது எதிரியின் காயை அடித்தெடுப்பதற்குச் செல்லும் இரண்டும் கட்டங்களும் கருப்புக் கட்டமாகவே இருக்கும் என்பது கவனிக்கத்தக்கது. இதை படம் 32-ல் காண்க.

காய்கள் எல்லாவற்றிலும் பான்கள் சக்தி குறைந்தவையாகத் தென்பட்டாலும் அது செஸ் விளையாட்டில் முக்கிய அங்கம் பெற்றதாகவும், புத்துயிர் அளிப்பதாகவும் உள்ளது. அது எப்படியெனில், அது தனது பணியை முழுமையாக முடித்தால் (பதவி) உயர்வடைகிறது. (Pawns promotion) ஒருவரிடத்தில் ஒரு ராஜா, ஒரு நைட் அல்லது பிஷப் இருப்பின் (எதிரியிடம் ஒரு ராஜா மட்டும் இருந்தால்) ஜெயிக்க இயலாது. ஆனால், அந்த நைட் அல்லது பிஷப்பினிடத்தில் ஒரு பான் இருக்குமேயானால் கண்டிப்பாக வெற்றியடையலாம்.

ஒரு நல்ல செஸ் விளையாட்டுக்காரர் (Good chess player) தனது பான்களின் நிலையை (Position) எப்பொழுதும் கவனித்துக் கொண்டிருப்பார். அனாவசியமாக யோசிக்கும் தன்மை குறையும் நேரத்தில் குறைத்து மதிப்பிட்டு பான் தானே என்று அலட்சியமாக விட்டுவிட மாட்டார்கள். அடுத்த பாடத்தில் En-passant Rule பற்றி அறிவோம்.

5. 15-ம் நூற்றாண்டில் உலகின் பெரும்பகுதியை ஆண்ட பிரிட்டிஷ்காரர்கள் (அரச குடும்பத்தினர்) இவ்விளையாட்டின் விதியில் சில மாற்றங்கள் செய்து, உலக முழுமையும் இதை பரவச் செய்தமையால், செஸ் போர்டுகளின் வியாபாரம் பெருகியதுபற்றி முன் பாடத்தில் படித்தோம். அதேபோன்று தங்கம், வெள்ளி, தாமிரம் போன்ற உலோகங்களாலும், பல உயர்ந்த வகை மரங்களிலும், வெள்ளைக் களிமண் (China Clay) போன்றவற்றாலும் செஸ் காய்கள் (Chess Coins set) அழகாகத் தயாரிக்கப்பட்டு விற்பனையாகின்றன. இதன் வியாபாரத்திலும் ஆங்கிலேயர்கள், ஜாக்யூஸ் (Jaques) சீனர்கள், பர்மியர்கள் முன்னணியில் இருந்தனர். இப்புத்தகத்தில் உள்ள காய்களின் உருவ அமைப்புகள் கீழ்க்கண்டவாறு இருக்கும்.

(a) ராஜா

(b) ராணி

(c) ரூக்ஸ்

(d) நைட்ஸ்

(e) பிஷப்ஸ்

(f) பான்ஸ்

(g) கருப்பு, வெள்ளை கட்டங்கள்

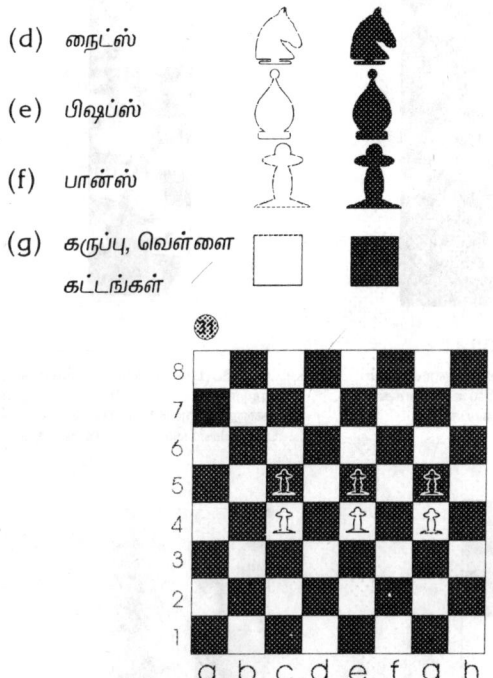

படம்-31

பான்கள் தடுத்து நிறுத்தப்பட்டுவிட்டன. (Pawns are blocked)

படம்-32

பான்கள் (குறுக்காக) ஒன்றுக்கொன்று அடித்து எடுக்க இயலும். b4 லிருக்கும் வெள்ளை பான் a5 லிருக்கும் கருப்பு நைட்டையோ அல்லது c5 லிருக்கும் கருப்பு பானையோ அடிக்க இயலும். இதேபோல் c5 லிருக்கும் கருப்பு பான் b4, d4 லிருக்கும் வெள்ளை பானையும் g5 லிருக்கும் கருப்பு பான் f4 லிருக்கும் வெள்ளை பானையும் அடிக்க இயலும்.

படம்-33a

படம்-33(a)ல் காண்பது சீனர்களால் 19ம் நூற்றாண்டின் முற்பகுதியில் உருவாக்கப்பட்ட செஸ் செட்டின் ஒரு சில காய்கள்.

படம்-33b

படம்-33(b)ல் காண்பது பத்தொன்பதாம் நூற்றாண்டின் மத்தியில் ஸ்டான்டோன் என்னும் நிறுவனத்தாரால் வடிவமைக்கப் பட்ட செஸ் செட்டின் சில காய்கள்.

படம்-33c

படம்-33 (c)ல் காண்பது 1860ல் பர்மியர்களால் செய்யப்பட்ட செஸ் செட்டின் சில காய்கள்.

படம்-33d

படம்-33 (d)ல் காண்பது ஹோவார்டு ஸ்டான்டோன் என்பவரால் வடிவமைக்கப்பட்ட ஒரு செஸ் செட்டின் சில காய்கள். அச்சமயம் இவைகள் மிகவும் பிரசித்தி பெற்றவையாக இருந்தன. அதிக அளவில் விற்பனையாகிய செட். மேலும் இந்த செட்டையே செஸ் கிங் என்னும் உலக அளவில் நடக்கும் செஸ் போட்டிக்கு (தற்சமயம் செஸ் சாம்பியன் என்று வழங்கப்படுகிறது) தேர்ந்தெடுக்கப்பட்டது.

6. தற்காலங்களில் இவைகள் உலோகம், மரம், பிளாஸ்டிக் போன்றவற்றால் உருவாக்கப்பட்டு, செட்டுகளாக, பலவித அளவுகளில் கடைகளில் விற்பனையாகின்றன. செஸ் காய்களை வாங்கும் முன்பு அவைகள் உள்ளே வெற்றிடம் (Hollow) இல்லாதவைகளாக, போதிய கனமுள்ளதாக (Solid) பார்த்து வாங்க வேண்டும். இல்லையெல் அவை காற்றில், குறிப்பாக மின் விசிறியின் (Fan) காற்றில் பறந்துவிடும். அல்லது

நகர்ந்துவிடும். மேலும், போர்டின் உள்ளே உள்ள கட்டங்களின் அளவுக்கேற்ப பொருத்தமான காய்களைப் பார்த்து வாங்க வேண்டும்.

இப்புத்தகத்தில் செஸ் போர்டு என்னும் 3-ஆம் பாடத்தில் குறிப்பிட்டுள்ள சிறிய, நடுத்தர (Small & Medium size boards) போர்டுகளுக்கேற்ற காய்கள் சாதாரணமாக விளையாட்டுச் சாமான்கள் விற்கும் கடைகளில் கிடைக்கின்றன.

படம் 33-a,b,c,dல் சில நாடுகளில் உருவாக்கப்பட்ட செஸ் காய்களைக் காணலாம். இவைகளை Barret and Co., Burlington Arcade, London-லும், Chess Centre, London -லும் காண இயலும்.

வினாக்கள்:

1. செஸ் காய்களில் ஏற்பட்ட மாறுதல்களை விளக்குக. அது எப்பொழுது யாரால் ஏற்பட்டது? 10

2. கீழ்க்கண்ட ஏதாவதொன்றின் நகர்த்துதலைப் பட விளக்கத்துடன் எழுதுக. 15

   (a) ராஜா (b) ராணி (c) ரூக் (d) பிஷப் (e) நைட் (f) பான்

3. ம்ற்ற எல்லா காய்களுக்கும் இருக்கும் சலுகைகள் நைட்டிற்கு மட்டும் கிடையாது. அவை யாவை? 5

4. நைட்டிற்கு இருக்கும் சலுகைகள் மற்ற காய்களுக்குக் கிடையாது. அவை யாவை? 5

கோடிட்ட இடங்களைப் பூர்த்தி செய்க :

(a) ராணி ஒரு காலத்தில் .... கட்டமே நகரும் தன்மை வாய்ந்ததாக இருந்தது. 2

(b) போர்டில் இருக்கும் எல்லா காய்களிலும் சக்தி வாய்ந்தது 2

(c) குதிரைக்கு (Knight) மட்டும் .... விதியும் .... விதியும் உண்டு. 2

(d) ____________ செல்லும் தன்மையுடைய காய் பிஷப் ஆகும். 2

(e) ராஜா சக்தி அற்றவராக இருந்தும் ஆட்டத்தில் அவர் .... இருக்க வேண்டியிருப்பதால் முக்கியமானவராக கருதப்படுகின்றார். 2

(f) ஃபைலி(File)லும், ரேங்க்(Rank)கிலும் செல்லத் தகுதியுடைய காய்கள் ____________, ____________ ஆகும். 2

(g) செஸ் காய்கள் ____________ ஆக இருக்க வேண்டும். 2

பாடம் – 5

என்-பேசன்ட் ரூல்

(En-passant Rule - பொருந்தா நிலை)

1. 'என் பேசன்ட்' என்ற ஆங்கில வார்த்தைக்குப் பொருந்தாத நிலை என்று எடுத்துக்கொள்ளலாம். கி.பி. 6-ம் நூற்றாண்டில் நம் நாட்டில் தோன்றிய இவ்விளையாட்டு கி.பி. 11-ம் நூற்றாண்டில் இங்கிலாந்தையடைந்ததும் அதன் விதி (Rules) களில் மாற்றங்கள் அடைந்த காலத்திற்கு இடைப்பட்ட காலங்களில் பான் என்னும் சிப்பாய் 2-வது ரேங்க்கிலும், 7-வது ரேங்க்கிலுமிருந்து ஒவ்வொரு கட்டமாக முன்னேறி முறையே 8-வது 1-வது ரேங்க்கை அடையும் விதியைப் பெற்றதாகவே இருந்தது. 8-வது ரேங்க்கை வெள்ளைப் பானும், 1-வது ரேங்க்கைக் கருப்புப் பானும் அடையும் என்பதை நீங்கள் அறிவீர்கள்.

2. இவ்விளையாட்டு, இங்கிலாந்து ராஜவம்சத்தினர் (Royal Household of Wales), பிரெஞ்சு நாட்டை ஆண்ட அரச வம்சத்தினர் (Royal Court of French), ரஷ்யாவை ஆண்ட மன்னர்கள் (Czar of Russia) - போன்ற முக்கியமான ராஜ பரம்பரையினராலும், இன்னும் அனேக ராஜ வம்சத்தினராலும் அரண்மனைகளில் விளையாடும் விளையாட்டாக இருந்த சமயம், (இப்பொதும் உள்ளது) இவர்கள் சிப்பாயின் நகர்த்தலில் (Move) குறை கண்டனர். ஆட்டம் மிக, மிக தாமதமாவதற்குக் காரணம் சிப்பாய் என்றும் கூறினர். அதன் விளைவாக, இங்கிலாந்து ராஜ வம்சத்தினரால் முதல் நகர்த்துதலில் பானை விளையாடுபவர் விரும்பினால் 2 (இரண்டு) கட்டங்கள் நகர்த்திக்கொள்ளலாம் என்ற விதி (Rules) 15-ம் நூற்றாண்டில் ஏற்பட்டது. இப் புது விதியின்படி விளையாடியதிலும் பலருக்கு ஒரு குறைவு தென்பட்டது. அது என்ன ? **படம் 34-ஐக் கவனியுங்கள்.** அதில் வெள்ளையும் கருப்பும் தங்களது ராஜாவின் பானை (e2 வெள்ளை e7கருப்பு) நகர்த்தியுள்ளனர். e2 - e4 லும் e7-ன் e6-லுமாக இரண்டு கட்டமும் ஒரு கட்டமும் நகர்த்தியுள்ளனர். வெள்ளைக்குப் புது விதி, கருப்புக்குப் பழைய விதியைக் கடைப் பிடித்துள்ளனர். இப்பொழுது படம் **35-ஐக் கவனிக்கவும்.** இதில் வெள்ளை e4-லிருந்து e5-க்கு அதே ராஜாவின் பானை நகர்த்தியுள்ளார். ஆனால், கருப்பு தனது ராணியின் பானை d7-லிருந்து d6 க்கு (d5-க்குப் பதிலாக) நகர்த்தியிருந்தால், e5-லிருக்கும் வெள்ளை பானால் d6-லிருக்கும் கருப்பு பானை அடித்து எடுத்திருக்க இயலும். புதிய விதியின்படி இரண்டு கட்டம் d7-லிருந்து d5-க்கு கருப்பு நகர்ந்தமையால்தான் வெள்ளை, அப்பானை d6-ல் எடுக்க இயலாது போய்விட்டது. (ஏனெனில் d6-க்கு வராமலேயே d5 க்கு குதித்து விட்டது) இது வெள்ளைக்கு ஒரு நஷ்டம்தானே இப் புதிய விதியினால்? இந்த நஷ்டத்தை ஈடுசெய்ய, வெள்ளை தனது அடுத்த நகர்த்துதலில் d5-ல் இருக்கும் பானை எடுத்து வெளியில் (out) வைத்து

விட்டு பழைய விதியின்படி d6-க்குச் சென்று அமர்ந்துவிடலாம். இதை வெள்ளை பான் உடனடியாக அடுத்த நகர்த்துதலிலேயே செய்ய வேண்டும், இல்லையேல் அச்சந்தர்ப்பத்தை இழந்துவிட நேரிடும்.

3. கருப்பு d5-க்கு வந்தாலும் அவ்விடத்தில் வெள்ளை வரவில்லை. கருப்பு d6-ல் நிற்கவில்லை. ஆனால், வெள்ளை d6-க்குச் சென்றுவிட்டது. செஸ் விளையாட்டிலேயே அடிக்கப்பட வேண்டிய காய், வர வேண்டிய கட்டத்தில் (d6) வராமலேயே, வந்ததாக கருதப்பட்டு, அடிக்கப்பட்டுவிட்டது. இந்த நகர்த்துதலில்தான். இது போன்று எந்த ஒரு பானுக்கும் ஏற்படலாம். இதுவே **என் பேசன்ட் ரூல்ஸ்** ஆகும்.

படம்-34

வெள்ளையும், கருப்பும் ஒரு நகர்த்தல் செய்த பின்பு போர்டின் நிலை (Position). வெள்ளை இரண்டு கட்டங்களும் கருப்பு ஒரு கட்டமும் நகர்த்தியுள்ளன. இருவரும் e-பைலில் ராஜாவின் முன் நிற்கும் பானை நகர்த்தியுள்ளனர்.

படம்-35

இப்படத்தில் வெள்ளை ஒரு கட்டம் முன்பாக e5ல் தனது பானையும், கருப்பு தன் d7 (ராணியின் முன் நிற்கும் பானை) இரண்டு கட்டம் முன்னால் 5வது (ஐந்தாவது) ரேங்கிலும், அதாவது d5 யிலும் நகர்த்தியுள்ளனர்.

4. பழைய விளக்கங்களை விலக்கிவிட்டு சுருக்கமாகப் பார்ப்போமானால் கருப்பு பான் ஒன்று 4-வது ரேங்க்கில் வந்துவிட்டால், வெள்ளை பான் அதே 4-வது ரேங்க்கில் அக்கருப்பு பானின் இடது-வலது பக்கத்தில் நின்றால், கருப்பு பான் அதை அடித்துவிட்டு 3-வது ரேங்க்கில் அவ்வெள்ளை பானிற்கு பின்புறக் கட்டத்தில் சென்று நின்றுவிடும். உதாரணத்தோடு கூறுவோமேயாகில் e7 - e5 (கருப்பு) - e4. (வெள்ளை) f2-f4 அல்லது d2 - d4. இந்த நிலையில் e4 (கருப்பு) x f4 அல்லது d4 ஆனால், f4 அல்லது d4-ல் இருக்க இயலாது. f3 அல்லது d3க்கு போய்விடும். போர்டில் ஓரிருமுறை பயிற்சி செய்தால் தெளிவாகிவிடும். கருப்பு பான் e4-க்கு வந்துவிட்டால், இவ்விதியை அறிந்த வெள்ளை ஆட்டக்காரர் ஏன் d4-லோ f4-லோ தன் பானை நகர்த்துகிறார். அடிபடவா ? என்ற கேள்வி கண்டிப்பாக எழும். அதற்காக அல்ல. d2 f2 லேயே நில் என்பதற்கு அப்படி நின்று விட்டால் துவக்க ஆட்டத்தில் சிக்கல் ஏற்படும். இதுபற்றி விபரமாக ‘ஓப்பனிங்ஸ்’ பாடத்தில் அறியலாம். படம் 36-ல் கருப்பு பான் அடித்து வெளியேற்றப்பட்ட விதம் காட்டப்பட்டுள்ளது.

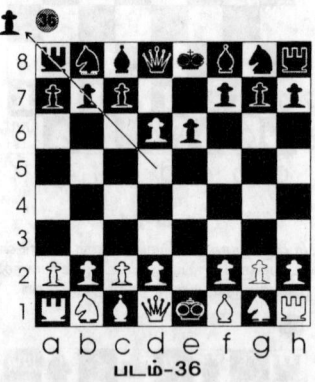

படம்-36

மூன்றாவது நகர்வில் என் பேசன்ட் விதியின்படி d6 லிருந்த கருப்பு பான் அடிக்கப்பட்டு வெளியேற்றப்பட்டது. ஆனால், அதை அடித்து வெளியேற்றிய வெள்ளை பான் d5 க்கு செல்லாது வழக்கம்போல் (விளையாட்டு விதியின்படி) d6க்குப் போய்விட்டதைக் காண்கின்றோம்.

வினாக்களுக்கு விடையளிக்கவும்:

1. என் பேசன்ட் விதியை சுருக்கமாகக் கூறு. 5
2. என் பேசன்ட் விதி ஏன், எப்பொழுது, இணைக்கப்பட்டது ? 5

3. கோடிட்ட இடங்களை பூர்த்தி செய்க:

(அ) என் பேசன்ட் விதி கருப்பிற்கு .... ரேங்க்கிலும் வெள்ளைக்கு .... ரேங்க்கிலும் ஏற்படும். 2

(ஆ) என் பேசன்ட் விதி .... ஆண்டு .... களால் இணைக்கப்பட்டுள்ளது. 2

(இ) என் பேசன்ட் விதிகள் .... விதகளில் .... காணப்பட்டதால் ஏற்படுத்தப்பட்டது. 2

பாடம் - 6

பானின் பதவி உயர்வு (Pawn's Promotion)

1. உலகில் உள்ள பெரும்பாலான தரைப்படைகளில் ஒரு சாதாரண சிப்பாயாக சேர்ந்தவர்கள் 25-30 ஆண்டுகள், சிறிதும் ஒழுக்கம் தவறாது அதிகாரிகள் இடும் ஆணைகளை முகமலர்ச்சியுடன் ஏற்று அதை அவர்கள் திருப்திப்படும் வகையில் நிறைவேற்றி, தனது கடமையை சரிவரச் செய்து, யுத்தங்களில் (war) பங்கேற்றிருப்பின் (யுத்தம் நடந்திருந்தால்), அவர்கள் பதவி முடியும் தருவாயில் அவர்களுக்கு கமிஷன் அந்தஸ்து தரப்பட்டு லெப்டினன்டாகவோ, கேப்டனாகவோ கௌரவிக்கப்பட்டு, பதவியிலிருந்து ஓய்வு அளிப்பர். அதேபோன்று காவல்துறையிலும் சாதாரண கான்ஸ்டபிளாக சேர்ந்தவருக்கு சப்-இன்ஸ்பெக்டராக சிறிது காலம் பதவி தந்து, சப்-இன்ஸ்பெக்டராக சேர்ந்தவர்களுக்கு ASP / DSP போன்று பதவி உயர்வு தந்து, ஓய்வு பெறச் செய்வார்கள்.
2. அதன் பிரதிபலிப்பாக செஸ் விளையாட்டிலும் ஒரு பான் (சிப்பாய்), ஒரே ஒரு கட்டம் மட்டும் முன்செல்வதாக இருந்தும், எல்லா காய்களைப் போன்று பின்னோக்கிச் செல்லும் தகுதி பெற்றிராவிடினும், இந்த குறைந்த சக்தியிலும் முன்வந்த காயை அடிக்க இயலாது தடைப்பட்டு (Blocking) ஆகிவிடுவதாக இருந்தும், இந்நிலையில் இரு குறுக்குக் கட்டங்களிலும் ஏதாவது எதிரியின் காய் வந்தால்தான் அதை அடித்து முன்னேறும் தாழ்ந்த நிலையினைப் பெற்றிருந்தும் இறுதி ஆட்டத்தில் ஒவ்வொரு கட்டமாகத் தவழ்ந்து வரும் எதிரியின் ராஜாவிடமிருந்து தப்பித்துக்கூடச் செல்ல இயலாத நிலையிருந்தும், இவைகளையெல்லாம் கடந்து போர்டின் கடைசி ரேங்க்கை, அதாவது 8-வது ரேங்க்கை வெள்ளைப் பானும், 1-வது ரேங்க்கைக் கருப்புப் பானும் அடைந்து விட்டால், அது ஒரு முக்கிய தகுதியைப் பெறுகின்றது. அதாவது, எட்டாவது ரேங்க்கை அடைந்த வெள்ளைப் பானையும், ஒன்றாவது ரேங்க்கை அடைந்த கருப்புப் பானையும் அதன் விளையாட்டுக்காரர் விரும்பினால் பதவி உயர்வு தர இயலும் (Promotion). அப்படியென்றால் அவர் அதே இனத்தைச் சேர்ந்த (அதே கலரிலுள்ள) ஒரு காயை எடுத்துக்கொள்ளலாம். பொதுவாக எந்த விளையாட்டுக்காரரும் ராணியைத்தான் எடுப்பர். ஏனெனில் ராணி எல்லா காய்களிலும் அதிக சக்தி வாய்ந்ததாக இருப்பதே காரணம்.
3. அவ்வாறு ராணியை எடுக்கும்பொழுது அவருக்கு ஏற்கனவே அவரது முதல் ராணி போர்டில் இருப்பின், இதை இரண்டாவது ராணியாக எடுத்துக்கொண்டு இரண்டு ராணியுடன் விளையாடலாம். முடிந்தால் மூன்று ராணிகள் ஒருவரே எடுத்துக்கொள்ளலாம். இரண்டு, மூன்று ராணிகள் கொண்டவராக மாபெரும் சக்தியுடன் விளையாடலாம்.
4. மேற்கூறிய காரணங்களால் அதாவது, சிப்பாய்களை ராணியாக

மாற்றிக்கொள்ளலாம், என்ற காரணத்தால் இறுதியாட்டங்கள் (moves of end game) யார் முதலில் ராணியை எடுப்பது என்பதே ஒரு கடும் போராட்டமாக இருக்கின்றது. ஏனெனில், யார் முதலில் ராணியை எடுக்கின்றார்களோ அவர்களால் எதிரியின் ராஜாவை எளிதாக கட்டுப்படுத்தி (Check-mate) வெற்றிபெற இயலுகின்றது. அதனால் சிறந்த செஸ் விளையாட்டு வீரர்கள் பானின் மீது தனிக்கவனம் செலுத்துவர். இரண்டு மூன்று பான்கள் இணைந்திருப்பதை விரும்புகின்றனர். ஏனெனில், இவைகள் ஒன்றுக்கொன்று ஆதரவாக இருந்து எதிரியின் தாக்குதலைச் சமாளிக்கின்றன. தனித்து இருக்கும் பானைக் காப்பாற்ற ராஜாவோ, வேறொரு காயோ தேவைப்படுவதால் மொத்த (இருக்கும் காய்களின்) பலம் குன்றியதாகிவிடுகின்றது. எனவே, செஸ் விளையாட்டுக்காரர்கள் தனிமையான பான் உருவாகும் நிலையை எப்பொழுதும் தவிர்ப்பதிலேயே இருப்பர். படம் 37-ல் ஒரு பான், ராணி ஆவதைக் காணலாம்.

5. ஆட்டத்தின் ஆரம்பத்தில் குதிரையைத் தவிர மற்றெந்தக் காய்களும் பானை நகர்த்திய பின்புதான் நகர்த்த இயலும். இதன் விரிவான விளக்கம் 'திறப்புகள்' என்ற 10-வது பாடத்தில் அறியலாம். அடுத்த பாடம் **கோட்டை கட்டுதல்** (Castlings) என்பதாகும்.

படம்—37

d-2 லிருந்த பான் முதலில் இரண்டு கட்டமும், பின் ஒவ்வொரு கட்டமாக எதிரியின் காய்களினால் அடிக்கப்படாமல் தப்பித்தும், தடுத்து நிறுத்தப்படாமலும் 8-வது ரேங்க்கை அடைந்து ராணியாக மாறிவிட்டது. அதேபோல் f7-ல் புறப்பட்ட கருப்பு பான் f1-ஐ அடைந்து ராணியாக உயர்நிலை பெற்று வெளியேறிவிட்டது.

வினாக்கள்:
1. பானின் பதவி உயர்வு (Pawn's promotion) என்றால் என்ன ?   10
2. பான் ஒரு பலஹீனமான காயாகும். எவ்வாறு ?   5
3. பான் ஒரு முக்கியத்துவம் வாய்ந்த காயாகும். எவ்வாறு ?   5

பாடம்-7

கோட்டை கட்டுதல் (Castlings)

1. நடைமுறையில் (Practical) யுத்தம் துவங்கியவுடன் எல்லாப் படைகளும் போர்க்களம் புகும். அங்கு ராஜா, மந்திரி அல்லது ராணி ஆலோசனைகள் மற்றும் திட்டங்கள் செய்துவிட்டு, ராணி அரண்மனை திரும்புவார். மற்ற படைகள், ராஜாவை ஓர் அரண் அமைத்து அங்கு வைத்துவிட்டு முன்னோக்கிச் செல்வர். இது மன்னர் படையில் நடப்பது. ஆனால், தற்கால யுத்தங்களில் யுத்த களத்தில் உயர் அதிகாரிகளுக்கு அல்லது சர்வாதிகாரிகளுக்கு யுத்த களத்தில் ஓர் பாதுகாப்பான அமைப்பை ஏற்படுத்துகின்றனர். அதில் எல்லா வகை பீரங்கிகளும், ஆயுதமும் இணைக்கப்பட்ட வாகனங்களும் சில நாட்டில் மனித இலக்கும் (Target) இணைக்கப்பட்டிருக்கும், அதைத் தகர்ப்பது அவ்வளவு எளிதான காரியமன்று. அதைத் தாக்கி அந்த சர்வாதிகாரியையோ, ராஜாவையோ, தளபதியையோ பிடிப்பது முற்றிலும் சிரமமான காரியமே. உதாரணமாக இரண்டாம் உலக மகா யுத்தத்தில் மாபெரும் சக்தி வாய்ந்த வல்லரசுகளான ரஷ்யா, இங்கிலாந்து, அமெரிக்கா, பிரான்ஸ் போன்ற நாடுகள் முயன்றும் அடால்ப் ஹிட்லர் (Adolf Hitler) என்ற சர்வாதிகாரியை, இந்த பலம் வாய்ந்த கோட்டையின் உள்ளே இருந்தமையால் அவரைப் பிடிக்க இயலாது போய்விடவே இரண்டாம் உலகப் போரின் சரித்திரத்தின் முடிவுரை இன்னும் முற்றுப் பெறவில்லை. இவைகளின் பிரதிபலிப்பு இந்த செஸ் ஆட்டத்தில் இல்லாததை உணர்ந்த இங்கிலாந்தை ஆண்டவர்கள், 15-ம் நூற்றாண்டில் இரண்டாம் முறையில் இந்த கேஸ்லிங் நகர்த்தலை இணைத்தனர் அதன்படி ஆரம்ப ஆட்டங்களிலேயே ராஜா ஒரு சுறுசுறுப்பாகப் போராடும் காயாக மாறி ஒரு பாதுகாப்பான கட்டத்தில் அமரும் உண்மை ராஜா போன்று உருவகப்படுத்தப்பட்டது.

2. கேஸ்லிங் என்பது செஸ் விளையாட்டில் ராஜாவை ஓர் பாதுகாப்பான கட்டத்தில் வைப்பதற்கு 15-ம் நூற்றாண்டில் இணைக்கப்பட்ட ஒரு நகர்த்தல் (Move) ஆகும். இந்த ஒரே ஒரு நகர்த்துதலில்தான் செஸ் விளையாட்டில், ஒரு நகர்வில் இரண்டு காய்கள் நகர்த்தப்படுகின்றன. அவைகள் ராஜாவும் (e1 white e8 black) ராஜாவின் பக்கமுள்ள ரூக்கும் (h1 white h8 black) ஆகும். (விளையாடுபவர் ராஜாவின் பக்கம் கேஸ்லிங் செய்ய விரும்பினால்), அல்லது ராஜாவும் (e1 white e8 black) ராணியின் ரூக்கும் (a1 white a8 black) ஆகும். (விளையாடுபவர் ராணி பக்கம் கேஸ்லிங் செய்ய விரும்பினால்).

3. ராஜாவோ, அல்லது சம்பந்தப்பட்ட ரூக்கோ அல்லது இரண்டுமோ வேறொரு கட்டத்திற்கு நகர்த்தப்பட்டிருந்தால் கேஸ்லிங் செய்ய இயலாது.

இரண்டில் ஏதாவதொன்று நகர்த்தப்பட்டு, பின் அதே கட்டத்திற்கு மீண்டும் நகர்த்தப்பட்டு வைக்கப்பட்டிருந்தாலும் கேஸ்லிங் செய்ய இயலாது. மேலும், ராஜாவிற்கும், ரூக்கிற்க்கும் இடைப்பட்ட கட்டங்களிலும் (f,g -ல் ராஜா பக்க கேஸ்லிங்கில்) (b,e,d-ல் ராணி பக்க கேஸ்லிங்கில்) எக் காயும் இருத்தல் கூடாது. காலியாக இருக்க வேண்டும்.

4. ராஜா பக்க கேஸ்லிங்கிற்கு முதலில் ராஜாவை (h1) ரூக்கின் பக்கம் ரேங்க்கிலேயே இரண்டு கட்டங்கள் தள்ள வேண்டும். அதாவது e-1லிருந்து g1-ல் வைக்க வேண்டும். பின்பு ரூக்கை h1-லிருந்து f1-ல் வைக்க வேண்டும். அதாவது ராஜாவின் இடது கை பக்கம் வைக்க வேண்டும். இந்த இரண்டு நகர்த்துதல்களையும் ஒரே ஆட்டத்தில் செயல்படுத்த இயலும். இதற்கு **ராஜா பக்க கேஸ்லிங்** (King's side castling) என்று பெயர்.

5. ராணி பக்க கேஸ்லிங் செய்ய முதலில் ராஜாவை (a1) ரூக்கின் பக்கம் இரண்டு கட்டங்கள் தள்ள வேண்டும். அதாவது e1-லிருந்து c1-க்கு தள்ள வேண்டும். பின் (a1) ரூக்கை ராஜாவின் வலது கை பக்கம் d1-ல் அமர்த்த வேண்டும். இது **ராணி பக்க கேஸ்லிங்** (Queen's side castling) ஆகும். (கருப்பிற்கு இதற்கு இணையானவை f8, g8, c8, d8 ஆகும்).

6. அல்ஜிப்ரிக் முறை, டிஸ்க்ரிப்டிவ் முறை, ஃபோர்சித் முறை ஆகிய மூன்று முறைகளில் விளையாடுபவர்களுக்கும் கேஸ்லிங்கைப் பற்றிக் கூறுவதானால் அதன் விளக்கம் கீழ்க்கண்டவாறு இருக்கும்:

7. கேஸ்லிங் செய்ய ராஜாவை முதலில் ரூக்கின் பக்கம் இரண்டு கட்டங்கள் ரேங்கிலேயே நகர்த்த வேண்டும்.

   பின்பு ரூக்கை, ராஜாவை ரூக்கின் ஒரு கட்டம் மட்டும் நகர்த்தினால் எந்த கட்டத்திற்கு ராஜா சென்றிருக்குமோ அதில் ரூக்கை வைக்க வேண்டும். அதாவது இப்படியும் இதைக் கூறலாம். இந்த நகர்வில் ரூக்கானது ராஜாவைத் தாண்டி அடுத்த முதல் கட்டத்தில் நகர்ந்துவிட்டது. இது மூன்று செஸ் மொழிக்கும் பொதுவாக அமைகின்றது. தெளிவாகவும் உள்ளது. இதில் a1 h1 என்று குறிப்பிட்ட மொழி ஏதும் உபயோகப்படுத்தவில்லை படம்-38 லும் படம்-39 லும் முறையே ராஜா கோட்டை, ராணி கோட்டைகளை காணலாம்.

8. ஒரு முறை ராஜா செக் (out of check) சொல்லப்பட்டு, வேறு காயால் (Pinned) மறைக்கப்பட்டிருந்தாலோ அல்லது செக் (out of check) சொல்லப்பட்டு அதனால் வேறொரு கட்டத்தில் நகர்ந்து மீண்டும் தன் கட்டத்திற்கு திரும்பியிருந்தாலோ அல்லது 'செக்'கில் (into check) இருந்தாலோ அல்லது கட்டங்களைத் தாண்டும்பொழுது செக்கைத் தாண்டிச் செல்லும் நிலைமையில் (through check) விளையாடுபவர் கேஸ்லிங் செய்ய இயலாது. இதை 'அவுட் ஆஃப் செக்', 'இண்ட்டு செக்'

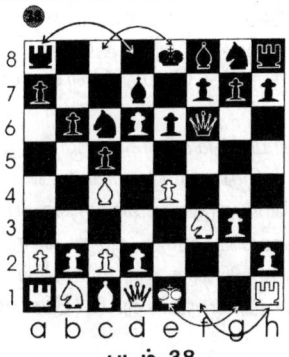

படம்-38

படம்-38ல் கருப்புக்காயை வைத்து விளையாடுபவர் ராணி பக்கம் கோட்டை கட்டவும், வெள்ளைக் காயை வைத்து விளையாடுபவர் ராஜா பக்கம் கோட்டை கட்டவும் தயார் நிலையில் உள்ளனர்.

படம்-39

படம்-39ல் ஒரே நகர்த்துதலில் கருப்புக் காய் விளையாடுபவர் e8ல் இருக்கும் ராஜாவை c8ற்கும் a8-ல் இருக்கும் ரூக்கை d8 ற்கும் நகர்த்தி கோட்டை கட்டிக் கொண்டார். வெள்ளைக் காய் வைத்து விளையாடுபவர் e1ல் இருக்கும் காயை g1க்கும் h1ல் இருக்கும் ரூக்கை (எப்) 1 க்கும் ஒரே நகர்த்துதலில் நகர்த்தி கோட்டை கட்டிக்கொண்டார்.

அல்லது 'த்ரூ செக்' (out of check, into check, through check) எனக் கூறுவர். ***படம் 40, 41, 42 43-ல் இவைகளைக் காணவும்.*** த்ரூ செக் என்பது c1 லிருந்து g1க்கு நகர்த்தும்பொழுது f1-க்கு எதிரியின் காயால் செக் இருக்கக் கூடாது. அதேபோல் e1-லிருந்து g1க்கு நகர்த்தும்பொழுது d1க்கு செக் எதிரியின் காயால் இருக்கக் கூடாது. ராஜாவிற்கும், ரூக்கிற்கும் இடையில் இருக்கும் காலியான கட்டங்களும் செக் விழுந்த நிலையில் இருத்தல் கூடாது.

9. ராஜாவோ, சம்மந்தப்பட்ட ரூக்கோ, நகர்த்தப்படாத நிலையிலும், மேற்கண்ட check மற்றும் இதர விதிகளுக்கு ஆளாகாமலும் இருக்கும் நிலையில், ரூக் வேறொரு எதிரியின் காயினாலோ, பானாலோ பயமுறுத்தப்பட்டாலும்

(ராஜாவிற்கு செக் வைத்தால் ஏற்படும் அந்நிலை ரூக்கிற்கு ஏற்படுமானால்) அந்நிலையில் மட்டும் ரூக்கை அந்த அபாயத்திலிருந்து (செக் போன்ற நிலை) காப்பாற்ற கேஸ்லிங் செய்து கொள்ளலாம். இதை **படம் 44ல் காணவும்.**

10. பெரும்பாலான விளையாட்டுக்காரர்கள் ஆரம்ப நிலையிலேயே கேஸ்லிங் செய்து விடுகின்றனர். இதனால், ஒரு ரூக், உடன் விளையாட தகுதி பெற்று விடுகின்றது. இல்லையேல், சாதாரணமாக ரூக்கைப் பாதுகாப்பாக வெளியில் கொண்டுவர பல நகர்வுகள் ஆகும். அத்துடன் ராஜாவை எளிதில் தாக்க இயலாத, செக் சொல்ல இயலாத ஒரு கட்டத்தில் அமர்த்த இயலுகின்றது. எனவே, இது ஓர் சாதகமான நகர்த்துதல் (Benifited move) ஆகும்.

40

படம்-40

e1-லிருக்கும் வெள்ளை ராஜாவிற்கு h4லிருக்கும் கருப்பு, ராணி செக் சொல்லி விட்டது. எனவே, e1-ல் வெள்ளை ராஜா கோட்டை கட்டிக்கொள்ள இயலாது.

41

படம்-41

படம்-40ல் காட்டியுள்ள செக்கை வெள்ளை தனது பானை g3-ல் வைத்து தடுத்துவிட்டார். இந்நிலையிலும் வெள்ளை கோட்டை கட்ட இயலாது. மேலும் ராஜா தனது செக்கை, வேறு கட்டத்தில் நகர்வதன் மூலம் தவிர்த்துக் கொண்டாலும், அவ்வாறு செய்து மறுபடி e1-க்கு வந்தாலும் கோட்டை கட்டிக்கொள்ள இயலாது.

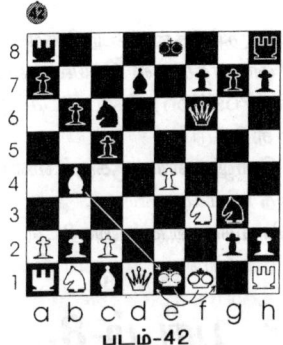

படம்-42

கேஸ்ட்லிங்: கருப்பு பிஷப் b-4க்கு வந்து e-1 லிருக்கும் வெள்ளை ராஜாவிற்கு செக் வைத்துவிட்டது. அச் செக்கிலிருந்து விடுபட வெள்ளை ராஜா f-1க்குச் சென்று விட்டு (f-2, e-2க்கும் செல்லலாம்) மறுபடி e-1க்கு வந்தால் கேஸ்லிங் செய்யும் தகுதியை இழந்துவிடுகிறது. இதை 'அவுட் ஆஃப் செக்' (Out of check) என்று கூறுகின்றனர்.

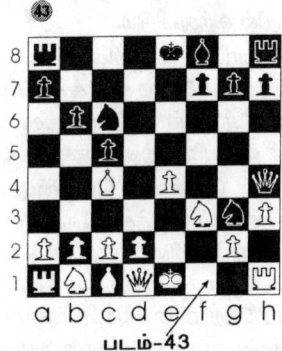

படம்-43

கருப்பு பிஷப் c4-ல் நிற்கின்றது. அதன் தாக்குதல் d-3, e-2, f-1 வரை கீழ்முகமாக உள்ளது. இந்நிலையிலும் e-1 வெள்ளை ராஜா கேஸ்லிங் செய்ய இயலாது. ஏனெனில், கேஸ்லிங் செய்ய அது f-1 வழியாக g-1க்குப் போக வேண்டியிருப்பதால். இதனை 'த்ரூ செக்' (Through check) என்று கூறுவர். ரூக்கிற்கு இது பொருந்தாது.

படம்-44

g-3 லிருக்கும் கருப்புக் குதிரை h-1 லிருக்கும் வெள்ளை ரூக்கைத் தாக்குகின்றது. இந்த நிலையில் ரூக்கை காப்பாற்றுவதற்கு கேஸ்லிங் செய்துகொள்ளலாம்.

வினாக்கள்:

1. (Castling) கோட்டை கட்டுதலைப் பற்றி சுருக்கமாக எழுது. 10
2. கோட்டை கட்டுதல் ஓர் சாதகமான செயல். எவ்வாறு? 5
3. எந்தெந்த நிலையில் (Position) கோட்டை கட்டுதல் (Castling) இயலாது? 5
4. மூன்று வித செஸ் மொழியாளர்களுக்கும் விளங்கும் முறையில் கேஸ்லிங் செய்வதை விளக்கு. 5
5. 'த்ரு' (through) செக் என்றால் என்ன? 5

பாடம்-8

செஸ் விளையாட்டின் விதிகள்

1. கீழ்க்கண்டவைகள் செஸ் விளையாட்டின் விதிகளாகும். செஸ் விளையாட, விளையாட பழக்கத்தில் வந்துவிடும்.
2. **விதி-1.** செஸ் விளையாட்டின் கருவிகளில் ஒன்றான செஸ் போர்டு சம சதுரமுடையதாகவும் 8 x 8 = 64 சம சதுரக் கட்டங்களைக் கொண்டதாகவும் இருத்தல் வேண்டும். போர்டுக்கு (நீளம், அகலம்) ஒரு குறிப்பிட்ட அளவு கிடையாது. அவரவர் விருப்பத்திற்குத் தகுந்த அளவுப்படி இருக்கலாம்.
3. **விதி-2.** 32 கட்டங்கள் வெள்ளை பெயிண்டும் 32 கட்டங்கள் கருப்பு பெயிண்டும் அடித்ததாகவும் இருத்தல் வேண்டும். ஒரு கட்டம் கருப்பு, ஒரு கட்டம் வெள்ளை என்று பெயிண்ட் அடிக்க வேண்டும். போர்டின் இடது கை மூலைக் கட்டம் கருப்பாக இருத்தல் வேண்டும். போட்டிகளில், ஒரு விளையாட்டுக்காரர், மற்ற விளையாட்டுக்காரர் எதிர்ப்பு தெரிவிக்காத (Objection) பட்சத்தில், மருத்துவச் சான்றிதழ் அடிப்படையில் வெள்ளை கலரை, பழுப்பு (Purple) அல்லது மஞ்சள் (Yellow) கலராக, கண்களின் ஏற்புக்காக மாற்றி அடித்துக்கொள்ளலாம்.
4. **விதி-3.** இதில் இரண்டு பேர் மட்டும் விளையாட வேண்டும். செஸ் போர்டின் a1 என்ற கருப்பு கட்டம், வெள்ளைக் காயை வைத்து விளையாடுபவரின் இடது-கை பக்கம் வரவேண்டும்.
5. **விதி-4.** இதில் ஒருவருக்கு 16 வெள்ளைக் காய்களும், மற்றவருக்கு 16 கருப்புக் காய்களும் இருக்கும். காய்களின் பிரிவு கீழ்க்கண்டவாறு இருக்கும்.

ராஜா (King)	ஒன்று
ராணி (Queen)	ஒன்று
பிஷப் (Bishop)	இரண்டு
நைட் (Knight)	இரண்டு
ரூக் (Rook)	இரண்டு
பான்ஸ் (Pawn)	எட்டு

6. விதி-5. நிற்கும் வரிசைக் கட்டங்களுக்கு **ஃபைல்** (File) என்றும், படுக்கைக் கட்டங்களுக்கு **ரேங்க்** (Rank) என்றும் பெயர். ஃபைல்களுக்கு a,b,c,d,e,f,g,h என்றும், ரேங்குகளுக்கு 1, 2, 3, 4, 5, 6, 7, 8 என்று உலக செஸ் ஸ்தாபனமான FIDE-ன் குறிப்பிற்கிணங்க பெயர் கொடுக்க வேண்டும். இது தற்சமயம் உள்ள **குறியீடுகள்** ஆகும். இவைகள் மாறலாம். (இதற்கு முன் இரண்டு முறை மாறியுள்ளது).

7. **விதி-6:** எட்டு சிப்பாய்களை **பான்ஸ்** (Pawns) என்றும், மற்றக் காய்களை **பீஸஸ்** (Pieces) என்றும் எழுத்திலும், பேச்சிலும் குறிப்பிடுதல் வேண்டும். 16 காய்களையும் இணைத்துக் கூற செஸ் மென் அல்லது செஸ் பெர்சன் (Chess men or Chess person) என்று குறிப்பிடுதல் வேண்டும். பீஸ்களை அவரவர்களின் முதல் ரேங்கிலும், பான்களை அதற்கு முன்பும் கீழ்க்கண்டவாறு அடுக்குதல் வேண்டும்.

வெள்ளை:- a1 h1 ரூக், b1 g1 நைட், c1 f1 பிஷப், d1ல் ராணி, e1 ராஜா a2,b2,c2,d2,e2,f2,g2,h2-ல் பான்கள்.

கருப்பு:- a8 h8 ரூக், b8 g8 நைட், c8 f8 பிஷப், d8ல் ராணி, e8 ராஜா a7,b7,c7,d7,e7,f7,g7,h7-ல் பான்கள்.

8. விதி-7. ஒவ்வொருவரும் மாறி மாறி (each player has to move alternately) காய்களை நகர்த்துதல் வேண்டும். விளையாடுபவர் ஒவ்வொரு ஆட்டத்திலும் **கண்டிப்பாக**, காய்களை நகர்த்தியே ஆக வேண்டும். அவ்வாறு நகர்த்தாவிடில், தோற்றுப்போனவராகக் கருதி ஆட்டம் முடிக்கப்படும். எப்பொழுதும், அதாவது, ஒவ்வொரு ஆட்டத்திலும் வெள்ளையே முதலில் காயை நகர்த்துவார். அடுத்த ஆட்டத்தில் மாற்றி விளையாட வேண்டும். அதாவது வெள்ளை, கருப்பு காய்களை மாற்றிக்கொண்டு விளையாட வேண்டும். இடம் மாறி விளையாட வேண்டுமென்னும் அவசியம் கிடையாது.

9. விதி-8. யார் முதலில் விளையாட வேண்டுமென்பதனை நாணயங்களை சுழலச் செய்து, பூவா, தலையா கேட்பது மூலமாகவோ, குலுக்கல் சீட்டு (Lucky Dip) மூலமாகவோ, இருவரும் எழுத்துமூலம் ஒத்துக்கொள்ளுதல் (Mutual written agreement) மூலமாகவோ தீர்மானிக்கலாம். இவற்றில் ஒன்றை (Umpire / Referee) ஆட்ட நடுவர், மூன்றாம் நபர்கள் மூலமாக நடத்துதல் வேண்டும். அதாவது விளையாடுபவர், காசை சுண்டவோ, குலுக்கல் சீட்டை எடுக்கவோ மூன்றாம் நபர் சாட்சி இன்றி எழுதிக்கொள்வதோ ஏற்றுக்கொள்ளக்கூடியது அல்ல.

10. விதி-9. எக்காரணத்தைக் கொண்டும் பார்வையாளர்களின் யோசனை ஏற்றுக்கொள்ளப்பட மாட்டாது. இதற்கு போட்டி/விளையாட்டு நடத்துபவர், முன் நின்று ஆதரவளிப்பவர் மட்டுமே பொறுப்பாளர்களாவார்கள். அறிவுரைகள் கூறும் பார்வையாளரை அவ்விடத்திலிருந்து அகற்றுவதும் அவர்கள் பொறுப்பாகும். இதற்காக அவர்கள் சொசைட்டி தலைவர் வரை செல்வர். (இங்கிலாந்தில் ஒவ்வொரு குழுவினருக்கும் (Group)

இணைந்த சட்டங்கள் உண்டு. (Society act) தற்காலங்களில் விளையாட்டுப் போட்டிகளை கண்ணாடி அறையில் தனிமைப்படுத்தி விளையாடுகின்றனர். பார்வையாளர்களின் எவ்விதக் கூச்சலும் கேட்காது. பார்வையாளர் ஒருவரது யோசனையின்படி ஒருவர் காய்களை நகர்த்திவிட்டால், அது மற்ற விளையாட்டுக்காரரால் ஏற்றுக்கொள்ளப்படா விட்டால், அந்த ஆட்டம் மறுபடி விளையாடப்படும் அல்லது வெற்றியை நோக்கிச் சென்றுகொண்டிருப்பவருக்குச் சாதகமாக ஆட்ட நடுவர் தீர்ப்பளிப்பார். அந்த குறிப்பிட்ட சொசைட்டியில், செஸ் விளையாட்டு முன்னேற்றமடைய, அந்த பார்வையாளர் சொசைட்டியினரால் நிந்திக்கப்பட வேண்டும். அப் பார்வையாளரை (யோசனை சொன்னவரை) செஸ் விளையாட்டிலிருந்து ஒதுக்கியும் வைத்துவிடுவர். இந்த இங்கிலாந்தின் விதியை இங்கும் கடைப்பிடிக்கலாம்.

11. **விதி-10.** ஒருமுறை ஒரு காயைத் தொட்டுவிட்டால் அதைத்தான் நகர்த்த வேண்டும். தொட்டுக்கொண்டே எந்தக் கட்டத்தில் வைக்க வேண்டுமென்று யோசிக்கலாம். அதை ஏதாவதொரு கட்டத்தில் எடுத்து வைத்துவிட்டால், வைத்த கட்டத்திலிருந்து பின்பு மாற்றவே இயலாது. அத்துடன் அந்த (மூவ்) நகர்த்துதல் முடிந்துவிட்டது. பிறகு காயிலிருந்து கையை எடுத்து விடுதல் வேண்டும். அனுமதியுள்ள நேரம் வரை கையில் வைத்திருக்கலாம்.

காயின் பெரும்பகுதி வெளியே தெரியும்படி தொடுதல் வேண்டும். காயை கையில் வைத்து மூடிக்கொள்ளுதல் கூடாது. போர்டிலிருந்து ஆறு அங்குலத்திற்கு அப்பால் கையை (காயுடன்) நகர்த்தக் கூடாது. அடிக்கப்படும் எதிரியின் காயை ஒரு நிமிடத்திற்கு அதிகம் கையில் வைத்திருத்தல் கூடாது.

12. **விதி-11.** கீழ்க்கண்ட விதிகள், குதிரை (Knight), பான் இவைகள் இரண்டைத் தவிர மற்ற நான்கு வகை காய்களுக்கும் உள்ள பொதுவான விதியாகும்.

படுக்கைக் கட்டங்களிலோ (Ranks), நிற்கும் கட்டங்களிலோ, (Files) குறுக்காகவோ (Diagonal) காய்கள் ஒரு நேர்கோட்டில்தான் செல்ல வேண்டும். வளைந்தோ, நேர்கோட்டைவிட்டு இடது-வலது கட்டங்களின் வழியாகவும் செல்லக் கூடாது. குதிரை மட்டும் 'L' என்ற ஆங்கில எழுத்து அல்லது 'ட' என்ற தமிழ் எழுத்தின்படி ஒரே நகர்த்துதலில் 3 கட்டங்கள்- அதாவது, 2 கட்டங்கள் ஃபைலிலும், ஒரு கட்டம் ரேங்கிலும் அல்லது இரண்டு கட்டங்கள் ரேங்க்கிலும் ஒரு கட்டம் ஃபைலிலும் வளைந்து (திரும்பி) செல்லும்.

மேற்கண்ட முறையில் நேர்கோட்டில் செல்லும்பொழுது, குறுக்கே தன் இன காய் (அதே கலர்) இருக்கும் பட்சத்தில் அதைத் தாண்டிச் செல்ல முடியாது. எதிரியின் காய் இருக்குமானால், விரும்பினால் அதை அடித்துவிட்டு அக்கட்டத்தில் வைக்கலாம். குதிரை மட்டும் தன் இன காயாக இருப்பினும்,

எதிரியின் காயாக இருப்பினும் அவைகளைத் தாண்டி தன் கட்டத்திற்குச் செல்லும்.

மேற்கண்ட முறையில் நேர்கோட்டில் செல்லும்பொழுது கட்டங்கள் போர்டில் கடைசி வரை காலியாக இருப்பின், விளையாடுபவர் தான் விரும்பும் ஏதாவதொரு கட்டத்தில் வைத்துக் கொள்ளலாம்.

எல்லா காய்களும் (குதிரை உட்பட) முன்னும் பின்னும், இடது, வலது பக்கம் அதனதன் விதிகளுக்கு ஏற்ப செல்லும். ஆனால், பான் (Pawn) மட்டும் பின்னால் செல்ல இயலாது. முன்னேற மட்டுமே இயலும்.

மேற்கூறிய நான்கு வித காய்களும் தங்கள் வழியில் ஒரு நேர்கோட்டில் செல்லும்பொழுது வழியில் இருக்கும் எதிரியின் காயை (விரும்பினால்) அடிக்க இயலும். ஆனால், குதிரை இடையில் இருக்கும் காயை அடிக்க இயலாது. தான் சேரும் (போகும்) கட்டத்தில் இருக்கும் எதிரியின் காயை மட்டுமே அடிக்க இயலும். அதேபோன்று பானும் தான் முன்னோக்கிச் செல்லும் கட்டத்தில் எதிரியின் காய் இருக்குமேயானால், அங்கு போகவும் இயலாது, அதை அடிக்கவும் இயலாது. பான் எதிரியின் காய்களை தனது இடது பக்கம் அல்லது வலது பக்கம் குறுக்கில் ஒரு கட்டம் மட்டும் முன்னேறி அடிக்கும்.

13. **விதி-12.** காய்கள் ஐந்து வித நகர்த்துதல்களையும், பான்கள் மூன்று வித நகர்த்துதல்களையும் பெற்றுள்ளன. ஒவ்வொன்றின் முழு விபரம் தனித்தனியாக தரப்பட்டுள்ளன. 'காய்களை எவ்வாறு நகர்த்துவது' என்னும் 4-வது பாடத்தில் படங்களுடன் விபரமும் உள்ளது.

14. **விதி-13.** விளையாட்டுகளை அனுமதியுள்ள செஸ் குறியீடுகளை உபயோகித்து (அல்ஜிப்ரிக் அல்லது டிஸ்க்ரிப்டிவ் முறையில்) பதிவு செய்ய வேண்டுமென்று கண்டிப்பு கிடையாது. ஆனால், விளையாட்டுப் போட்டிகளில் கண்டிப்பாக பதிவு செய்ய வேண்டும்.

15. **விதி-14.** 'என் பேசன்ட்': இதன் விதி பாடம்-5ல் பட விளக்கத்துடன் தரப்பட்டுள்ளது. படித்துக்கொள்ளவும்.

16. **விதி-15.** 'கேஸ்லிங்': அதாவது ஒரே நகர்த்துதலில் ராஜாவையும், ரூக்கையும் நகர்த்திக்கொள்ளலாம். இதன் விதியும் பாடம்-7ல் பட விளக்கத்துடன் தரப்பட்டுள்ளது. படித்துக்கொள்ளவும்.

17. **விதி-16.** ஏதாவதொரு வெள்ளை பான் 8வது ரேங்க்கையும், கருப்பு பான் 1வது ரேங்க்கையும் அடைந்துவிட்டால், அது ராணியாகவோ அல்லது அதன் விளையாட்டுக்காரர் விரும்பும் காயாகவோ மாற்றிக்கொள்ளலாம். பொதுவாக, அனைவரும் ராணியையே எடுப்பர். அவரது முதல் ராணி போர்டில் இருந்தாலும், இரண்டாவது, மூன்றாவது, நான்காவது ராணியென்று எடுத்துக்கொள்ளலாம். இவ் விதி ஆங்கிலேயர்களால் மாற்றப்பட்டது என உணரப்பட்டது. ஆனால், இது அவர்களால் மாற்றப்படவில்லை என்று மறுக்கப்பட்டது. மிகவும் பழைய விதி என்று கருதப்படுகிறது. தற்சமயம் FIDE-னால் அங்கீகரிக்கப்பட்டு ஒரு உலக

செஸ் சாம்பியன் போட்டியில் செயல்படுத்தப்பட்ட விதியாகும். தற்சமயம் இம்முறையைத்தான் கடைப்பிடிக்க வேண்டும். பானுக்கு பான் எடுக்க அனுமதி கிடையாது.

நடைமுறையில், ராணியிருப்பின் ரூக், ரூக் இருப்பின் பிஷப், பிஷப் இருப்பின் நைட் எடுக்க வேண்டுமென்று பெரும்பான்மையான நாடுகளில் விளையாடுகின்றனர். இது அங்கீகரிக்கப்பட்ட விதி அல்ல. எனினும் செஸ் விளையாட்டில், விளையாடும் இருவர், விளையாட்டை நடத்துபவர், ஆதரவளிப்பவர் ஆகிய இவர்கள் விளையாட்டு ஆரம்பமாவதற்கு முன் எழுத்து மூலம் இவ்விதியையோ அல்லது வேறு ஏதாவது விதியையும் ஒப்புதல் செய்துகொண்டு கடைப்பிடிக்கலாம். இது ஒரு சட்டபூர்வ (Logistic) விளையாட்டாக இருப்பதால், விளையாட்டு ஆரம்பமானவுடன் அதாவது பூவா, தலையா போட்டவுடன் எவ்வித வாத-விவாத (dispute)த்திற்கும் இடம் இருக்கக் கூடாது.

18. **விதி-17.** வேறு காயையோ, பானையோ அடிக்க வேண்டுமானால், முதலில் எதிரியின் அடிபட இருக்கும் காயை கையிலெடுத்து விட்டு, தனது காயை அவ்விடத்தில் வைக்க வேண்டும். அடிபட்ட காயை உடன் பெட்டியில் போட்டுவிட வேண்டும். விளையாட்டு நடைபெறுகையில் விளையாடுபவர் கையில் காய்களோ, வேறு எப்பொருளுமோ இருக்கக்கூடாது.

19. **விதி-18.** எதிரியை காய்களை மேலும் நகர்த்த முடியாமல் திக்குமுக்காட வைத்தல் 'டிரா' என தீர்மானிக்கப்படும். பாடம் 14, 'ஸ்டேல்மேட்' தலைப்பில் விபரத்துடன் தரப்பட்டுள்ளது.

20. **விதி-19.** டிராவும், டிராவின் நிச்சய நிலையும், விதி விபரம் பாடம் 14-ல் உள்ளது.

21. **விதி-20.** விளையாடும்பொழுது, செஸ் கடிகாரம் வைத்துக்கொள்ளல் வேண்டும். போட்டிகளில் கண்டிப்பாக வைக்க வேண்டும். சாதாரண பயிற்சிகளில் அவரவர் விருப்பம் தான் கண்டிப்பு இல்லை.

22. **விதி-21.** 120 நிமிடங்களில் ஒருவர் 40 நகர்வு செய்ய வேண்டும். எனவே, ஒரு ஆட்டத்திற்கு 240 (4 மணி நேரம்) நிமிடங்கள் அதிக பட்ச நேரம். சில நகர்த்துதல்களுக்கு, சில விநாடிகள், சிலவற்றிற்கு 6 நிமிடம், சிலவற்றிற்கு 8 நிமிடம், 3 நிமிடமென்று வித்தியாசப்படலாம். ஆனால், மொத்தத்தில் 120 நிமிடங்களுக்குமேல் அனுமதிக்கப்பட மாட்டார். ஒருவர் அதிக நேரம் எடுத்துக்கொண்டால், மற்றவர் பெரும்பாலும் பேசாமல் இருந்து விடுகின்றார். காரணம் அவருக்கும் யோசிக்க நேரம் கிடைப்பதால். மேலே கூறியதுபோல் நேரத்தைக் கூட்டியோ, குறைத்தோ ஆட்டம் ஆரம்பமாவதற்கு முன் ஒப்பந்தம் எழுதிக்கொள்வர். 95%க்கு மேலாக விளையாட்டு போட்டிகள் இந்த 4 மணி நேரத்திற்குள் முடிந்துவிடுகின்றன. நேரம் பற்றிய விதி கடுமையாக கூறப்படவில்லை. அதிக நேரம் எடுத்துக்கொண்டதன் காரணமாக சில ஆட்டங்களின் முடிவு, சில நாட்களுக்குப் (ஒரு மீட்டிங்கிற்கு) பின்பே அறிவிக்கப்பட்டுள்ளதை அல்லது

ரத்து செய்யப்பட்டுள்ளதை **செஸ்** சரித்திர வாயிலாக அறிகின்றோம். ஆரம்ப விளையாட்டுக்காரர்கள் அவசரப்படுவர். நீ நகர்த்து, நான் நகர்த்துவேன் என்பர் அல்லது அதிக நேரம், மிக அதிக நேரம் யோசித்துக்கொண்டே இருப்பர். அல்லது யோசிப்பதுபோல் நேரம் கடத்துவர். நல்ல விளையாட்டுக்காரர்களுக்கு குறிப்பிட்ட நேரம் போதுமானதாகவே உள்ளது. இந்த நேரம் பல நூற்றாண்டாக அனுபவத்தில் கண்டு முடிவெடுக்கப்பட்டதாகும்.

23. **விதி-22.** எவ்வளவு நேரம் வேண்டுமானாலும் எடுத்துக்கொள்ளலாம் என்ற விதியின் அடிப்படையில் வாரக்கணக்கில், மாதக் கணக்கில், வருஷக் கணக்கில் செஸ் விளையாடலாம். இதற்கு ஆகும் காலம் எழுத்து ஒப்பந்தம் மூலம் இருக்க வேண்டும். இவ் விளையாட்டு ரஷ்யா மற்றும் அதனைச் சார்ந்த நாடுகள் செக்கோஸ்லோவேக்கியா, யுகோஸ்லாவியா போன்ற கம்யூனிஸ்டு நாடுகளில் விளையாடப்பட்டு வந்தது, விளையாடப்படுகிறது.

24. **விதி-23.** தபால் மூலம் செஸ் கல்வி, செஸ் விளையாட்டு இவைகள் அமெரிக்க ஐரோப்பிய நாடுகளிலும், ரஷ்யா, செக், யுகோ போன்ற நாடுகளில் நடத்தப்படுகின்றன. இவற்றிற்கும் விதிகள், வகுத்துள்ளனர். அவற்றில் முக்கியமான விதி, விளையாடுபவர்கள் அட்டை கிடைத்த 24-மணி நேரத்திற்குள் விளையாட்டை நடத்தும் செஸ் அமைப்புகள், அதன் நகர்த்துதல் குறிப்பு (Comments) ஆகியவைகளை அனுப்பி விட வேண்டும். அதேபோல் விளையாடுபவரும் அவரது வினா, மற்றும் நகர்வுகளைக் குறிப்பிட்டு அட்டையை 24 மணி நேரத்திற்குள் அனுப்பிவிட வேண்டும். இவ்விதி நிறுவனத்தார்களுக்கு கண்டிப்பானது. இவற்றை விளையாடுபவர் கடைப்பிடிக்க வேண்டுமேயொழிய கண்டிப்பானது அன்று. இதன் விபரம் பாடம் 19-ல் தரப்பட்டுள்ளது.

25. **விதி-24.** 50 நகர்த்துதல் விதி (Fifty Move Rules) என்று ஒன்று உண்டு. இதன்படி, 50 நகர்த்துதல்கள் விளையாடிய பின்பும் (ஒவ்வொருவரும்) ஒரு காய் (பானோ, பீஸோ) அடிக்கப்படாவிடில் அல்லது ஒரு பானாவது நகர்த்தப்படாவிடில் அந்த ஆட்டம் டிராவாகக் கருதப்படும். 50 நகர்த்துதல் என்பதை ஆரம்ப நிலையிலிருந்தும், பின்பு ஒரு பான், உதாரணமாக, 6வது மூவில் நகர்த்தப்பட்டுவிட்டால் அதிலிருந்து 50வது மூவ் (அதாவது 56வது மூவ் ஆகிவிடும்) அல்லது ஒரு காய் உதாரணமாக 9வது மூவில் அடிக்கப்பட்டுவிட்டால் அதிலிருந்து 50வது மூவ் (59வது மூவ் ஆகிவிடும்) கடைசியாக எது நிகழ்கின்றதோ, (பானை நகர்த்தல் அல்லது ஒரு காயை அடித்தல்) அதிலிருந்து 50 மூவ்கள் கணக்கிடுதல் வேண்டும். இவ்விதி இறுதியாட்டத்தை முடிக்கப் பெரிதும் பயன்படும் விதியாகும். பெரிய பெரிய உலக நாடுகள் போட்டி (High Level International Matches) களில் 50 மூவ் என்பதை 75 வரையிலும், அதற்கு மேலும் கூட அதன் தலைவர்கள் (குறிப்பாக FIDE-ன் பிரசிடெண்ட்) டிரா ஆவதைத் தடுக்க அதிகரிப்பர். அவருக்கு அதிகாரம் உண்டு.

26. **விதி-25.** **<u>'செக், இரட்டை செக்'</u>**, விதி பாடம்-13ல் தரப்பட்டுள்ளது.

27. **விதி-26.** **<u>பின்ஸ் & போர்க்</u>** (Pins & Fork), **<u>இரட்டைக் குறி</u>** (Skewers) விதிகள் தனியாக பாடம்-11ல் தரப்பட்டுள்ளன.

28. **விதி-27.** **<u>ஓப்பனிங்ஸ்</u>** (Openings) விதிகள் பாடம்-10ல் தரப்பட்டுள்ளன. இவைகள் கண்டிப்பான விதிகள் அன்று.

29. **விதி-28.** **<u>நடுகள</u>** (Middle game) விதிகள் தனியாக தரப்பட்டுள்ளன.

30. **விதி-29.** **<u>இறுதி ஆட்டம்</u>** (End game) விளையாட்டின் விதிகள் பாடம்-15ல் கூறப்பட்டுள்ளன. கடைப்பிடிக்க வேண்டும்.

31. **விதி-30.** செஸ் போட்டிகளில் செஸ் கடிகாரம் உபயோகப்படுத்த வேண்டும். கண்டிப்பான விதி. இது பற்றி பாடம்-18ல் கூறப்பட்டுள்ளது.

32. **விதி-31.** கம்ப்யூட்டருடன் (Computer) விளையாடும் போட்டிகள் அங்கீகரிக்கப்பட மாட்டாது. இது மிக கண்டிப்பான விதி. ஏனெனில், அதன் விளையாட்டுகள் அதில் முன்பே விளையாடப்பட்டு பதிவு செய்யப்பட்டவை (Pre-programmed). அதில் விளம்பரத்திற்கும், வியாபார முன்னேற்றத்திற்கும் விளையாடுகின்றனர்.

33. **விதி-32.** அங்கீகரிக்கப்பட்ட குறியீடுகள் (Symbols of Chess Notations) மட்டும் விளையாட்டுகளில் பதிவு செய்யப்படும். விளையாட்டைப் பார்ப்பவர்கள் எக் குறியீட்டிலும் பதிவு செய்து கொள்ளலாம்.

34. **விதி-33.** விளையாட்டு ஆரம்பமாவதற்கு முன்பு, இரு விளையாட்டு வீரர்கள், விளையாட்டை நடத்தும் நிறுவனம், விளையாட்டுக்கு முன் நின்று ஆதரளிப்பவர்கள் இந்த நான்கு ஏஜன்ட்டுகளும் தங்கள் எழுத்து ஒப்பந்தத்தின் மூலம், தேவையான புது விதிகளை இணைத்துக் கொள்ளலாம். விரும்பாத விதிகளை நீக்கிவிடலாம். மாற்றிக்கொள்ளலாம். விதிமுறை (Formality)க்காக FIDE, PCA பிரசிடென்டுகளுக்கு தெரிவிக்கலாம். நல்லவையாக இருப்பின், அவர்கள் அதற்கு அங்கீகாரம் கொடுத்து உலகிற்கு அறிவிப்பர்.

35. **விதி-34.** விளையாட்டில் நல்ல மாற்றம் இருந்து, மேற்கண்ட நிறுவனங்களின் பிரசிடென்ட்டுகளுக்கு தெரிவித்தால், அவர்கள் அதை நன்கு ஆராய்ந்து அங்கீகரித்து, இணைத்து, உலகிற்குத் தெரியப்படுத்து வதோடு நல்ல பரிசுத் தொகையும் (லட்சக்கணக்கில் / கோடிக் கணக்கில்) தருகின்றனர். 'கேஸ்லிங், என் பேசன்ட்' இவ்வாறு இணைக்கப்பட்டதே.

36. **விதி-35.** காய்களின் பாயின்ட்டுகள் (மதிப்பெண்கள்) இவ்வாறு வரையறுக்கப்பட்டுள்ளன: ராணிக்கு ஒன்பது (9), ஒரு ரூக்கிற்கு ஐந்து (5+5), ஒரு பிஷப்பிற்கு மூன்று (3+3), ஒரு நைட்டிற்கு இரண்டு (3 x 2 = 6), ஒரு பானிற்கு ஒன்று (1 x 8 = 8). மொத்தம் முப்பத்தொன்பது (39) பாயின்ட்டுகள் ஒரு கலர் காய்களுக்கு. ராஜாவிற்கு பாயிண்ட் கிடையாது.

37. **விதி-36.** செஸ் சங்கம் ஏற்படுத்தி, போட்டிகள் வைத்து சிறந்த விளையாட்டு வீரர்களை உருவாக்கலாம். உதாரணமாக 4-5 புறநகர் பகுதிகள்,

கிராமங்கள், பஞ்சாயத்துக்கள், நகர்களில் உள்ளவர்கள் இணைந்து செஸ் விளையாட்டிற்கு, அதன் முன்னேற்றத்திற்கு செயல்படுதல். விளையாட இருப்பிடம், நிதி வசதி (Funds), கருவிகள் ஏற்பாடு செய்தல், போட்டிகள்/ விளையாட்டுகளில் நல்ல வீரர்களை கலந்துகொள்ளச் செய்தல், அவர்களே போட்டிகள் / விளையாட்டுகள் நடத்துதல் போன்றவை.

வினாக்களுக்கு விடையளிக்கவும்:-

1. செஸ் விளையாட்டில் எல்லா காய்களுக்கும் பொருந்தக்கூடிய நான்கு விதிகளை எழுதுக. 10
2. குதிரை (நைட்) பெற்றுள்ள சிறப்பான விதிகள் இரண்டினைக் கூறு. 6
3. பானுக்கு எத்தனை நகர்த்துதல்கள்? அவைகளை விளக்குக. 5
4. 50 (மூவ்) நகர்த்துதல் விதியினை விளக்கு. 5

சரியா ✓ தவறா X – கண்டுபிடிக்கவும்:-

1. இடைக் கட்டங்களிலிருக்கும் காய்களை குதிரை தாண்டிச் செல்லும். 2
2. இடைக் கட்டங்களிலிருக்கும் காயை குதிரையால் எடுக்க இயலும். 2
3. முன்னும், பின்னும் பானால் நகர இயலும். 2
4. தன் வழியில் நிற்கும் காய்களைப் பானால் அடிக்க இயலாது. 2
5. காய்களை அடிக்க பான் குறுக்காக, இடது-வலது பக்கம் ஒரு கட்டம் மட்டுமே செல்ல வேண்டும். 2
6. பான், கடைசி கட்டத்தை அடைந்துவிட்டால், போர்டில் ராணி இருக்கும்பொழுது வேறொரு ராணி எடுக்க இயலாது. 2
7. பான் கடைசி கட்டத்தை அடைந்துவிட்டால், எத்தனை ராணிகள் வேண்டுமானாலும் எடுத்துக்கொள்ளலாம். 2
8. செஸ் விளையாட்டில் புதிய கண்டுபிடிப்பு மாற்றங்களை FIDE என்னும் உலக செஸ் ஸ்தாபனத்திற்கு தெரியப்படுத்தினால் லட்சக் கணக்கில் / கோடிக்கணக்கில் பணம் கிடைக்கும். 2

♚♚♚

பாடம் - 9
செஸ் குறியீடுகள்
(Symbols of Chess Notations)

1. செஸ் புத்தகங்கள் படிக்கவும், தபால் மூலம் செஸ் விளையாட்டை விளையாடவும், அன்றாடம் உலகில் ஆங்காங்கே விளையாடப்படும் செஸ் போட்டிகளின் குறிப்பு, விவரங்களை செய்தித்தாள்கள் வாயிலாக அறியவும், செஸ் விளையாடும்பொழுது குறிப்பெடுத்து விளையாடிப் பழகுவதற்கும், முக்கியமான விளையாட்டுகளைப் பதிவு செய்து வைத்துக்கொள்வதற்கும், "நான் ஒரு செஸ் விளையாட்டு வீரன் / வீராங்கனை" என்று சொல்லிக்கொள்வதற்கும், செஸ் சம்பந்தமான

பிரச்சினைகளை விடுவிக்கவும் (To solve chess problems) செஸ் விளையாட்டில் முன்னேறவும், செஸ் குறியீடுகளைத் (Symbols of Chess Notations) தெரிந்திருப்பது மிக மிக அவசியம். இதை செஸ் மொழி என்று கூறலாம். செஸ் குறியீடுகள் மூன்று முறையில் உள்ளன. அவைகள்:-
- (1) அல்ஜிப்ரிக் முறை (Algebraic System)
- (2) டிஸ்க்ரிப்டிவ் முறை (Descriptive System)
- (3) ஃபோர்சித் முறை (Forsyth System)

2. **அல்ஜிப்ரிக் முறை (Algebraic System):** இது பழமையான முறையன்று. ஆனால், தற்சமயம் அதிகாரப்பூர்வமாக, நடைமுறையில் உள்ளதாகும். ஃபைடு (FIDE) என்னும் உலக செஸ் ஸ்தாபனம் இம்முறையையே அமல்படுத்தியுள்ளது. உலக சேம்பியன் போட்டி, மற்றும் பெரும்பாலான போட்டிகள் இம்முறையிலேயே நடத்தப்படுகின்றன. ஃபைடு (FIDE) என்னும் உலக செஸ் நிறுவனம் அளிக்கும் தீர்ப்பே செஸ் விஷயத்தில் முடிவானதும், அனைவராலும் ஏற்றுக்கொள்ளக்கூடியதும் என்பதனை நாம் முன் பாடங்களில் அறிந்தோம். எனவே, இதை நாம் கண்டிப்பாகக் கற்க வேண்டும்.

3. செஸ் குறியீடுகள் மூலம் ஒரு விளையாட்டையோ, அல்லது செஸ் விளையாட்டு சம்பந்தப்பட்ட ஒரு குறிப்பையோ, எழுத வேண்டுமானால் முதலில் செஸ் போர்டில் உள்ள ஒவ்வொரு கட்டங்களின் (64 கட்டங்களின்) பெயர்களும் தெரிந்திருக்க வேண்டும். இம்முறையில் (அல்ஜிப்ரிக் முறையில்) கட்டங்களின் பெயர் கீழ்க்கண்டவாறு உள்ளது.

a8	b8	c8	d8	e8	f8	g8	h8
a7	b7	c7	d7	e7	f7	g7	h7
a6	b6	c6	d6	e6	f6	g6	h6
a5	b5	c5	d5	e5	f5	g5	h5
a4	b4	c4	d4	e4	f4	g4	h4
a3	b3	c3	d3	e3	f3	g3	h3
a2	b2	c2	d2	e2	f2	g2	h2
a1	b1	c1	d1	e1	f1	g1	h1

4. இத்துடன் எந்த காய் நகர்கின்றது, எந்த கட்டத்திலிருந்து எந்த கட்டத்திற்கு நகர்கின்றது என்பதனைச் சுருக்கமாக தெரிவிக்கவும், அதில் வரக்கூடிய சில வார்த்தைகளையும் சுருக்கமாக எழுதி, படிக்கவும் கீழ்க்கண்ட குறியீடுகள் உபயோகத்திலுள்ளன. இவைகள் இதற்கு முந்திய டிஸ்க்ரிப்டிவ் முறையில் உபயோகத்தில் இருந்தவைகளே.

- (a) K   King   (ராஜா)
- (b) Q   Queen   (ராணி)
- (c) R   Rook   (ரூக் - கோட்டை)

(d)	B	Bishop	(பிஷப் / பாதிரி)
(e)	Kt	Knight	(நைட் - குதிரை)
(f)	N	Knight	(நைட் - குதிரை)
(g)	P	Pawn	(பான் - சிப்பாய்)
(h)	–	moves to	
(i)	x	takes	
(j)	e.p.	en passant	(பொருந்தா நிலை - என் பேசன்ட்)
(k)	/	on	(இரண்டு காய்கள் ஒரே கட்டத்திற்கு செல்லுமானால் ஒரு காயை எழுதி/இட்டு அது இருக்கும் ரேங்க்கைக் குறிப்பிடுவர். அது எந்தக் காய் என்பது தெளிவாகி விடும்.
(l)	( )	becomes	இரண்டு அடைப்புக்குள், பான் ராணியானால் Q என்றும், ரூக்காக மாறினால் R என்றும் எழுத வேண்டும். எதுவாக மாறுகின்றதோ அதன் முதல் எழுத்தை எழுத வேண்டும்.
(m)	0-0	castling king's side	(ராஜா பக்கம் கோட்டை கட்டுதல்)
(n)	0-0-0	castling queen's side	(ராணி பக்கம் கோட்டை கட்டுதல்)
(o)	+, ch ÷	(ஏதாவதொன்று மட்டும்)	(செக்) ராஜாவை காப்பாற்றிக் கொள்
(p)	++, db ch	Double check	(இரட்டை செக்)
(q)	dis ch	Discovered check	(காய் விலகியதால் மறுகாயால் செக்) மாற்றுக்காய் செக்.
(r)	Sq -	Square	கட்டம்
(s)	...	Black move follows	(கருப்பு விளையாட வேண்டும்) புள்ளிகள் 2 முதல் 5 வரை இருக்கலாம். இடத்திற்குத் தகுந்தாற்போல், சாதாரணமாக 3)
(t)	!	Very good move	(மிக நல்ல நகர்த்தல்)
(u)	!!	Excellent move	(மிக, மிக நல்ல நகர்த்தல்)
(v)	(?)	Questionable move	(என் இதை நகர்த்தினாய்)
(w)	??	Very bad move	(மிக மோசமான நகர்த்தல்)
(x)	?	Bad move	(மோசமான நகர்த்தல்)
(y)	+ +	Check mate (இரண்டு +கள்)	(ராஜா நகர இயலாது, கேம் முடிந்துவிட்டது)

(aa) Di or Dl – Diagonal
(bb) mc, MC.– mating combination
(cc) PC – Piece
(dd) (+) வெற்றி (Games Won) யடைந்த விளையாட்டுகள்
(ee) (–) தோல்வி (Games defeated) யடைந்த விளையாட்டுகள்
(ff) (=) வெற்றி-தோல்வி (Draw) யின்றி முடிந்த விளையாட்டுகள்

5. (a) இம்முறையில் தெளிவு பெற இதில் ஒரு விளையாட்டு விளக்கத்துடன் விளையாடப்பட்டுள்ளது. இதில் கவனிக்க வேண்டியவைகள்.

காய்களைக் (ராஜா, ராணி, பிஷப், ரூக், நைட்) குறிப்பிடும்பொழுது அவைகளின் முதல் எழுத்தை (K,Q,B,R,N) பெரிய ஆங்கில எழுத்தில் மட்டுமே குறிப்பிட வேண்டும்.

(b) கட்டங்களின் பெயரை சிறிய ஆங்கில எழுத்தில் மட்டுமே குறிப்பிடுதல் வேண்டும்.

(c) பானை எழுதும்பொழுது, P என்று குறிப்பிட வேண்டியதில்லை. கட்டத்தை மட்டும் குறிப்பிட்டால் போதும். அதன் அவசியம் இல்லை என்பது சில விளையாட்டுகளைப் படித்து எழுதிய பின்பு விளங்கும்.

(d) கருப்பின் நகர்த்துதல்களை விளக்குவதற்கு இடும் புள்ளிகளை சில சமயம் தொடர்ச்சியாக எழுதும்பொழுது தேவைப்படுவதில்லை. அச்சமயம் குழப்பம் ஏற்படாத நிலையில் புள்ளிகள் வைக்க வேண்டிய அவசியமும் இல்லை. இதோ ஆட்டம்.

குறிப்பு: இந்த ஆட்டம் தற்போதைய உலக சாம்பியன் காஸ்பரோவும், பிரிப்பில்ஸ் என்ற கிரேண்ட் மாஸ்டரும் சமீபத்தில் ஆடியது.

1 d4 — d4 க்கு முன்பு புள்ளிகள் இல்லை. எனவே, வெள்ளை d2ல் இருக்கும் பானை d4 க்கு நகர்த்த வேண்டும். வேறு காய்கள் அங்கு செல்ல வழியில்லை.

1 ... Nf6 — கருப்பு குதிரையை f6 க்கு நகர்த்த வேண்டும். g8ல் இருக்கும் குதிரைதான் f6 க்கு வர இயலுமாகையால் Ng6 – Nf6 என்று குறிப்பிடாது Nf6 என்று மட்டும் குறிப்பிடப்பட்டுள்ளது.

2 c4 — வெள்ளை c2ல் இருக்கும் பானை c4-க்கு நகர்த்த வேண்டும். pc2-c4 என்று எழுத வேண்டிய அவசியம் இல்லை. ஏனெனில் c4 க்கு, c2 பானை தவிர வேறு பான் செல்ல இயலாது.

2 ...g6 — கருப்பு g7-ல் இருக்கும் பானை g6 க்கு நகர்த்த வேண்டும். g7 பானைத் தவிர வேறு பான் g6ல் செல்ல இயலாது.

3 Nc3 — b1ல் இருக்கும் குதிரையை c3 க்கு நகர்த்த வேண்டும். c3 க்கு எந்தக் குதிரை வர இயலும்? b1ல் இருக்கும் குதிரையே வர இயலும்.

குறிப்பு: d5-ல் ஒரு குதிரை இருந்து, அதுவும் c3-க்கு வரக்கூடியதாக இருப்பின், Nd5 - c3 என்றோ அல்லது N/5 - c3 என்றோ

குறிப்படுவார்கள். N/5 என்பது 5வது ரேங்க்கில் உள்ள நைட் என்பதும் அதனை நகர்த்து என்பதும் பொருள்.

3	... d5	கருப்பு d7 லிருக்கும் பானை d5 க்கு நகர்த்த வேண்டும். d7 பானைத் தவிர d5 க்கு வேறு பான் வர இயலாது. பானை P என்று எங்கும் குறிப்பிடாதது கவனிக்கவும்.
4	c x d5	என்ற ஃபைலிலிருக்கும் காயால் d5 லிருக்கும் காயை அடித்துவிடு என்பது அர்த்தம். d5 லிருக்கும் கருப்பு பானை c3 லிருக்கும் நைட்டாலும் அல்லது c4 லிருக்கும் வெள்ளை பானாலும் அடிக்கவேண்டும். ஏனெனில் c க்கு முன் Pc4 என்று குறிப்பிடவில்லை. இரண்டாவது, இது போன்ற நிலையில் குதிரையினால் அடிக்கவேண்டுமாயின், N என்று கண்டிப்பாகக் குறிப்பிடுவார்கள். எனினும், விதிப்படி (வழக்கப்படி) P என்றோ N என்றோ குறிப்பிடாத பட்சத்தில் பானினால்தான் அடிக்கவேண்டும் என்பது தெளிவு.
4	... N x d5	d5-லிருக்கும் பானை N ஆல் அடித்துவிடு. d5 க்கு வரக்கூடிய N, f6ல் உள்ளது. எனவே, Nf6 ஆல் அடித்தல் வேண்டும் (Nf6 x d5).
5	e4	e2 லிருக்கும் சிப்பாயை 4க்கு நகர்த்து. வெறும் e4 என்று காண்பதால் பான் என்று கொள்ளவேண்டும்.
5	... N x c3	கருப்பு நைட்டால் c3ல் இருக்கும் நைட்டை அடித்து விடு (இதை N × N எனக் கூட குறிப்படுவர்).
6	b x c3	b யிலிருக்கும் சிப்பாய் × என்றால் அடி என்பதால் c3 நைட்டைத் தவிர வேறு காய் அடிப்பதற்கு இல்லை. எனவே, b × N c3 என்று அர்த்தம். விரிவாக P × NC3 என்று பொருள்.
6	... Bg7	B என்னும் பிஷப்பை g7 க்கு நகர்த்து. f8ல் இருக்கும் பிஷப்தான் g7 க்கு நகர இயலும். c8ல் இருக்கும் பிஷப். g7 க்கு வா இயலாது. எனவே, Bf8 - g7 என்பது அர்த்தம்.
7	Nf3	வெள்ளை நைட்டை f3க்கு நகர்த்து g1ல் இருக்கும் நைட்தான் f3 க்கு செல்ல இயலும்.
7	... b6	b7 லிருக்கும் பான்தான் b6 க்குச் செல்ல இயலும்.
8	Bb5 +	பிஷப்பை b5 க்கு நகர்த்தி ராஜாவிற்கு செக் சொல்லு. f1ல் இருக்கும் பிஷப்பைத்தான் b5 க்கு நகர்த்த இயலும்.
8	... c6	c7 லிருக்கும் பானை c6 க்கு நகர்த்து.
9	Bc4	c4 க்கு பிஷப்பை நகர்த்து. b5ல் நிற்கும் பிஷப்தான் c4க்கு வர இயலும். வேறு பிஷப் வர இயலாது.
9	... 0-0	0-0 என்பது கிங் கேஸ்லிங். ஒரே மூவில் Rh8-f8, Ke8-g8 கேஸ்லிங் முடிந்தது.

10	0-0	வெள்ளையே கிங் கேஸ்லிங் செய்துகொள். Kel-gl Rh l-f1 என்று ஒரே நகர்த்தலில் இரண்டு காய்களையும் நகர்த்தி கேஸ்லிங் செய்துகொண்டு விட்டார். இந்த நிலையில் நகர்த்துதல்களை (10.0-0) சரிதானா என்பதனைப் படம் 45 உடன் பொருத்தி சரிபார்த்துக் கொள்ளவும்.
10	... Ba6	a6 க்கு வரக்கூடிய பிஷப் c8ல் தான் உள்ளது. அதாவது ... Bc8 - a6
11	B x a6	வெள்ளை பிஷப்பால் a6ல் இருக்கும் பிஷப்பை அடித்துவிடு என்பது அர்த்தம்.
11	... N x a6	கருப்பு நைட்டால் a6ல் இருக்கும் பிஷப்பை அடித்துவிடு. b8ல் இருக்கும் நைட்டை தவிர வேறு நைட் அதை அடிக்க இயலாது.
12	Q-a4	ராணியை a4 க்கு நகர்த்து.
12	... Qc8	ராணியை c8க்கு நகர்த்து, குழப்பம் இல்லாமையால் Qd8 - c8 என்று குறிப்பிடவில்லை.
13	Bg5	பிஷப்பை g5 க்கு நகர்த்து. c1ல் இருக்கும் பிஷப்தான் அங்கு செல்ல இயலும்.
13	... Qb7	ராணியை b7 க்கு நகர்த்து. ஒரே ராணி மட்டும் என்பதால் சிறிதும் குழப்பம் இல்லை. Qc8 – b7என்று எழுத வேண்டிய அவசியமே இல்லை.
14	Rfel	ரூக்கை e1 க்கு நகர்த்து a1ல் இருக்கும் ரூக்கும் e1 க்குச் செல்லும். f1ல் இருக்கும் ரூக்கும் e1 க்கு செல்லும். எனவே, எந்த ரூக்கை நகர்த்துவது ? அதை தெளிவு படுத்தவே Rf என்று குறிப்பிடப்பட்டுள்ளது. அதாவது f ஃபைலில் இருக்கும் ரூக்கை நகர்த்து என்பது பொருள். இரண்டு ரூக்குகளும் ஒரே ரேங்க்கிலிருப்பதால், மேற்கண்டவாறு குறிப்பிட்டுள்ளனர். வேறு வேறு ரேங்க்கிலிருந்தால் அதாவது, மற்றொரு ரூக் e4ல் இருக்குமேயானால் அதுவும் e1 க்கு வர ஏதுவாகின்றது. அந்த நிலையில் R/4-e1 என்று குறிப்பிடுவர். அதாவது நான்காவது ரேங்க்கிலிருக்கும் ரூக்கை e1க்கு கொண்டு வா என்று அர்த்தம். அதையே Re4-e1 என்றும் குறிப்பிடுவர்.
14	... e6	e7 லிருக்கும் பானை e6 க்கு நகர்த்து.
15	Ra-b1	a1 லிருக்கும் ரூக்கை b1 க்கு நகர்த்து.
15	... c5	c6ல் இருக்கும் பானைத்தான் c5 க்கு நகர்த்த இயலும்.
16	d5	d4ல் இருக்கும் பானைத்தான் d5 க்கு நகர்த்த இயலும்.

16	... Bxc3	கருப்பு பிஷப்பே, c3ல் இருக்கும் பானை அடித்து விடு.
17	Re-d1	e1ல் இருக்கும் ரூக்கை d1க்கு நகர்த்து.
17	... exd5	e ஃபைலில் உள்ள பானால் d5ல் இருக்கும் பானை அடித்துவிடு.
18	exd5	e4 விருக்கும் பானால் d5ல் இருக்கும் பானை அடித்துவிடு.
18	... Bg7	பிஷப்பை g7 க்கு நகர்த்து (Bc3-g7)
19	d6	d5ல் இருக்கும் பானைத்தான் d6க்கு நகர்த்த இயலும்.
19	... f6	f7 லிருக்கும் பானை f6 க்கு நகர்த்து.
20	d7 ?	d6லிருக்கும் பானை d7க்கு நகர்த்து மோசமான நகர்த்தல்.
20	... f x g5	f6ல் இருக்கும் பானினால் g5ல் இருக்கும் பிஷப்பை அடித்துவிடு. இந்நிலையில் காய்களின் நிலை (Position) சரியாக உள்ளனவா என்பதைப் படம் **46** உடன் இணைத்து சரிபார்த்துக்கொள்ளவும்.
21	QC4 +	a4ல் இருக்கும் ராணியை c4 க்கு நகர்த்தி கருப்பு ராஜாவிற்கு செக் சொல்.
21	... kh8	கருப்பு ராஜாவை g8 லிருந்து h8 க்கு நகர்த்து.
22	N x g5	f3ல் நிற்கும் வெள்ளைக் குதிரையால் g5-ல் நிற்கும் பானை அடி.
22	... Bf6	g7ல் இருந்து f6 க்கு பிஷப்பை நகர்த்து.
23	Ne6	g5 லிருந்து e6 க்கு நைட்டை நகர்த்து.
23	... NC 7	a6 லிருந்து c7 க்கு நைட்டை நகர்த்து.
24	N×f8	நைட்டால் f8 ஐ அடித்து விடு. f8ல் இருப்பது ரூக்.
24	... R×f8	a8ல் நிற்கும் ரூக்கால் f8ஐ அடித்து விடு. தற்பொழுது f8ல் வெள்ளை நைட்தான் உள்ளது.

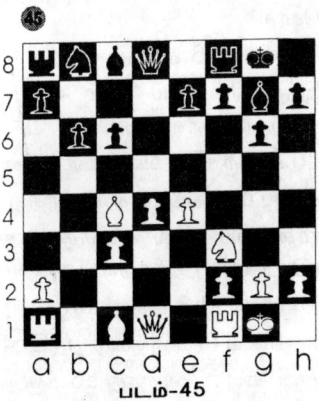

படம்-45

செஸ் குறியீடுகள் பாடத்தின் பட விளக்கம்

செஸ் குறியீடுகள்: அல்ஜிப்ரிக் முறையில் 10வது நகர்த்துதலுக்குப் பின் (1) (வெள்ளையின் நகர்த்தல் முடிந்த பின்பு) போர்டின் நிலை.

படம்-46

அல்ஜிப்ரிக் முறையில் கருப்பு 20-வது நகர்த்தல் நகர்த்திய (2) பின்பு போர்டின் நிலை.

25	Rd6	ரூக்கை d6 க்கு கொண்டு போ d1ல் நிற்கும் ரூக்தான் d6 க்கு செல்ல இயலும்.
25	... Be 7	பிஷப்பை e7 க்கு நகர்த்து. f6ல் நிற்கும் பிஷப்தான் e7 க்கு செல்ல இயலும் என்பதில் குழப்பமே இல்லை.
26	d8 (Q) !	d7 லிருக்கும் பானை d8 க்கு நகர்த்தி ராணியாக பிரமோட் செய்துவிடு.
26	... B×d8	e7 லிருக்கும் பிஷப்பால் d8 (பிரமோட் ஆன) ராணியை அடித்து விடு.
27	Qc3 +	c4 லிருக்கும் வெள்ளை ராணியை c3 க்கு நகர்த்தி செக் சொல்.
27	... kg8	ராஜாவை h8 லிருந்து g8 க்கு கொண்டு வா. இந்த நிலையை படம் 47 உடன் இணைத்து சரி பார்த்துக்கொள்ளவும்.
28	Rd7	d6 ல் இருக்கும் வெள்ளை ரூக்கை d7 க்கு நகர்த்து.
28	... Bf6	கருப்பு பிஷப்பை f6 க்கு நகர்த்து (Bd8 - Bf6)
29	Qc4+	ராணியை c4ல் வைத்து ராஜாவிற்கு செக் சொல் (Qc3-c4+)
29	... kh8	ராஜாவை kh8 க்கு நகர்த்து.
30	Qf4	ராணியை f4 க்கு நகர்த்து (Qc4 - Qf4)
30	... Qa6	ராணியை b7 லிருந்து a6 க்கு நகர்த்து
31	Qh6 !	ராணியை f4 லிருந்து h6 க்கு நகர்த்து (Qf4-h6) (very good move)

31	... Kg8	ரிசைன்ட் (Resigned) என்றால் கருப்புக் காய் வைத்து விளையாடுபவர் (Grand master Pribil.J) தோல்வியை ஒப்புக் கொண்டார்.
		இந்த நிலையை படம் 48ல் சரிபார்த்துக்கொள்ளவும்.
32.	Qh6 x h7	+ *(செக்மேட்)*
		+

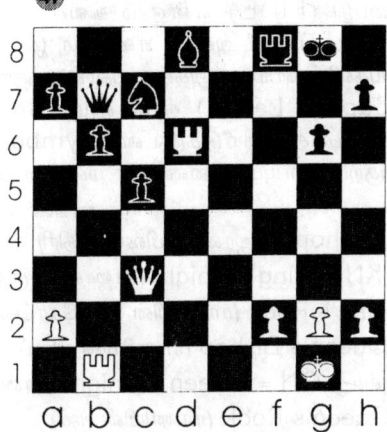

படம்-47

செஸ் குறியீடுகள் பாடத்தின் பட விளக்கம்
அல்ஜிப்ரிக் முறையில் கருப்பு 27வது நகர்த்தல் நகர்த்திய பின்பு போர்டின் நிலை (3)

படம்-48

படம்-48ல் அல்ஜிப்ரிக் முறையில் கிரேன்ட் மாஸ்டர் பிர்பில் J (Pribil. J) தோல்வியை ஒப்புக்கொண்டபின் போர்டின் நிலை. (4)

6. டிஸ்க்ரிப்டிவ் முறை (Descriptive System)

இம்முறைதான் பல ஆண்டுகள் வழக்கத்தில் இருந்தது. இம்முறையிலேயே மிக அதிகமான தடவைகள் உலக செஸ் சாம்பியன் போட்டிகள் நடந்துள்ளன. இம்முறையிலேயே ஏராளமான செஸ் புத்தகங்கள் வெளிவந்துள்ளன. ஆங்கிலம் பேசும் நாடுகளில் இம்முறை இன்றும் வழக்கத்தில் உள்ளது. செஸ் விளையாடத் தெரிந்தவர் அனைவரும் இம்மொழியினை அறிந்திருப்பர். இது இன்று இரண்டாவது இடத்தில் உள்ளது. ஃபைடு (FIDE) என்னும் உலக செஸ் ஸ்தாபனத்தால் அங்கீகரிக்கப்பட்ட மொழி அன்று. எனினும், இதைத் தெரிந்திருப்பது அவசியம். காய்களின் பெயரை அதன் முதல் எழுத்தாகிய பெரிய ஆங்கில எழுத்தில் (Capital Letter) தான் எழுத வேண்டும். அல்ஜிப்ரிக் முறையில் நாம் படித்த குறியீடுகளுடன் (Symbols of Notations) கீழ்க்கண்ட குறிகளையும் இணைத்து மனப்பாடம் செய்துகொள்ள வேண்டும்.

(a) King's Bishop *(ராஜாவின் பிஷப்-பாதிரி)*
(b) KKt = KN = King's Knight *(ராஜாவின் குதிரை)*
(c) KR = King's Rook *(ராஜாவின் ரூக்-கோட்டை)*
(d) QB = Queen's Bishop *(ராணியின் பிஷப்-பாதிரி)*
(e) QKt அல்லது QN = Queen's Knight *(ராணியின் குதிரை)*
(f) QR = Queen's Rook *(ராணியின் ரூக்)*
(g) KBP = King's Bishop's Pawn *(ராஜாவின் பிஷப்பின் பான்)*
(h) KKtP அல்லது KNP = King's Knight's Pawn *(ராஜாவின் நைட்டின் பான்)*
(i) KRP = King's Rook's Pawn *(ராஜாவின் ரூக்கின் பான்)*
(j) QBP = Queen's Bishop's Pawn *(ராணியின் பிஷப்பின் பான்)*
(k) QKtP அல்லது QNP = Queen's Knight's Pawn *(ராணியின் நைட்டின் குதிரை)*
(l) QRP = Queen's Rook's Pawn *(ராணியின் ரூக்கின் பான்)*
(m) KP / QP = *(ராஜாவின் / ராணியின் பான்)*

7. இம்முறையில் கருப்புக் காயை நகர்த்த வேண்டுமா, வெள்ளைக் காயை நகர்த்த வேண்டுமா என்பதனை முக்கியமாகக் கவனிக்க வேண்டும். இம்முறையில் இருவருக்கும் ஒரே எண் வருவதால் தவறு ஏற்படலாம். காய்களை மாற்றி, இடம் மாறி விளையாடும்பொழுது சிறிதும் குழப்பம் ஏற்படாது. அல்ஜிப்ரிக் முறையில் அவைகள் மாறும். சற்று தடுமாற்றம் ஏற்படலாம். ஆரம்ப நிலையில் என்பது குறிப்பிடத்தக்கது. தெளிவு ஏற்படுவதற்காக இம்முறையிலும் ஓர் ஆட்டம் கீழே விளையாடப்பட்டுள்ளது. இப்புத்தகத்தை அல்ஜிப்ரிக் முறையில் விளையாடி பின்பு படித்தால் போதும்.

8. டிஸ்கிரிப்டிவ் முறையில் விளையாட்டு

1	PK4	ராஜாவின் பானை 4வது ரேங்க்கில் நகர்த்து
1	... PK4	கருப்பு ராஜாவின் பானை 4வது ரேங்க்கில் நகர்த்து
2	N-KB3	வெள்ளையே, குதிரையை ராஜாவின் பிஷப்பின் ஃபைலில் 3வது ரேங்க்கிற்கு நகர்த்து.
2	... N-QB3	நைட்டை ராணியின் பிஷப்பின் ஃபைலில் 3வது ரேங்க்கிற்கு நகர்த்து.
3	B-B4	என்று படிக்கும்பொழுது சிறிது குழப்பம் ஏற்படுகின்றது. ஏனெனில், பிஷப்புகளுக்கு தனி ஃபைல் கிடையாது. QB4 அல்லது KB4 ஆக இருக்க வேண்டும். போர்டை காணும்பொழுது குழப்பம் நீங்கி விடுகின்றது. ஏனெனில், KB4 க்கு எந்த பிஷப்பையும் நகர்த்த இயலவில்லை. ஆனால், KB1ல் இருக்கும் பிஷப்பை QB4 க்கு நகர்த்த இயலும்.
3	... B - B4	பிஷப்பை, பிஷப் B4ல் நகர்த்து என்று பொருள். மேலே உள்ளபடி எந்த B4ல் நகர்த்த வேண்டும்? QB4 இலா? அல்லது KB4 இலா? KB-1ல் இருக்கும் பிஷப்பைத்தான் QB4 க்கு நகர்த்த இயலும். QB1ல் இருக்கும் மற்ற பிஷப்பை QB4 க்கு நகர்த்த இயலாது. போர்டைக் கவனித்தால் தெளிவாகிவிடும்.
4	P - B3	வெள்ளை பானை பிஷப் 3-ல் நகர்த்து, QB-3 தான் காலியாக உள்ளது. KB3-ல் நைட் நிற்கின்றது. எனவே QB-2லிருக்கும் பானை QB-3க்கு நகர்த்த வேண்டும்.
4	... Q - B3 (?)	கருப்பே, ராணியை பிஷப் 3ல் நகர்த்து. (?) அடையாளம் ஏன் இதை நகர்த்தினாய் என்பதாகும். QB யிலா அல்லது KB யிலா என்பதைக் குறிப்பிடவில்லை. ஏனென்றால் KB தான் காலியாக உள்ளது. எனவே QB யில் நகர்த்த இயலாது.
5	P - Q4	Q ஃபைலில் 2வது ரேங்க்கிலிருக்கும் பானை அதே ஃபைலில் 4வது ரேங்க்கிற்கு நகர்த்து.
5	... P×P	பானை பானால் அடித்துவிடு, K4 கருப்பு பான், Q4 வெள்ளை பானைத்தான் அடிக்கும். பானை பானால் அடிக்கும்படியான நிலை வேறெங்கும் இல்லை.
6	P-K5	K5 க்கு செல்லக் கூடிய பான் K4ல் தான் உள்ளது.

6	... Q-N3	ராணியை KB3 யிலிருந்து KN3 க்கு நகர்த்து, QN3 க்கு செல்ல இயலாது. கருப்பை நகர்த்திய பின்பு போர்டின் நிலையை (position) படம் **49** உடன் இணைத்து (compare) சரி பார்த்துக் கொள்ளவும்.
7	P x P	QB3ல் இருக்கும் வெள்ளை பான் Q4 லிருக்கும் கருப்பு பானை அடிக்கின்றது. வேறு இடத்தில் P × P இல்லை.
7	... B-N5 ch	பிஷப்பை N5-க்கு நகர்த்தி செக் சொல்லு.
8	N - B3	QN1-ஐ QB3க்கு நகர்த்து. KB3 காலியாக இல்லாமையாலும் செக்கை பின் (மறைக்க) செய்ய வேண்டியிருப்பதாலும் QB3 க்குத்தான் நகர்த்த வேண்டுமென்பது தெளிவு.
8	... P – Q3	கருப்பே, Q2 லிருக்கும் பானை Q3 க்கு நகர்த்து.
9	0-0	வெள்ளையே, ராஜா பக்கம் கேஸ்லிங் (கோட்டை) கட்டிக் கொள்.
9	... B x N	பிஷப்பால் குதிரையை அடித்து எடுத்துவிடு QN5B×QB 6N
10	P × B	QN2P × QB3B யை அடித்து விடு. வேறெங்கும் வெள்ளை பானால் கருப்பு பிஷப்பை அடித்தெடுக்கும் நிலை காணப்படவில்லை.
10	... P × P (?)	Q3P × K5P தான் உள்ளது. வேறெங்கும் பானை பான் அடிக்கும் வாய்ப்பு காணப்படவில்லை (?) ஏன் அடித்தாய்.
11	P - Q5	Q4 லிருக்கும் பானை Q5 க்கு நகர்த்து.
11	... B - R6?	QB1 தான் KR6 க்கு வர இயலும்.
12	N-R4	KB3 யிலிருக்கும் குதிரையை KR4 க்கு நகர்த்த வேண்டும். வேறு குதிரையில்லையாதலால் பிரச்சினைக்கு இடமில்லை. N-R4 நகர்த்திய பின்பு போர்டின் நிலையை (position) படம் **50** உடன் இணைத்து (compare) சரி பார்த்துக் கொள்ளவும்.
12	... Q-K5	KN3 யிலிருக்கும் ராணியை K5 க்கு நகர்த்து
13	P×N	Q5லிருக்கும் பானால் QB6லிருக்கும் நைட்டை அடித்துவிடு
13	... Q × B	K5 லிருக்கும் ராணியால் QB5 லிருக்கும் வெள்ளை பிஷப்பை அடித்து விடு.

14	P×B KN2PX KR3B	வேறெதுவும் இதுபோல் அடிக்கும் நிலையில் இல்லை.
14	... Q x N	Q x KR5 ராணி குதிரையை அடிக்கும் நிலை எங்கும் இல்லை. எனவே, சந்தேகத்திற்கு இடமே இல்லை.
15	Q – Q 7 ch	QQ1 - Q7 செக்
15	... K-B1	KK1 - KB1
16	B - R3 +	BQB 1 - QR3 செக்
16	... N - K2	NKN1 - K2
17	P x P	PQB6 x QN7 தான் உள்ளது
17	... R - K1.R	QR1 - K1 QR ஃபைலில் ஒன்றாவது கட்டத்திலிருக்கும் ரூக்கை K ஃபைலில் ஒன்றாவது கட்டத்தில் வை.
	...	17வது மூவ் செய்தபின் போர்டின் நிலையை (position) படம் 51 உடன் இணைத்து சரிபார்த்துக்கொள்ளவும்.
18	Q × R+	Q7லிருக்கும் ராணியால் K8-ல் இருக்கும் கருப்பு ரூக்கை அடித்து செக் சொல்லு
18	... K × Q	KB1ல் இருக்கும் கருப்பு ராஜாவால் K1ல் இருக்கும் வெள்ளை ராணியை அடித்துவிடு.
19	PQN (Q) ch	QN ஃபைலில் 7வது கட்டத்திலிருக்கும் வெள்ளை பானை (PQN7-QN8) 8வது கட்டத்திற்கு நகர்த்தி ராணியாக பதவி உயர்வு அளித்து கருப்பு ராஜாவிற்கு செக் சொல்.
19	... K - Q2	K1 கட்டத்திலிருக்கும் ராஜாவை Q2 கட்டத்திற்கு நகர்த்திவிடு (KK1 - Q2)

49

படம்-49

செஸ் குறியீடுகள் (டிஸ்க்ரிப்டிவ் முறை) பாட விளக்கம்
கருப்பு ஆறாவது (6) நகர்த்தலைச் செய்த பின்பு போர்டின் நிலை.

படம்-50

செஸ் குறியீடுகள் (டிஸ்க்ரிப்டிவ் முறை) பாட விளக்கம்.

டிஸ்க்ரிப்டிவ் முறை: வெள்ளை பனிரெண்டாவது (12) நகர்த்தல் செய்தபின்பு (N-R4) போர்டின் நிலை.

20	QR - Q1 +	QR1 ரூக்கை Q1 கட்டத்திற்கு நகர்த்தி கருப்பு ராஜாவிற்கு செக் சொல்
20	... K - K3	KQ2 - K3
21	Q x R	QN ஃபைலில் 8வது கட்டத்திலிருக்கும் ராணியால் KR ஃபைலின் 8வது கட்டத்திலிருக்கும் ரூக்கை அடித்துவிடு
21	... Q x RP	கருப்பு ராணியால் (QKR5 x KR6) KR ஃபைல் 6வது கட்டத்திலிருக்கும் பானை அடித்துவிடு.
	... Q x RP	முடிந்தவுடன் போர்டின் நிலையை படம் 52 உடன் இணைத்து சரி பார்த்துக்கொள்ளவும்.
22	P - B3	PKB2 - KB3 தான் இயலும்.
22	... (Resigns)	ரிசைன்ஸ் என்றால் கருப்பு தோல்வியை ஒப்புக்கொண்டு விட்டது.

படம்-51

கருப்பு 17 (பதினேழாவது ... R - K1) வது நகர்த்தல் செய்த பின்பு போர்டின் நிலை.

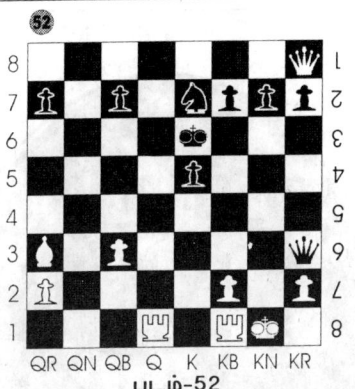

படம்-52

கருப்பு 21 (இருபத்தொன்றாவது ... Q x RP) வது நகர்த்தல் செய்த பின்பு போர்டின் நிலை.

பிரான்சு நாட்டை ஆண்ட சக்ரவர்த்தி (மாவீரன்) நெப்போலியன் ஓர் சிறந்த செஸ் விளையாட்டு வீரராக இருந்தார். அவர் **1804**-ம் ஆண்டு க்ளாரி காம்டஸ்ஸி டி ரிமுசேட் (Clarie Comtessee de Remusat) என்ற பிரெஞ்சு நாட்டின் சிறந்த செஸ் வீராங்கனையுடன் விளையாடிய பிரபல விளையாட்டு கீழே தரப்பட்டுள்ளது. நீங்களும் அதை விளையாடிப் பார்க்கலாம். அவர்கள் டிஸ்க்ரிப்டிவ் முறையிலேயே விளையாடி உள்ளனர் என்றால், இந்த முறையின் பழமை எவ்வளவு என்பதை யூகிக்கலாம்.

9. சக்ரவர்த்தி நெப்போலியனும், பிரெஞ்சு நாட்டு செஸ் வீராங்கனை க்ளாரி காம்டஸ்ஸி டி ரிமுசேட்டும் **1804**ல் விளையாடிய விளையாட்டு. (படம் **53**)

	மாமன்னர் நெப்போலியன் (வெள்ளை) The Emperor Napoleon (White)	**க்ளாரி காம்ட்டஸ்ஸி டி ரிமுசேட்** (கருப்பு) Clarie Comtessee de Remusat (Black)
1	Kt - QB3	P - K4
2	Kt - KB3	P - Q3
3	P - K4	P - KB4
4	P-KR3	P x P
5	QKt x P	Kt - QB3
6	Kt (B3) - Kt5	P - Q4
7	Q - R5 ch	P - KKt3
8	Q - B3	Kt - R3
9	Kt - B6 ch	K - K2
10	Kt x Qp ch	K - Q3
11	Kt-K4 ch	K x Kt
12.	B - B4 ch	K x B
13	Q - Kt3 ch	K - Q5
14	Q - Q3	Check-mate

படம்-53

மாமன்னன் (சக்ரவர்த்தி) நெப்போலியனும், பிரான்ஸ் நாட்டின் தலை சிறந்த செஸ் விளையாட்டு வீராங்கனை க்ளாரி காம்டஸ்ஸி-டி-ரிமுசேட் என்ற பெண்மணியும் 1804-ல் பிரெஞ்சு அரண்மனையில் செஸ் விளையாடும் காட்சி (புகைப்படம்) இவ்வீராங்கனை மகாராணி ஜோசபின்னால் அழைக்கப்பட்டவர். (டிஸ்க்ரிப்டிவ் முறையில்தான் விளையாடினர் என்பது கவனிக்கத் தக்கது)

ஃபோர்சித் முறை (Forsyth System)

11. இடது கைப்பக்கம் மேல்முனை வெள்ளை கட்டம் 1ல் (போர்டில்) தொடங்கி, வலது கை கீழ்முனை கட்டம் 64ல் முடிவடையும் என்பதனை அறிந்தோம். 8ன் கீழ்கட்டம் 16. 16ன் கீழ்கட்டம் 24, 24ன் கீழ்கட்டம் 32. 32ன் கீழ்கட்டம், 40, 40ன் கீழ் கட்டம் 48. 48ன் கீழ்கட்டம் 56. 56ன் கீழ்கட்டம் 64 ஆகும். படம் 54 / 55ஐ பார்க்கவும்.

12. அல்ஜிப்ரிக் முறை, டிஸ்க்ரிப்டிவ் முறை, ஃபோர்சித் முறை, தமிழ் முறை, இவைகளின் ஒன்றுக்கொன்று இணையான செஸ் குறியீடுகள், கட்டங்கள் அட்டவனை-1ல் தரப்பட்டுள்ளது காண்க.

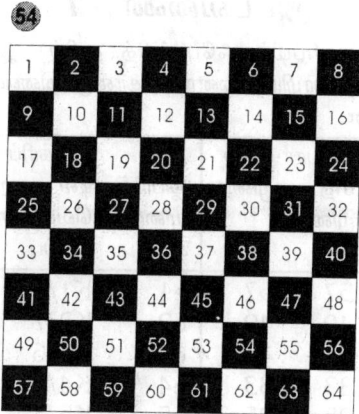

54

படம்-54

மேலே காணப்படுவது ஃபோர்சித் முறை-I (Forsyth-I) ன்படி உள்ள செஸ் போர்டு ஆகும். இதில் 1 முதல் 64 வரை எழுதப்பட்டிருக்காது. ஆனால், எழுதியிருப்பதாக மனதில் கணக்கிட்டுக்கொள்ளுதல் வேண்டும். எவ்வித குறியீடுகளும் இருக்காது.

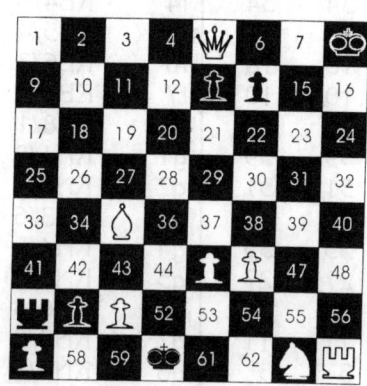

55

படம்-55

ஃபோர்சித் முறை II-ன்படி ஒரு விளையாட்டு முடிவடையாது விட்டுச் செல்லும்பொழுது மொத்தக் காலி கட்டங்களையும், காய்கள் இருக்கும் கட்டங்களையும் பெரிய (வெள்ளைக்கு) சிறிய (கருப்பிற்கு) ஆங்கில எழுத்துக் களால் குறிப்படுவர். உ-ம். 4 Q2k/4/pp2/16/2B5/4PP2/rpP5/P2K2NR.

அட்டவணை - 1

அல்ஜிப்ரிக், டிஸ்க்ரிப்டிவ், ஃபோர்சித், தமிழ் - இந்த நான்கு செஸ் குறியீடுகளுக்கு செஸ் மொழியில் ஒன்றுக்கொன்று இணையானவைகள் கீழே கொடுக்கப்பட்டுள்ளன.

அல் ஜிப்ரிக் முறை	டிஸ்க்ரிப் டிவ் முறை வெள்ளை/ கருப்பு	ஃபோர் சித் முறை	தமிழ் முறை	அல் ஜிப்ரிக் முறை	டிஸ்க்ரிப் டிவ் முறை வெள்ளை/ கருப்பு	ஃபோர் சித் முறை	தமிழ் முறை
a1	QR1/8	57	57	e1	K1/8	61	61
a2	QR2/7	49	49	e2	K2/7	53	53
a3	QR3/6	41	41	e3	K3/6	45	45
a4	QR4/5	33	33	e4	K4/5	37	37
a5	QR5/4	25	25	e5	K5/4	29	29
a6	QR6/3	17	17	e6	K6/3	21	21
a7	QR7/2	9	9	e7	K7/2	13	13
a8	QR8/1	1	1	e8	K8/1	5	5
b1	QN1/8	58	58	f1	KB1/8	62	62
b2	QN2/7	50	50	f2	KB2/7	54	54
b3	QN3/6	42	42	f3	KB3/6	46	46
b4	QN4/5	34	34	f4	KB4/5	38	38
b5	QN5/4	26	26	f5	KB5/4	30	30
b6	QN6/3	18	18	f6	KB6/3	22	22
b7	QN7/2	10	10	f7	KB7/2	14	14
b8	QN8/1	2	2	f8	KB8/1	6	6
c1	QB1/8	59	59	g1	KN1/8	63	63
c2	QB2/7	51	51	g2	KN2/7	55	55
c3	QB3/6	43	43	g3	KN3/6	47	47
c4	QB4/5	35	35	g4	KN4/5	39	39
c5	QB5/4	27	27	g5	KN5/4	31	31
c6	QB6/3	19	19	g6	KN6/3	23	23
c7	QB7/2	11	11	g7	KN7/2	15	15
c8	QB8/1	3	3	g8	KN8/1	7	7
d1	Q1/8	60	60	h1	KR1/8	64	64
d2	Q2/7	52	52	h2	KR2/7	56	56
d3	Q3/6	44	44	h3	KR3/6	48	48
d4	Q4/5	36	36	h4	KR4/5	40	40
d5	Q5/4	28	28	h5	KR5/4	32	32
d6	Q6/3	20	20	h6	KR6/3	24	24
d7	Q7/2	12	12	h7	KR7/2	16	16
d8	Q8/1	4	-4-	h8	KR8/1	8	8

K	K	K/k ராஜா
Q	Q	Q/n மந்திரி (ராணி)
B	B	R/r யானை (ரூக்)
Kt	Kt	KT/kt } குதிரை (நைட்)
N	N	N/n
P	P	P/p சிப்பாய் பான்
–	–	இல்லை. நகர்த்து (மூவ்)
×	×	இல்லை. எடு அடி (டேக்ஸ்)
e.p	e.p	இல்லை. பொருந்தா நிலை (என்-பேசன்ட்)
/	/	இல்லை. அக் காயினால் இல்லை, இக் காயினால்தான்
( )	( )	இல்லை. ( ) மாறியது becomes
0-0	0-0	இல்லை. ராஜா கோட்டை
0-0-0	0-0-0	இல்லை. ராணி கோட்டை
+ ch	+ ch	இல்லை. ராஜாவைக் காப்பாற்றிக்கொள்
db ch	db ch	இல்லை. இரண்டு காய்களிடமிருந்து ராஜாவைக் காப்பாற்றிக்கொள்
dis ch	dis ch	இல்லை. மாற்றுக்காய் செக் (ஒரு காய் விலகியதும் அடுத்த காய் ராஜாவை அடிக்கிறது. எனவே, காப்பாற்றிக்கொள்)
...	...	கருப்புக் காயின் விளையாட்டு
!	!	நல்ல நகர்த்தல்
!!	!!	மிக நல்ல நகர்த்தல்
(?)	(?)	ஏன் நகர்த்தினாய் ?
?	?	மோசமான நகர்த்தல்
??	??	மிக மோசமான நகர்த்தல்
+	+ }	விளையாட்டு முடிந்துவிட்டது (செக் மேட்)
+	+	
e2	KP	இல்லை. ராஜாவின் சிப்பாய் (பான்)
f2	KBP	இல்லை. ராஜாவின் ரதத்தின் (பிஷப்) முன் உள்ள சிப்பாய் (பான்)
g2	KNP	இல்லை. ராஜாவின் குதிரையின்முன் உள்ள சிப்பாய் (பான்)
h2	KRP	இல்லை. ராஜாவின் யானையின் (ரூக்கின்)முன் உள்ள சிப்பாய் (பான்)
d2	QP	இல்லை. மந்திரி (ராணி) யின் சிப்பாய்
c2	QBP	இல்லை. மந்திரி (ராணி)யின் ரதத்தின் (பிஷப்பின்) சிப்பாய் (பான்)

b2	QNP	இல்லை. மந்திரியின் (ராணியின்) பான் குதிரையின் (நைட்) சிப்பாய்
a2	QRP	இல்லை. மந்திரியின் (ராணி) யானையின் (ரூக்) சிப்பாய் (பான்).

வினாக்களுக்கு விடையளிக்கவும் (அல்ஜிப்ரிக் முறை)

1. செஸ் குறியீடுகளைப் (Symbol of Chess Notations) பற்றி ஏன் படிக்க வேண்டும்? 10
2. அல்ஜிப்ரிக் முறையில் கட்டங்களின் பெயரை எழுதுக. 10
3. கீழ்க்கண்ட செஸ் குறியீடுகள் எதனைக் குறிக்கின்றன? 10
    - (a) /
    - (b) +
    - (c) !!
    - (d) ?
    - (e) −
    - (f) B
    - (g) 0-0-0
    - (h) e.p
    - (j) P x P
    - (k) db ch
4. கீழ்க்கண்ட (மூவ்) நகர்த்துதல்களை விரிவுபடுத்து:- 10
    - (a) ... Nf6
    - (b) C4
    - (c) C x d5
    - (d) ... Bg7
    - (e) 0-0
    - (f) Bb5 +
    - (g) R/4 e1
    - (h) Bc 3 - g7
    - (j) c5
    - (k) ... 6
5. செஸ் குறியீடுகள் டிஸ்க்ரிப்டிவ் முறை (descriptive notation) பற்றிய ஒரு குறிப்பு வரைக. 5
6. கீழ்க்கண்ட டிஸ்க்ரிப்டிவ் குறியீடுகளை விரிவுபடுத்து. 10
    - (a) KB
    - (b) QN
    - (c) ... QR
    - (d) Kt - KB3
    - (e) P - B3
    - (f) ?
    - (g) PK4
    - (h) N - QB3
    - (i) ... B - B4
    - (j) (?)
7. கீழ்க்கண்ட குறிப்பை ஃபோர்சித் முறை II-ன்படி விளக்கி எழுதுக. 10
   r3q1k1/pbp2p1p/2p2p2/16/p1N5/1PP2PPP/3Q2K1
8. கீழ்க்கண்ட விளையாட்டுக்களை டிஸ்க்ரிப்டிவ் முறையிலிருந்து அல்ஜிப்ரிக் முறையில் மாற்றுக. (விளையாடியும் பார்க்கவும்)
   1. சென்டர் கவுண்டர் கேம் (Center Counter Game)

1	P-K4	... PQ4	2	P x P		... Q x P
3	N-QB3	... Q-QR4	4	P-Q4		... P-K4
5	P x P	... Q x P +	6	B-K2		... B-QN5
7	B-Q2	... N-KB 3	8	N-B3		... Q-K2

9	0-0	... 0-0	10	R-K1	... N-B3
11	P-QR3	... B-Q3	12	B-KN5	... Q-Q1
13	B-N5	... B-K2	14	B x QN	... P x B
15	N-K5	... B-N2	16	N-Q7	... R-K1
17	B x N	... B x B	18	RxRch	... Q x R
19	N x B+	... P x N	20	Q-Q4	... Q-K4
21	R-Q1	... R-K1	22	Q x Q!	... R x Q
23	P-R3	... R-K2	24	N-R4!	... B-R3
25	P-QN3	... B-K7	26	R-Q2	... K-N2
27	P-KB3	... B-N4	28	N-B5	... R-K4
29	N-Q7	... R-K8 ch	30	K-B2	... R-B8+
31	K-N3	... B-R3	32	N-B3	... B-B1
33	K-B4	... R-K8	34	N-K4	... B-K3
35	N-N3	... R-QR8 (?)	36	N-R5+	... K-N3
37	P-KN4	... R x P	38	R-Q8	... R-R7
39	R-N8ch	... K-R3	40	N x P	... Resigns

பிரஞ்சு டிபன்ஸ் க்ளாசிகல் வர்ஷன்
French Defence Classical Version

1	P-K4	... P-K3	2	P-Q4	... P-Q4
3	N-QB3	... N-KB3	4	B-N5	... B-K2
5	P-K5	... KN-Q2	6	B×B	... Q×B
7	Q-Q2	... 0-0	8	P-B4	... P-QB4
9	N-B3	... N-QB3	10	P-KN3	... P×P ?
11	NxP	... N×N	12	Q×N	... Q-B4
13	QxQ	... N×Q	14	N-N5	... P-QN3
15	0-0-0	... N-K5	16	R-N1	... P-QR3
17	N-Q4	... B-N2	18	B-Q3	... N-B7
19	R-Q2	... N×BCh	20	R×N	... KR-B1
21	K-Q2	... K-B1	22	P-KN4	... R-B2 (?)
23	R-KR3	... K-N1	24	R/N1-N3	... P-N3?
25	R-R6	... K-N2	26	R/3-KR3	... R-R1
27	P-B5!	... B-B1	28	P-B6ch	... K-N1
29	P-N3	... B-N2	30	N-B3	... Resigns

பாடம் - 10

திறப்புகள் (Openings)

1. ஆட்டம் துவங்குவதற்காக போர்டில் காய்களை அடுக்கி, யாருக்கு வெள்ளைக் காய்கள் என்பதும் தீர்மானிக்கப்பட்டாகிவிட்டது. இப்பொழுது காய்களை நகர்த்த வேண்டும். பான்களில் ஏதாவதொன்றை அல்லது குதிரைகளிலொன்றைத்தான் நகர்த்த இயலும். வேறு காய்களை நகர்த்த இயலாது. எனவே, ஆரம்ப நிலையில் **6** (ஆறு) முக்கிய காய்கள் அடைபட்டு கிடக்கின்றன. அவைகளுக்கு வழி திறக்கப்பட வேண்டும். ஆரம்ப நிலையிலேயே நிதானமாக யோசித்து விளையாடினால்தான், தொடர்ச்சியாக ஒவ்வொரு ஆட்டமும் பயனுள்ளதாகச் (advantage) செல்லும், வெற்றியும் கிடைக்கும். காய்களை நகர்த்துவோம்.

ரூக்கிற்கு முன்னால் இருக்கும் பானை நகர்த்துவதால் ஒரே ஒரு கட்டம்தான் திறக்கும். அதில் ரூக் மட்டும் ஒரு கட்டம்தான் நகர இயலும். எனவே, இது நல்ல தொடக்கம் அல்ல. நைட் (குதிரை)க்கு முன்னால் இருக்கும் பானை நகர்த்தினால் பிஷப் இரண்டு கட்டம் சென்று போர்டின் இறுதியை அடைந்துவிடும். பிஷப்பிற்கு முன்னால் இருக்கும் பானை நகர்த்தினால் ராணி மூன்று கட்டங்கள் சென்று போர்டின் இறுதியை அடைந்துவிடும். அல்லது ராஜா ஒரே ஒரு கட்டம் மட்டும் செல்லும். எனவே, இதுவும் அவ்வளவு சிறந்த நகர்த்தல் இல்லை.

ராஜாவின் முன்னால் இருக்கும் பானை நகர்த்துவோமேயானால் ராணிக்கு **4** கட்டமும், பிஷப்பிற்கு **6** கட்டமும் வழி திறக்கிறது. அதேபோல் ராணியின் முன்பு இருக்கும் பானை நகர்த்தினால் ராஜாவிற்கும் பிஷப்பிற்கும் வழி திறக்கிறது. எனவே, ராஜாவின், ராணியின்முன் நிற்கும் பான்களை நகர்த்துவது மிகச் சிறந்த / சிறந்த நகர்த்துதல்கள் ஆகும். ஏனெனில், இரண்டே நகர்வுகளில் ராஜா, ராணி, இரண்டு பிஷப்புகளுக்கு வழி திறக்கப்பட்டுவிட்டது. நைட் (குதிரை) இரண்டிற்கு வழி திறக்க வேண்டியதில்லை. ஏனெனில், அவைகளுக்கு காய்களைத் தாண்டும் உரிமை உண்டு. வழி கிடைக்காமல் இருப்பது இரண்டு ரூக்குகள் மட்டுமே, அவைகள் நிற்கும் கட்டங்களில் (Vertical) முழுமையாகச் செல்ல வழி வகுக்க இயலாது. எனவே, ஏதாவதொரு பக்கம் பிஷப், நைட் இவைகளை நகர்த்தி காலி செய்துவிட்டு கேஸ்லிங் (Castlings) செய்வதே சிறந்த நகர்த்துதல்கள் ஆகும். எனவே, நான்கே நகர்த்துதல்களில் ஏழு காய்களுக்கு வழி திறக்கப்பட்டு விட்டது. ஆறே நகர்த்துதல்களில் எல்லா காய்களுக்கும் போக்குவரத்து ஏற்பட்டுவிடும், அத்துடன் வெற்றி-தோல்விக்கான போர் நடக்கும். நடுவிலுள்ள நான்கு கட்டங்களை கண்காணிக்க (d4 d5 e4 e5) வும் செய்கின்றன.

ஒரு ஆட்டத்தின் வெற்றி-தோல்வி நாம் செய்யும் சிறப்பான துவக்க ஆட்டத்தின் அடிப்படையில் அமைகின்றன. துவக்கத்தில் நிகழும் சிறு

தவறு கூட தோல்வி முகத்தினை ஏற்படுத்திவிடும். உதாரணமாக, ராஜா அல்லது ராணியின் முன்புள்ள பான்களில் ஒன்றை ஓப்பனிங்ஸில் நகர்த்தாவிடில் இறுதி ஆட்டத்தில் சிக்கிக்கொள்ளும். அதை வெளியே எடுக்க பல நகர்வுகளை விரையமாக்க நேரிடும். பெரும்பாலும் தோல்வியே. ஏனெனில், நமது காயை, நமது மற்றொரு காயே தடுத்து எதிரியின் காய்களுக்கு வழி வகுத்துவிடும்.

2. எனவே, ஆட்டத்தின் ஆரம்ப நிலையில் நகர்த்தப்படும் சில நகர்த்துதல்களுக்கு **ஓப்பனிங்ஸ்** என்று பெயர். ஆரம்பத்தில் செய்யப்படும் ஒவ்வொரு நகர்த்தலிலும் விளையாட்டு வீரர்கள் தங்கள் காய்களுக்கு மிகக் குறைந்த நகர்த்தலில் வழி வகுத்துக் கொடுப்பதோடு அவைகளை வைக்கும் கட்டமும் நல்ல கட்டமாக இருக்க வேண்டும். நல்ல கட்டமென்றால் வைக்கும் கட்டம் தனது காய்களுக்கு வழிகளை அடைப்பதாக இருக்கக் கூடாது. முக்கிய கட்டங்களாகிய (d4 d5 e4 e5) மத்திய கட்டங்களை கண்காணிப்பதாக இருக்க வேண்டும். உதாரணமாக, ராஜாவை கேஸ்லிங் (Castlings) செய்யாது e2 வில் வைத்துவிட்டால் ராணிக்கும், ஒரு பிஷப்புக்கும் வழி அடைத்துவிடும். நைட்டை a3 a6 யிலோ அல்லது h3 h6 யிலோ வைத்துவிட்டால் அவைகள் மத்திய கட்டங்களை கண்காணிக்க இயலாது. மேலும், முன்னேறவும் முடியாது. ஏனெனில், ஆரம்ப நிலையில் எதிரியின் பான்கள் தகுந்த துணையுடன் (Support) இருக்கும். ஆபத்து உருவானால், பின்னோக்கி வர கட்டங்கள் கிடைக்காமலும் போகலாம்.

3. எந்த ஒரு விளையாட்டு வீரர் துவக்கத்தில் தனது காய்களை மிகக் குறைந்த நகர்த்தலில், எல்லா காய்களுக்கும் போக்குவரத்தை ஏற்படுத்தி காய்களை நல்ல கட்டங்கள் பார்த்து வைக்கின்றாரோ, அவரே முக்கிய மத்திய கட்டங்களின் மீது ஆதிக்கம் செலுத்த இயலும். அதோடு ஆரம்ப நிலையிலேயே சிக்கலின்றி ஒவ்வொரு நகர்த்தலிலும் இறுதிவரை லாபத்துடன் (advantage) வெற்றி நடைபோட்டு முன்னேற இயலும். வெற்றியும் நிச்சயம் அடைய இயலும். சிறந்த விளையாட்டு வீரர்களும், உலக சாம்பியன்களும் ஒரு காயையோ, பானையோ மூலையில் ஏற்றி - முதல் ஆட்டத்தில் இது இக்கட்டத்தில் நகர்த்தப்பட்டால், அது ஒவ்வொரு ஆட்டத்திலும் எங்கு செல்லும், எங்கு தள்ளப்படும், போர்டில் எத்தனை ஆட்டம் நிலைக்கும் அல்லது எப்பொழுது அடிபடும், எத்தனை காயை அடிக்கும் என்று சிந்திக்கின்றனர். இதுபோன்று, ஒவ்வொரு காய்க்கும் தனித்தனியாகவும், இணைத்தும் சிந்திக்கின்றனர். மிக அதிகமாக சிந்தித்து சிந்தித்து ஒரு தெளிவான வழியை ஏற்படுத்திக்கொள்கின்றனர். இவ்வாறு, சிந்தித்து ஏற்படுத்தப்பட்ட வழிகளுக்கு 'ஓப்பனிங் சிஸ்டம்' அல்லது 'ஓப்பனிங்ஸ்' என்று பெயர். இதற்காக, குறிப்பாக–அமெரிக்க, ஐரோப்பிய, கம்யூனிஸ்ட் நாடுகளில் பெரிய, பெரிய புத்தகங்கள் ஏராளமாக (பெரும்பாலும் டிஸ்க்ரிப்டிவ் முறையில்) வெளியாகி விற்பனையாகின்றன. நீங்களும் ஓப்பனிங்ஸ் பற்றி சிந்தித்து அதற்கான வழிகளை வகுத்து

புத்தகங்கள் எழுதலாம். ஏராளமான வழிகள் திறக்கும். ஓப்பனிங்ஸை நன்கு கற்று, அதிகமாக முடிவுடன் இணைத்து மேற்கூறிய முறையில் சிந்தித்தால் மிக நன்றாக செஸ் விளையாட வரும். அதற்கு ஓர் ஆரம்ப நிலையாக கீழ்க்கண்டவைகளை ஞாபகத்தில் நிலை நிறுத்திக்கொள்ளுங்கள். இவைகள் உங்கள் சிந்தனைக்கும், நடைமுறை விளையாட்டிற்கும் கணித்து எழுதப்பட்ட தலைப்புகள் அல்லது குறிப்பாக எடுத்துக்கொள்ளுங்கள். மிகவும் பயனுள்ளவைகளாகும்.

(க) முதல் ஆட்டத்தில் ராஜா அல்லது ராணியின்முன் நிற்கும் பானை நகர்த்துங்கள். ஓப்பனிங்ஸிலேயே அல்லது நைட்டை நகர்த்தியபின் இரண்டு பான்களையும், கண்டிப்பாக நகர்த்தி விடுங்கள்.

(கா) பிஷப்பையும், குதிரை (நைட்) யையும் நல்ல கட்டங்களாக தேர்ந்தெடுத்து வையுங்கள். அங்கிருந்து அவைகள் அதிக அளவிலான கட்டங்களுக்குச் செல்லக் கூடியதாக இருக்க வேண்டும். உதாரணமாக, நைட்டை a3 h3, அதற்கிணையாக கருப்பு a6 h6ல் வைக்கக் கூடாது.

(கி) ஓப்பனிங்ஸ் முடிந்தவுடன், சில நகர்வுகளிலேயே கேஸ்லிங் செய்து விடுங்கள். உடன் என்று குறிப்பிடாது சில நகர்வுகள் என்று ஏன் குறிப்பிடப்பட்டது என்றால், சில சமயம் எதிரி ஓப்பனிங்ஸிலேயே குதிரையைக் கொடுத்து குதிரையையோ, அல்லது பானைக் கொடுத்து பானையோ பரிமாற்றம் செய்து (Exchange) எடுத்துவிடுவார்.

(கீ) ஒரு ரூக்கிற்கு கேஸ்லிங்கினால் வழி வகுக்கப்பட்டுவிடும். மற்ற ரூக்கிற்கும் படுக்கைக் கட்டங்களில் (ஆரம்ப நிலையில்) வழி வகுத்துக் கொடுங்கள்.

(கு) காய்கள் ஒன்றுக்கொன்று பாதுகாப்பாக (சப்போர்ட்டாக) உள்ளதா என்பதனையும், ஒன்றின் வழியை மற்றொன்று அடைக்கவில்லை என்பதனையும் நிச்சயம் செய்துகொள்ளுங்கள்.

(கூ) ராணியை விரைவில் அதிகமாக வெளியில் கொண்டு வராதீர்கள். காய்கள் ஆரம்ப நிலையில் அதிகம் இருப்பதால், தடைகள் இல்லாமல் (Free) நகர கட்டங்கள் குறைவாக இருப்பதால் எதிரியின் தாக்குதலுக்கு இலக்காகிவிடும். (ஒவ்வொரு நகர்த்துதலும் பயனுள்ளதாக இருக்கவேண்டும் என்பது வெற்றிக்குறிய கண்டிப்பான விஷயம் ஆகும்).

4. **படம் 56ஐக் கவனிக்கவும்.** இதில் இரண்டு பக்க ஆட்டக்காரர்களும் மூன்று நகர்த்தல்கள் செய்துள்ளனர். அம் மூன்று நகர்த்துதல்களிலும் வெள்ளை, ராஜாவின் பான், ராஜாவின் குதிரை, ராஜாவின் பிஷப்பை நகர்த்தியுள்ளார். கருப்பு, ராஜாவின் பான், ராஜாவின் பிஷப், ராணியின்குதிரையை நகர்த்தியுள்ளார். இவ்வாறு, மூன்று நகர்த்தல்களில்

56

படம்-56

குய்யுவோகோ பியானோ ஒப்பனிங்ஸில் (Giuoco Piano) இருவரும் தலா மூன்று நகர்த்துதல்கள் செய்தபின்பு போர்டின் நிலை.

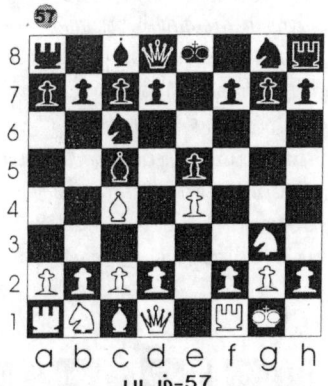

57

படம்-57

வெள்ளை ராஜா பக்கம் கோட்டை கட்டிக் கொண்டார். இதைவிடக் குறைந்த மூவில் (கேஸ்ட்லிங்) கோட்டை கட்டிக்கொள்ள இயலாது.

இருவரும் ராஜாவின் பானையும், பிஷப்பையும் நகர்த்தியுள்ளனர். அத்துடன் வெள்ளை, ராஜாவின் நைட்டையும் நகர்த்தியுள்ளார். ஆக, ஆறு நகர்த்தல்களில் ஐந்து நகர்த்தல்கள் ராஜா பக்கம் உள்ள காயாக உள்ளது. எனவே, இது ராஜா பக்க ஓப்பனிங்ஸ் (King's side openings) என்று கூறப்படுகின்றது. ஐந்து காய்கள் கூட கிங்ஸ் சைட் ஓப்பனிங்ஸ் என்று கூறுவதற்கு தேவையில்லை. இருவரும் ராஜாவின் பானை ஓப்பன் செய்திருந்தமையே ராஜா பக்க ஓப்பனிங்ஸ் என்று கூறுவதற்குப் போதுமானதாகும். இந்த ஓப்பனிங்ஸ்ஸிற்கு. குய்யுவோகோ பியானோ அல்லது ஜுய்யு ஓகோ பியானோ (Giuoco Piano) என்பது பெயராகும். குய்யுவோகோ பியானோ என்றால் அமைதியான விளையாட்டு என்று இத்தாலிய மொழியில் பொருளாகும். இது இத்தாலியர்களால் முறையாக, பல்லாண்டுகளாக விளையாடப்பட்டு வரும் ஓர் சிறப்பு ஓப்பனிங்ஸ் ஆகும்.

இந்த ஓப்பனிங்ஸ் அதிக சிக்கல், தடைகள் இல்லாத விருவிருப்பான விளையாட்டைத் தருவதாகும். படம் 57ஐ காணவும். அதில் வெள்ளை, தனது 4-வது நகர்விலேயே ராஜா பக்க கேஸ்லிங் செய்து கொள்கிறார். (King's side castled) இதைவிட குறைந்த நகர்த்தலில் கேஸ்லிங் செய்ய இயலாது என்பது குறிப்பிடத்தக்கது.

5. படம் 58ஐப் பாருங்கள். வெள்ளைக் காயை வைத்து விளையாடுபவர் ராணியின் பக்கம் இரண்டு நகர்த்துதல்களைச் செய்துள்ளார். (d2-d4) (c2-c4) இது ராணியின் பக்க திறப்பு ஆகும். (Queen's side openings) கருப்பு ஒரு நகர்த்தல் நகர்த்தியுள்ளார். (... d7-d5) கருப்புக் காயை வைத்து விளையாடுபவர் இந்த க்வீன்ஸ் கேம்பிட்டை (Queen's Gambit) ஏற்றுக் கொண்டிருப்பாரேயானால் ஒரு பான் ஜெயித்திருப்பார் (one pawn up). ஆனால், அதற்காக ஒரு நகர்த்தல் (move) செலவு செய்திருக்க வேண்டும். அந்த நகர்வு வேறு காய்களை வெளிக்கொண்டு வர உபயோகித்திருக்கலாம் - உபயோகிக்கலாம். இந்த ஒரு நகர்த்தல் விளையாட்டை பெரும் சிக்கலில் ஆழ்த்தி எங்கோ கொண்டுபோய் தோல்வியில் முடியலாம். எனவே, ஓப்பனிங்ஸில் அதிகம் சிந்திக்க வேண்டும். வெள்ளை, நகர்த்துதல்களை விரையமின்றி நகர்த்தி நடுக் கட்டங்களில் அதிக ஆதிக்கம் பெறுகின்றார்.

6. வெள்ளையின் பானை, அவர் அடிப்பதற்கு கருப்பிற்குக் கொடுத்தும் அதை ஏற்றுக்கொள்ளாது வேறு காயை நகர்த்தியதனால் (Bc8 - f5) (படம் - 59) அவர் பல பிரச்சினைகளுக்கு உள்ளாகிவிட்டார். எனவே, அவர் வேறு ஏதாவது செய்தாக வேண்டும். அதற்கு பல நகர்வுகள் லாபமின்றி விரையமாகும். எனவே, ஓப்பனிங்ஸில் சிந்திப்பது அவசியம்.

58

படம்-58

க்வீன்ஸ் கேம்பிட் (Queens Gambit) என்னும் ஓப்பனிங்ஸில் ராணியின் பக்கம் இரண்டு பான்களை, வெள்ளை நகர்த்தியுள்ளார்.

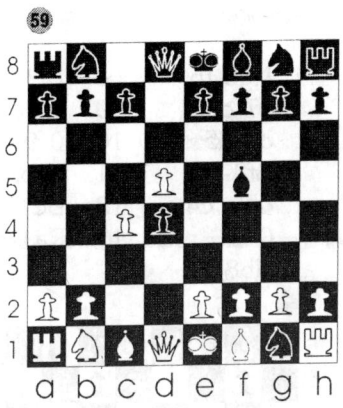

59

படம்-59

படம் 58-ல் வெள்ளை ஆடிய க்வீன்ஸ் கேம்பிட் (Queen's Gambit)ஐ கருப்பு ஏற்றுக்கொள்ளவில்லை. தனது பிஷப்பை வெளியே கொண்டு வந்துவிட்டார். (Bc8 - f5)

7. படம் **60**ஐக் கவனிக்கவும். இதற்கு **சிசிலியன் டிஃபன்ஸ்** (Sicilian defence) என்று பெயர்.

ஆறுக்கு மூன்றே நகர்த்தலில் துவக்கத்திலேயே எல்லா காய்களும் நகர வழி செய்துவிட்டனர். இதன் குறிக்கோள் (aim) ஒரு முனையிலிருந்து (வெள்ளை) (a1) பக்கமிருந்து (h8) பக்கமும், கருப்பு (h1) பக்கமிருந்து (a8) பக்கம் தாக்குவதற்கான முன்னேற்பாடு ஆகும். இதில் பெரும்பாலும் நடுக்கள விளையாட்டில் அதிகம் யோசிக்கப்பட வேண்டியிருப்பதால் காய்களை கொடுத்துக் காய்களை எடுத்துவிடுவர். பல சமயங்களில் யார் முந்துகின்றார்களோ, அவர்கள் ஒரு காய் லாபத்துடன் இருப்பர். அதிக மதிப்புள்ள காய்களான ராணி, ரூக் போன்றவைகளைக் கூட மரிமாற்றம் மூலம் எடுத்து விடுவர். ஒவ்வொரு நகர்த்தலிலும் அதிக கவனம் தேவை. இல்லையேல் மூலையில் புகுந்து இடைவிடாமல் செக் சொல்லி மடக்கியே விடுவர்.

8. படம் **61**ஐக் கவனியுங்கள். இதற்கு **குரூயன் ஃபெல்டு** (Gruenfeld Defence) டிஃபன்ஸ் என்று பெயர். இது சோவியத் செஸ் கோட்பாட்டாளர் (Theoreticians) களால் உருவாக்கப்பட்ட துவக்க நிலையாகும். தலா இரண்டு பான்களை இழந்துள்ளனர். இருவரும் கேஸ்லிங் செய்து கொண்டுவிட்டனர். கடைசி கட்டங்களான **1**-வது **8**-வது ரேங்க்குகளில் சக்தி வாய்ந்ததாகவும், சக்தியுடன் தாக்குவதற்கு ஏதுவாகவும் நிற்கின்றன. காய்கள் ஒன்றுக்கொன்று ஆதரவாக உள்ளன. சிறப்பான முறையில் வழிகள் திறக்கப்பட்டுள்ளன. நகர்த்துதல்கள் வீணாக்கப்படவில்லை. **13** நகர்த்தலில் நாம் சுயமாக யோசித்து இவ்வாறு காய்களை வைக்க பல ஆண்டுகள் அனுபவம் தேவைப்படலாம். இதில் உள்ள கவனிக்க வேண்டிய விஷயம் என்னவென்றால், ஒவ்வொரு காயும், இறுதி வரை அதன் நடவடிக்கையும் கணிக்கப்பட்டுள்ளது. இச் சிறப்பான விளையாட்டை நாமும்

மனப்பாடம் செய்துகொள்ளலாம். மேலே கூறப்பட்ட அந்த *13* நகர்த்துதல்கள் பின் வருமாறு:

1. d2-d4 ... Ng8-f6
2. c2-c4 ... g7-g6
3. Nb1-c3 ... d7-d5
4. Ng1-f3 ... Bf8-g7
5. Qd1-b3 ... d5 x c4
6. Qb3 x c4 ... 0-0
7. e2-e4 ... Nb8-a6
8. Bf1-e2 ... c7-c5
9. d4-d5 ... e7-e6
10. 0-0 ... e6 x d5
11. e4 x d5 ... Bc8-f5
12. Bc1-f4 ... Rf8-e8
13. Ra1-d1.

படம்-60

சிறப்பு ஓப்பனிங்ஸ் சிசிலியன் டிஃபன்ஸ் (Sicilian Defence) தலா மூன்று நகர்த்தலில் காய்களுக்கு வழி திறக்கப்பட்டுவிட்டது.

படம்-61

சிறப்பு ஓப்பனிங்ஸ் (Gruenfeld) குருயன் ஃபெல்டு டிபன்ஸ். 13 நகர்த்துதல்களில் வழி திறக்கப்பட்டுவிட்டது. இருவரும் கேஸ்லிங் செய்து கொண்டனர். காய்கள் ஒன்றுக்கொன்று ஆதரவாக உள்ளன. ஒன்றுக்கொன்று வழியில் இடைஞ்சல் செய்யவில்லை.

செஸ் விளையாட்டில் 100க்கு மேற்பட்ட ஓப்பனிங்ஸ்கள் உள்ளன. அவற்றில் 50-60 ஓப்பனிங்ஸ்களே நடைமுறையில் விளையாடப்படுகின்றன. உலக செஸ் கிங் போட்டி, உலக செஸ் சாம்பியன் போட்டி அமெரிக்கா, ரஷ்யாவிற்கு சவால் செய்து இரண்டாம் உலகப் போரின்போது ரேடியோ வாயிலாக விளையாடிய செஸ் போட்டிகள், பல நூற்றாண்டுகளாக அனேகரால் விளையாடப்பட்டு விளையாட்டுகளில் ஆடின முறைகள், போட்டி நடந்த ஊர்கள், ஆடியவர்களின் பெயர்கள் ஆகியவற்றின் அடிப்படையில் ஓப்பனிங்ஸின் (தலைப்புகள்) பெயர்கள் உள்ளன. நாட்டின் பெயராலும் உள்ளன. பெரும்பாலான ஓப்பனிங்ஸ்களில், அடிப்படையில் அனேக வித்தியாசங்கள் இருக்கும். சிலவற்றில் ஆரம்ப நிலையில் ஒன்றுபோல் தெரியும். ஆனால், முழு விளையாட்டையும் அதாவது, எல்லா காய்களின் எல்லா நகர்த்துதல்களையும் இணைத்து (செஸ் வல்லுனர்கள் அவ்வாறே சிந்திக்கின்றனர்). சிந்திக்கும்பொழுது அதன் வித்தியாசங்கள் புலப்படும். ஓப்பனிங்ஸ்களைத் தெரிந்து வைத்திருப்பது, செஸ் விளையாட்டில் தவிர்க்க இயலாத ஒன்று.

சில ஓப்பனிங்ஸின் பெயர்கள் கீழே கொடுக்கப்பட்டுள்ளன.

1. அலெக் கெய்ன் டிஃபன்ஸ்
2. பர்ட் (Bird) ஓப்பனிங்
3. காரோ-கான் டிஃபன்ஸ்
4. இங்கிலீஷ் ஓப்பனிங்
5. கேடலான் (Catalan) ஓப்பனிங்
6. ஃப்ரென்ச் (French) ஓப்பனிங்
7. குரூயன்ஃபெல்டு டிஃபன்ஸ் (Gruenfeld)
8. இண்டியா டிஃபன்ஸ்
9. கிங்ஸ் இண்டியா டிஃபன்ஸ்
10. மாடர்ன் பினோனி (Modern Benoni)
11. நிம்சோ (Nimzo) இண்டியன் டிஃபன்ஸ்
12. பெட்ராப் (Petrof) டிஃபன்ஸ்
13. க்வீன்ஸ் கேம்பிட் டிக்ளைன்
14. க்வீன்ஸ் இண்டியா டிஃபன்ஸ்
15. க்வீன்ஸ் பான் ஓப்பனிங்
16. ரிடி (Reti) ஓப்பனிங்
17. ரூயி (Ruy Lopez) லோப்பஸ்
18. சிசிலியன் டிஃபன்ஸ்
19. ஸ்காட்ச் (Scotch) ஓப்பனிங்
20. குய்யுவோகோ பியானோ (Giuoco Piano)
21. ஃபோர் (Four) நைட்ஸ் கேம்
22. போன்ஜியானி (Ponziani) ஓப்பனிங்
23. டேனிஷ் கேம்பிட் (Danish Gambit)

24. செமி இத்தாலியன் ஓப்பனிங்
25. பிலிடோர் (Philidor) டிஃபன்ஸ்
26. டபுள் ஃபியன்செட்டோ (Double Fianchetto)
27. ராஜா பக்க ஃபியன்செட்டோ (King-Side Fianchetto)
28. சென்ட்டர் கவுண்ட்டர் கேம் (Center Counter Game)
29. க்வீன்ஸ் கேம்பிட் அக்ஸப்டட் (Queen's Gambit accepted)
30. செட்டர் கவுண்ட்டர் கேம்பிட்
31. கோர்ஜிங் (Gorging) கேம்பிட்
32. க்வின்ஸ் கேம்பிட் டிக்ளைன்டு (மார்ஷல் முறை மொழிபெயர்ப்பு)
33. கிங்ஸ் கேம்பிட் அக்ஸப்டட் (அலக் கெய்ன் கேம்பிட்)
34. சிசிலியன் ட்ராகன் (Sicilian Dragon Opening)
35. சிலிலியன் ஷ்வெனின்ஜன் (Sicilian Scheveningen) ஓபனிங்
36. சிசிலியன் நஜ்டார்ப் (Sicilian Najdorf)
37. சிசிலியன் ரிச்டர் ராவ்சர் (Sicilian Richter-Ravser)
38. சிசிலியன் டெய்மநோவ் (Sicilian Taimanov)
39. போட்வின்னிக் ஓப்பனிங் சிஸ்டம்
40. சிசிலியன் ஸ்வெஷ்னிகோவ் (Sicilian Sveshnikov)
41. கேரோகான் - பானோவ் - போட்வின்னிக் அட்டாக்
42. போகோ இண்டியன் ஓப்பனிங் (Bogo Indian Opening)
43. ஸ்லேவ் (Slav) ஓப்பனிங்
44. கிங்ஸ் இண்டியா பென்கோ (Benco Gambit) கேம்பிட்
45. இங்கிலீஷ் ஓப்பனிங்

இவைகள் தவிர இன்னும் சில ஓப்பனிங்ஸ்களும், பிரெஞ்ச், சிசிலியன், க்வீன்ஸ் இண்டியா போன்றவற்றில் சில பிரிவுகளும் உள்ளன. அவைகள் பல ஆண்டுகளாக நடைமுறையில் பயன்படவில்லை. மேற்கண்ட ஓப்பனிங்ஸ்கள் ஃபைடில் (FIDE) பதிவு பெற்றவைகள். ஒவ்வொரு ஓப்பனிங்ஸிற்கும் ஒரு குறிப்பு (Code) எண் உண்டு. செய்தித் தாள்களில், வார, மாத, இதழ்களில் பிரபல போட்டிகளை, ஒவ்வொரு நகர்த்துதல்களுடன் வெளியிடுவர். அத்துடன் திறப்பு வழிகள், குறிப்பு எண் (Code), நேரம் போன்ற விபரங்களுடன் ஆரம்பத்தில் இணைப்பர். குறிப்பாக, ஹிந்து, ஸ்போர்ட் ஸ்டார் (Hindu, Sport Star) பத்திரிகைகளில் காணலாம்.

வினாக்களுக்கு விடையளிக்கவும்:

1. ஒப்பனிங்ஸில் ஆரம்பத்தில் எந்தெந்தப் பான்களை நகர்த்துவது சிறந்ததாகும். ஏன் ? 5
2. ஆரம்ப நிலையில் நகர இயலாமலிருக்கும் காய்கள் ஐந்தினை செஸ் குறியீடுகளுடன் குறிப்பிடு. 5
3. முக்கியமான நடு நான்கு கட்டங்களைக் குறிப்பிடுக. 3

4. ஓப்பனிங்ஸ் என்றால் என்ன ? அதில் நிகழ்வதென்ன ? 4
5. எப்படிப்பட்ட விளையாட்டு வீரர் மத்திய கட்டங்கள்மீது அதிக ஆதிக்கம் செலுத்த இயலும், அதிக லாபமடைய இயலும் ? 5
6. மிகச் சிறந்த விளையாட்டு வீரர்கள் காய்களைப்பற்றி தங்கள் மூளையிலிருத்தி எவ்வாறு சிந்திக்கின்றனர் ? 5
7. சிந்தனைக்கும், நடைமுறை விளையாட்டிற்கும் கணித்து எழுதப்பட்ட ஆறு குறிப்புகள் அல்லது தலைப்புகளை எழுதுக. 12

கீழ்க்கண்ட சிறப்பு ஒப்பினிங்ஸில் ஏதாவாதொன்றை விளக்கி எழுதுக.

(அ) குய்யுவோகோ பியானோ (Giuvoco Piano)

(ஆ) க்வின்ஸ் கேம்பிட் (Queen's Gambit)

(இ) குரூயன் ஃபெல்டு டிஃபன்ஸ் (Gruenfeld Defence)

சரியா ? தவறா ?

1. நைட்டிற்கு ஒப்பனிங் செய்வது மிக அவசியம். இல்லையேல் அது அடைபட்டே கிடக்கும். 2
2. ராணி மிகவும் சக்தி வாய்ந்த காயாக இருப்பதால், ஆரம்பத்தில் காய்களைத் தாண்டிச் செல்லும் தன்மையுடையது. 2
3. ஆரம்ப நிலையில் ரூக்குகளுக்கு ஃபைலில் (Vertical) வழி திறக்க இயலாது.
4. கேஸ்லிங் செய்வது ஒரு ரூக்கிற்கு திறப்பு வழி செய்தமைக்கு சமமாகும்.
5. துவக்கத்திலேயே d-2, e-2 பான்களை நகர்த்திவிட வேண்டும். இல்லையெல் இறுதியாட்டத்தில் அடைபட்டுவிடும். 2
6. ராஜாவை கேஸ்லிங் செய்யாது, e-2வில் வைத்துவிட்டால், ராணிக்கும் ஒரு பிஷப்புக்கும் வழி அடைக்காது. 2
7. துவக்கத்தில் ஒரு காயின் ஒரு குறிப்பிட்ட நகர்த்தலில் ஏற்படும் மாற்றம் அந்த விளையாட்டின் இறுதியுடன் இணைந்தது. 2

பாடம் - 11

ஆப்பு, இரட்டைக் குறி, இரண்டிலொன்று (PINS, SKEWERS AND FORK)

1. முந்திய பாடமான 'திறப்புகள்' முடிந்ததும் அடுத்த பாடம் நடுகள விளையாட்டு (Middle Game) பாடமாகத்தான் இருக்கும் என்று வாசகர்கள் எதிர்பார்த்திருப்பர். அது சரியே. ஆனால், நடுகள விளையாட்டில் (Middle Game) வரக்கூடிய ஆப்புகள் (Pins) இரட்டைக் குறி (Skewers), இரண்டிலொன்று (Fork) ஆகியவைகளைப்பற்றித் தெரிந்திருக்க வேண்டியது அவசியம். ஏனெனில், எதிரியினால் தனக்கு இவைகள் ஏற்படாமலும், இவைகளை எதிரிக்கு செயல்படுத்தி செஸ்

சுராஸ் ❖ செஸ்

விளையாட்டில் முன்னேற்றமடைய, வெற்றியை அடைய, திறமை பெற அறிந்திருப்பது மிக அவசியம். அடுத்துவரும் பாராக்களில் இவைகள் ஒவ்வொன்றினைப்பற்றியும் பட விளக்கத்துடன் படிப்போம்.

2. **ஆப்பு (பின்ஸ்)-1:** இது எதிரி நமது ராஜாவிற்கு செக் வைத்துவிட்டால், அந்த செக்கிலிருந்து ராஜாவைக் காப்பாற்றவும், எதிரியின் ராஜாவை ஒரு பெரிய (அதிக நம்பருள்ள) காய் மறைத்து நிற்குமேயானால், அதை ஒரு சிறிய காயால் ஆப்பு போட்டு அடித்து எடுத்து விடுவதற்கும் உதவுகின்றன. அவ்வாறு செய்வது லாபகரமானதாகும்.

3. படம் 62-ஐ கவனிக்கவும். இதில் e1ல் நிற்கும் வெள்ளை ராஜாவிற்கு e7லிருக்கும் கருப்பு ராணி செக் சொல்லிவிட்டது. வெள்ளை ராஜாவிற்கு தப்பித்துச் செல்ல வேறு கட்டங்கள் இல்லை. ராணியை அடித்தெடுக்க வேறு காய்களும் ஏதுவாக இல்லை. எனவே, f1ல் இருக்கும் பிஷப்பை e2க்கு நகர்த்தி ஆப்பு (Pin) போட்டுக்கொண்டு விட்டார். படம்-63ஐப் பார்க்கவும். அவர் d1ல் இருக்கும் ராணியை நகர்த்தியும் ஆப்பு போட்டுக்கொள்ள இயலும். d2ல் இருக்கும் பிஷப்பை e3க்கு நகர்த்தியும் ஆப்பு போட்டுக்கொள்ள இயலும்.

4. **ஆப்பு (பின்ஸ்)-2:** இப்பொழுது படம் 64ஐப் பார்க்கவும். வெள்ளை, கருப்பு ராணியை, கருப்பு ராஜாவினுடன் தனது பிஷப்பால் ஆப்பு செய்துவிட்டார். இப் பயங்கர தாக்குதலைக் கருப்பால் சமாளிக்கவே இயலாது. ஏனெனில், ராணியை நகர்த்தினால் ராஜாவிற்கு செக் விழுந்துவிடும். ராணியை இழக்க வேண்டிய நிலையிலேயோ அல்லது தோல்வியைத் தழுவ வேண்டிய நிலையிலேயோ தள்ளப்பட்டு விட்டார். ஆனால், இந் நகர்த்தல் வெள்ளைக்கு மிகமிக நல்ல நகர்த்தல் ஆகும். லாபகரமானதும் கூட. எப்படியெனில், அடுத்த நகர்த்தலில் அவர் கருப்பு ராணியை (சக்தி வாய்ந்த காய்) அடித்தெடுக்க இயலும். அதற்காக அவர் இழப்பது ஒரு பிஷப்பே.

படம்-62

வெள்ளை ராஜா, செக்கிலிருந்து தன்னைக் காப்பாற்றிக்கொள்ள, நகர்ந்து செல்ல வேறு ஒரு கட்டமும் இல்லை. செக் சொல்லும் ராணியை அடிக்க இயலாது.

63

படம்-63

எனவே, f1-ல் இருக்கும் பிஷப்பை e-2க்கு நகர்த்தி ஆப்பு செய்து கொண்டுவிட்டார். d-1 ராணி, f-3 குதிரையாலும் ஆப்பு செய்துகொள்ளலாம்.

64

படம்-64

வெள்ளை பிஷப் கருப்பின் ராணியை, கருப்பு ராஜாவுடன் ஆப்பு செய்துவிட்டது. இப் பயங்கர, தாக்குதலைக் கருப்பு சமாளிக்க இயலாது. ராணியை இழக்க வேண்டும். அல்லது தோல்வியை ஒப்புக்கொள்ள வேண்டும்.

65

(Skewers)

படம்-65

வெள்ளை ரூக் d-3யிலும், வெள்ளை ராணி c4யிலும் நிற்கின்றது. கருப்பு பிஷப் c8லிருந்து நகர்ந்து a6க்கு வந்துவிட்டது. வெள்ளை ராணியை எடுத்துவிடும், வெள்ளை ராணி நகர்ந்தால் வெள்ளை ரூக்கை எடுத்துவிடும். அதை அடிக்க இயலாது. ஏனெனில், a8 லிருக்கும் ரூக் அதற்கு ஆதரவாக உள்ளது.

குறிப்பு: **பின்** (Pin) அதாவது, ‘ஆப்பு’ என்ற வார்த்தையை உபயோகப்படுத்த அந்த குறிப்பிட்ட நகர்த்தலில் ராஜா இருக்க வேண்டுமென்பது அவசியம். ராஜா இல்லாமல் இது போன்ற ஒரு நிலை ஏற்படுமாயின், அதற்கு **ஸ்கீவர்ஸ்** (Skewers) என்று பெயர். அடுத்த பாராவில் ஸ்கீவர்ஸைப்பற்றிப் படிப்போம்.

5. **இரட்டைக்குறி-ஸ்கீவர்ஸ்:** நடுகள விளையாட்டு விளையாடிக் கொண்டிருக்கும்பொழுது ஒவ்வொருவரும் எதிரியின் ஒரு காயை குறி வைத்து அதை அடிப்பதற்கு காய்களை நகர்த்துவர். சில நேரங்களில், எதிரியின் கவனக் குறைவு, அலட்சியப்போக்கு, அறியாத்தன்மை, வேறு ஏதோ ஒரு திட்டத்துடன் விளையாடும் மனப்போக்கு இவைகளைத் திறமையான ஆட்டக்காரர் சில நகர்த்துதல்களில் கண்டுகொள்வார். அவர் பலவீனத்தை உணர்ந்து, ஒரு காய்க்கு குறி வைப்பதோடு எதிரியின் இரண்டு காய்களுக்கு குறி வைக்கத் திட்டம் தீட்டி விடுவார். படம் 65ஐப் பாருங்கள். வெள்ளை ரூக் d3ல் நிற்கின்றது. வெள்ளை ராணி c4ல் நிற்கின்றது. c8ல் நின்ற கருப்பு பிஷப் a6க்கு வந்து வெள்ளை ராணிக்கும், வெள்ளை ரூக்கிற்குமாக இரட்டைக் குறி (Skewers) வைத்துவிட்டது. ராணியை எடுக்கும், ராணி நகர்ந்தால் ரூக்கை எடுத்துவிடும். அதை வெள்ளை ராணியால் அடித்தால் அதற்கு ஆதரவுக் காயான a8ல் இருக்கும் ரூக் ராணியை எடுத்துவிடும். இதுபோல் ஒவ்வொரு காயாலும், இரட்டைக் குறி (Skewers) போட முடியும். ஆனால், ரூக்கால் போடுவதால் லாபம் இல்லை. குதிரையாலும், பானாலும் போடுவதற்கு **ஃபோர்க்** (Fork) என்று பெயர். ராணியாலும் இரட்டைக் குறி **(ஸ்கீவர்ஸ்)** போட இயலும்.

6. ஃபோர்க் (Fork) – **இரண்டிலொன்று-**: ஒரு காய் ஒரே நேரத்தில் இரண்டு காய்களைத் தாக்குமானால் அதற்கு (இரண்டிலொன்று) ஃபோர்க் என்று பெயர். (ஸ்கீவர்ஸ்) இரட்டைக் குறிக்கும் ஃபோர்க்குக்கும் உள்ள வித்தியாசம் என்னவென்றால், ஸ்கீவர்ஸ் ஒரு காய் ஒரு சமயத்தில் ஒரு காயைத் தாக்கும். அதன் குறி இரண்டு காய்களுக்கு இருக்கும். (படம்-65) ஆனால், ஃபோர்க்கில் ஒரு காய் ஒரே நேரத்தில் இரண்டு காயைத் தாக்கும் (படம் 66).

7. படம் 66ல் வெள்ளை ராணி, கருப்பு ரூக்கிற்கும் கருப்பு நைட்டிற்கும் ஃபோர்க் (Fork) போட்டுள்ளது. இதேபோல் வெள்ளை ராணியால் கருப்பு ரூக், கருப்பு பிஷப்பிற்கும், கருப்பு பிஷப் நைட்டிற்கும், இரண்டு ரூக்குகளுக்கும், இரண்டு நைட்டிற்கும், இரண்டு பிஷப்புகளுக்கும் பான் காய்களுக்கும், காய்-ராஜா, பான்-ராஜாவிற்கும் இன்னும் பல வழிகளில் ஃபோர்க் போட இயலும்.

படம்-66

வெள்ளை ராணி, கருப்பு குதிரைக்கும் கருப்பு ரூக்கிற்கும் ஃபோர்க் (Fork) போட்டுள்ளது.

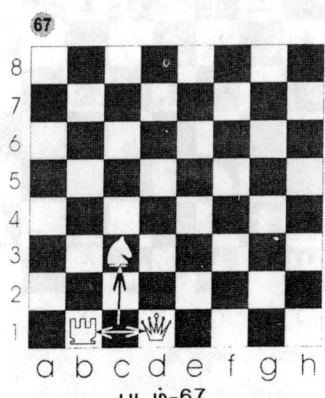

படம்-67

கருப்பு குதிரை (நைட்) வெள்ளை ராணிக்கும். வெள்ளை ரூக்கிற்கும் போர்க் (இரண்டிலொன்று) போட்டுள்ளது.

இவைகளை போர்டில் நன்கு பயிற்சி செய்துகொள்ளுங்கள். இதனால், எதிரியைத் திணற அடிக்க முடியும், பல காய்களை அடிக்க இயலும், வெற்றி நிச்சயம் கிடைக்கும். நடுகள விளையாட்டில் வரும் முக்கிய நகர்த்துதல்களில் ஃபோர்க்கும் ஒன்றாகும்.

8. படம்-**67**ஐக் கவனிக்கவும். இதில் வெள்ளை ராணிக்கும், வெள்ளை ரூக்கிற்கும் கருப்புக் குதிரை ஃபோர்க் (இரண்டிலொன்று) போட்டுள்ளது. வெள்ளை ஏதாவது ஒரு காயைத்தான் காப்பாற்ற இயலும். மற்றதைக் கருப்பு அடித்து எடுத்துவிடும். வெள்ளை, ராணியைத்தான் காப்பாற்றுவார். ஏனெனில், அதுவே அதிக சக்தி உள்ளது.

9. படம்-**68**ஐப் பார்க்கவும். இதில் வெள்ளை பான், கருப்பு நைட்டிற்கும், கருப்பு பிஷப்பிற்கும் ஃபோர்க் (இரண்டிலொன்று) போட்டுள்ளது. மற்றதை வெள்ளை அடித்து எடுத்து விடுவார். இதுபோன்ற நிலை சாதாரணமாக விளையாட்டு ஆரம்பமான சில நகர்த்துதல்களிலேயே விளையாடுபவரின் அலட்சியப்போக்கு, கவனக்குறைவு, திறப்பு வழிகளின் முக்கியத்துவத்தை அறியாமலிருப்பது ஆகியவைகளினால் ஏற்படுகின்றது.

10. படம்-**69**ஐப் பார்க்கவும். அதில் கருப்புக் காயை வைத்து விளையாடுபவர் தன்னுடைய பிஷப்பை b7லிருந்து f3க்கு நகர்த்துவாரேயானால் d1லிருக்கும் வெள்ளை ராஜாவிற்கு செக் ஆவதோடு, g2லிருக்கும் குதிரைக்கும் h5லிருக்கும் ரூக்கிற்கு ஆப்புகள் (Pins) போடப்பட்டு விடுகிறது.

படம்-68

வெள்ளை பான், கருப்பு பிஷப்பிற்கும் கருப்பு குதிரைக்கும் ஃபோர்க் போட்டுள்ளது.

சுராஸ் ❖ செஸ்

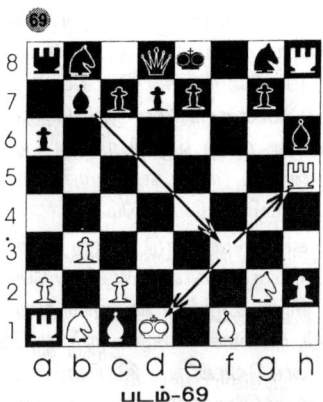

படம்-69

b7ல் இருக்கும் கருப்பு பிஷப்பை f3க்கு நகர்த்தினால் வெள்ளை ராஜாவிற்கு செக் சொல்லி வெள்ளை பிஷப்பை எடுத்துவிடும். இதில் ராஜா சம்பந்தப்பட்டிருப்பதால் 'பின்' என்று சொல்ல வேண்டும். 'போர்க்' என்றோ, 'ஸ்கீவர்ஸ்' என்றோ கூற இயலாது. இதில் ராஜாவினிடத்தில் வேறு ஒரு காய் இருக்குமானால், அதற்கு ஃபோர்க் (Fork) என்று பெயராகிவிடும்.

வினாக்களுக்கு விடையளிக்கவும்:-

1. ஆப்பு (பின்), இரட்டைக்குறி (ஸ்கீவர்ஸ்), ஃபோர்க் (இரண்டிலொன்று) இவற்றை சுருக்கி எழுது. 15
2. செஸ் போர்டின் படம் வரைந்து ஒரு ஃபோர்க் நிலையைப் படத்துடன் எழுதவும். (படம் போட இயலவில்லையெனில் செஸ் குறியீட்டுடன் விளக்கு) 15
3. ஃபோர்க்கிற்கும் (Fork – இரண்டிலொன்று), ஸ்கீவர்சுக்கும் (Skewers – இரட்டைக்குறி) உள்ள வித்தியாசம் என்ன? 15

♞♞♞

பாடம்-12

நடுகள விளையாட்டு (Middle Game)

1. செஸ் விளையாட்டின் குறிக்கோள் ராஜாவை மடக்குவது. அதாவது, ராஜாவை ஒரு கட்டத்தில் தள்ளி, நமது காய் ஒன்றால் செக் சொல்லி அதை நகர விடாமல் **செக்மேட்** (Check-mate) ஆக்குவதுதான் என்பதனை நாம் அறிவோம். மற்ற விளையாட்டுகள் ஒரு முடிவை மட்டும் பெற்றிருக்கும். செக் சொல்லவேண்டிய அவசியம் இல்லை. இவ்விளையாட்டில் ஆரம்ப நிலையிலேயே செக் சொல்லும் உரிமை இருப்பதால், பெரும்பாலான விளையாட்டு வீரர்கள் ஆரம்ப நகர்த்துதல்களிலேயே செக் வைக்க ஆரம்பித்து விடுகின்றனர். இது தவறு ஆகும். ஏனெனில், ஆரம்ப நிலையில் அதிகமான காய்களுக்கு நடுவில் ராஜா நல்ல பாதுகாப்புடன் இருக்கும். ஏன், எதிரி கேஸ்லிங்கூட செய்திருப்பார். இந்நிலையில் செக் சொல்ல

முயற்சிப்பது சரியான விளையாட்டு அன்று. நகர்த்துதல்கள் தவறாகி திறப்புவழிகள் சரியாக செய்ய இயலாமல் போய்விடும். எனவே, ஆரம்ப ஆட்டங்களில் பொறுமையாக திறப்புவழி செய்துவிட்டு, நடுகள விளையாட்டில் எதிரியின் காய்களை அடித்தெடுக்க முயற்சிக்க வேண்டும். அல்லது அவைகளை நமது வழியினின்று ஒதுக்கி செயலற்று நிற்கச் செய்துவிட வேண்டும். பின்பு எதிரியின் ராஜாவை செக் சொல்லி தாக்குதல்களை ஆரம்பிக்க வேண்டும்.

2. எதிரி கோட்டை கட்டிக்கொண்டு தனது தற்காப்பை உறுதிப்படுத்திய நிலையில் இருப்பார். எந்தக் காயை அடிக்கப் போனாலும் அதற்கு ஆதரவு வைத்திருப்பார். இந்த உறுதியான அவரது தற்காப்பை (Defence) உடைத்தெறிவதும், நம்மைக் காக்க வரும் காய்களை அடித்தெடுப்பதும், 'ஆப்புகள், இரண்டிலொன்று, இரட்டைக்குறி' ஆகியவைகளைச் சமாளிப்பதும் ஒரு மாபெரும் போராட்டம் ஆகும். இப்போராட்டத்திற்கு நடுகள ஆட்டம் (Middle game) என்று பெயர். அந்தப் போராட்டம் சாதாரணமாக நடுக்கட்டங்களில் ஆரம்பமாகி பரவுகின்றது. எனவே, எந்த ஒரு விளையாட்டு வீரர் மத்திய கட்டங்களின்மீது அதிக ஆதிக்கம் செலுத்துகின்றாரோ அவரே அதிக சக்தி பெற்றவராகின்றார். அவரே முதலில் எதிரியின் ராஜாவைத் தாக்கும் வல்லமை பெறுகின்றார்.

3. படம் 70-ஐக் கவனிக்கவும். அதில் கருப்புக் காய் விளையாடுபவர் நடுகள ஆட்டத்தில் ஒரு சிக்கலில் இருக்கின்றார். f3 லிருக்கும் வெள்ளைக் குதிரை e5 லிருக்கும் தனது ராணியையும் g5 லிருக்கும் பிஷப்பையும் தாக்குகின்றது. ராணியை காப்பாற்றினால் e1 லிருக்கும் வெள்ளை ரூக் e8 லிருக்கும் தனது ரூக்கை அடித்து ராஜாவிற்கு செக் சொல்வதோடு விளையாட்டு சமன் ஆகிவிடுகின்றது. அதாவது முடிந்து விடுகின்றது. இச்சிக்கலை நீக்குவதற்கு அவர் ஒரு போராட்டத்திற்குள்ளாகிறார். இதுபோன்ற போராட்டங்களைக் கொண்டதே நடுகள விளையாட்டாகும்.

படம்-70

கருப்பு தனது ராணியை நகர்த்தினால், வெள்ளை ரூக் கருப்பு ரூக்கை அடித்து ராஜாவிற்கு செக் சொல்லும். நகராவிடில் குதிரை அதை அடித்துவிடும். இதுபோன்ற போராட்டங்களே நடுகள ஆட்டத்தில் வருவதாகும்.

வினாக்களுக்கு விடையளிக்கவும்:

1. நடுகள விளையாட்டில் ஏற்படும் நகர்த்துதல்கள் என்னென்ன ?   10
2. நடுகள விளையாட்டில் செய்யக்கூடாதவைகள் என்னென்ன ?   10
3. நடுகள விளையாட்டைச் சுருக்கி எழுதுக   10

பாடம் - 13
செக், செக்மேட், டிஸ்கவர்டு செக், செக் வைக்கும் காரணங்கள்
(Check, Check-mate, Discovered Check and Reasons for Checking)

1. நடுகள விளையாட்டு பாடத்திற்கு அடுத்து இறுதியாட்டம் (End Game) துவங்க வேண்டும். அதற்கு முன்பு அதில் வரும் சில நகர்த்துதல்களைப் பற்றி இப்பாடத்திலும் அடுத்த பாடங்களிலும் அறிவோம்.

2. செக் (Check) / செக்மேட் (Check-mate)

செஸ் விளையாடுபவர்கள் ஒரு காயை (வேறு நோக்கில் செக் வைக்க வேண்டும் என்பதற்காக அல்லது) நகர்த்தும்பொழுது, அக் காய் நமது ராஜாவைத் தாக்கும் நிலையில் இருந்துவிட்டால் "செக்" என்று சொல்ல வேண்டும் என்பது இவ்விளையாட்டின் விதி (Rules) ஆகும். அவ்வாறு செக் சொல்லப்பட்ட ராஜாவை நாம் உடனே அடுத்த நகர்த்தலிலேயே, அச் செக்கிலிருந்து காப்பாற்றிக்கொள்ளுதல் வேண்டும். காப்பாற்ற இயலாது போனால் அந்நிலைக்கு "செக்மேட்" என்று பெயர். அதாவது ராஜாவைக் காப்பாற்ற இயலவில்லை அதனால் தோற்றுப்போய்விட்டோம், எதிரி ஜெயித்துவிட்டார் என்று தீர்மானிக்கப்பட்டு விடும். இவ்விளையாட்டின் குறிக்கோளே ராஜாவை எக்கட்டத்திலும் நகரவிடாது வளைப்பதே என்பதை நாம் அறிவோம். செக்கிலிருந்து தப்பித்துக்கொள்ள மூன்று வழிகள் மட்டுமே உள்ளன. அவைகள் கீழ்க்கண்டவாறு ஆகும்.

(அ) ராஜாவை உடன் ஒரு பாதுகாப்பான கட்டத்திற்கு நகர்த்துவது.

(ஆ) செக் சொல்லும் எதிரியின் காயை அடித்தெடுப்பது.

(இ) ராஜாவிற்கும் செக் சொல்லும் காய்க்கும் இடையிலிருக்கும் காலி கட்டமொன்றில் நமது காய் ஒன்றினை நகர்த்தி வைத்து விடுவது. அவ்வாறு நகர்த்தப்பட்ட நமது காய் செக் சொல்லிக் கொண்டிருக்கும் காயால் 'பின்' செய்யப்பட்டுவிட்டது.

குறிப்பு: மேலே (இ)ல் கொடுக்கப்பட்டிருக்கும் முறையில் குதிரையினால் ராஜா செக் சொல்லப்பட்டிருப்பின் பயனற்றதாகும். ஏனெனில், குதிரை காய்களைத் தாண்டிச் செல்லும் விதியைப் பெற்றது. அத்துடன் மற்ற

காய்களைப் போன்று வழியில் நிற்கும் எதிரியின் காய்களை அடித்து எடுக்க குதிரைக்கு உரிமை கிடையாது.

3. படம்-71ஐப் பார்க்கவும், கருப்பு ராஜாவிற்கு, வெள்ளை பிஷப் செக் வைத்துள்ளது. இந்த செக்கை கருப்பு ஆட்டக்காரர் மேற்கூறிய மூன்று வழிகளில் ஏதாவது ஒன்றின் மூலம் செக்கிலிருந்து ராஜாவை காப்பாற்றிக்கொள்ள இயலும். e8 லிருக்கும் ராஜாவை முதல் முறைப்படி d8, d7, f8 என்று இடப்பெயர்ச்சி செய்துகொள்ளலாம். இரண்டாவது முறைப்படி h8 லிருக்கும் ரூக்கால் செக் சொல்லிக் கொண்டிருக்கும் பிஷப்பை அடித்து விடலாம். மூன்றாவது முறைப்படி d6 லிருக்கும் குதிரையை f7க்கு நகர்த்தி செக்கை மறைத்துக்கொள்ளலாம்.

4. படம் 72ஐப் பார்க்கவும். இதில் கருப்பு ராஜாவை ஒரே நகர்த்துதலில் இரண்டு முறையில் செக்மேட் செய்துவிடலாம். நீங்களும் முயன்று பாருங்கள். சாதாரணமாக விளையாடும்பொழுது இதுபோன்ற சந்தர்ப்பங்கள் அமையும். கவனித்துப் பார்க்க வேண்டும். விடை கீழே தரப்பட்டுள்ளது.

முதல் வழி: வெள்ளை குதிரையால், கருப்பு பிஷப்பை அடித்து செக்.
இரண்டாம் வழி: வெள்ளை ராணியை b-3க்கு நகர்த்தி செக்.

5. **டிஸ்கவர்டு செக்** (Discovered Check): செஸ் ஆட்டத்தினிடையில் ஒரு காயை நகர்த்தும்பொழுது, வேறொரு காயால் எதிரியின் ராஜாவிற்கு செக் விழுந்துவிடுகின்றது. இவ்வாறு ஏற்படும் செக்கிற்கு **டிஸ்கவர்டு செக்** (Discovered Check) என்று பெயர். படம் 73ஐப் பாருங்கள். இதில் வெள்ளை தனது பிஷப்பை கருப்பு ரூக்கை அடிப்பதற்கு நகர்த்தும்பொழுது, கருப்பு ராஜாவிற்கு வெள்ளை ரூக்கினால் செக் ஆகிவிடுகின்றது.

6. **இரட்டை செக்** (Double Check): நீங்கள் செஸ் விளையாடிக் கொண்டிருக்கும்பொழுது அல்லது செஸ் விளையாட்டில் தீவிர பயிற்சிப் போட்டி அல்லது பந்தயங்களில் பங்கேற்கச் செய்து கொண்டிருக்கும் பொழுது, சிறு, சிறு திட்டங்கள் உங்களில் இயற்கையாக உருவாகும். பல நகர்த்துதல்களுக்குப் பின்பு ஏற்படும் நிலைமாற்றத்தை உணர ஆரம்பித்து விடுவீர்கள். அத்துடன் சில சமயம் உங்களுக்கு இரட்டை செக் (Double Check) ஏற்படும். அது எப்படியெனில், நீங்கள் ஒரு காயை எதிரியின் ராஜாவிற்கு செக் வைக்க எடுக்கும்பொழுது, அதே ராஜாவிற்கு உங்களது மற்றொரு காயினால் செக் விழும். படம் 74ஐப் பார்க்கவும். இதில் வெள்ளை, தனது குதிரையை f5 லிருந்து கருப்பு ராஜாவிற்கு செக் வைக்க h4 க்கு மாற்றுகின்றார். அச்சமயம் அதே ராஜாவிற்கு உங்கள் d3ல் நிற்கும் பிஷப்பாலும் செக் விழுகின்றது.

7. **செக் வைப்பதற்கான காரணங்கள்** (Reasons for Checking): செக் வைப்பதற்கான முக்கியக் காரணமே எதிரியின் ராஜாவை செக்மேட் ஆக்கி (நகர விடாமல் செய்து) வெற்றியடைவதற்காகவே. இதைத் தவிர இன்னும் சில காரணங்களும் உண்டு. அவைகள், செக் சொல்வதால் அதை ஆப்பு செய்ய எதிரி ஏதாவதொரு காயை நகர்த்துவார். அந்த நகர்த்தலினால் சில மாற்றங்கள் ஏற்படலாம். அதை செக் வைத்தவர் விரும்புவார். அல்லது சிறந்த விளையாட்டுக்காரர்கள் எதிரியின் ஒரு நகர்த்தலை வீணடித்து

தங்களது நிலையை உயர்த்திக்கொள்வர். அல்லது எதிரி மற்றொரு தாக்குதலை வேறு ஓர் திசையிலிருந்து நடத்தாமலிருக்க, அவரது கவனத்தை திசை திருப்புவதற்கும் செக் வைப்பர். பொதுவாக பயனற்ற முறையில் செக் வைப்பது லாபகரமானதல்ல. நகர்த்துதல்கள் விரையமாகும். அவற்றில் வேறு நல்ல நகர்த்துதல்கள் செய்யலாம்.

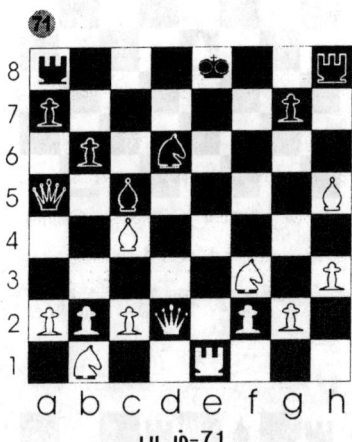

படம்-71

கருப்பு மூன்று வழிகளில் ஏதாவதொன்றின் மூலம் இச் செக்கிலிருந்து ராஜாவைக் காப்பாற்ற இயலும்.

(1) கருப்பு தனது ராஜாவை e8 லிருந்து d8, d7 என்று இடப் பெயர்ச்சி செய்துகொள்ளலாம் (2) h8 ரூக்கால் h5 பிஷப்பை அடித்துவிடலாம் (3) d6 நைட்டை f 7ல் வைத்து செக்கை 'பின்' பண்ணிவிடலாம்.

படம்-72

இதில் கருப்பு ராஜாவை ஒரே நகர்த்துதலில் (இரண்டு முறையில்) செக்மேட் செய்துவிடலாம்.

படம்-73

வெள்ளை பிஷப் கருப்பு ரூக்கை அடிப்பதற்கு நகர்த்தினால் டி-1 லிருக்கும் வெள்ளை ரூக்கினால், கருப்பு ராஜாவிற்கு செக் விழுகிறது. இவ்வாறு, விழும் செக்கிற்கு 'டிஸ்கவர்டு செக்' என்று பெயர்.

படம்-74

f5ல் இருக்கும் வெள்ளைக் குதிரையை h-4க்கு நகர்த்தி, செக் வைத்தால் d-3ல் இருக்கும் வெள்ளை பிஷப்பாலும், கருப்பு ராஜாவிற்கு செக் விழுகின்றது. இதை 'இரட்டை செக்' (டபுள் செக்) என்பர்.

வினாக்களுக்கு விடையளிக்கவும்:-

1. செக்/செக்மேட் என்றால் என்ன ? *10*
2. செக் வைக்கும் காரணங்களை விளக்குக. *10*
3. டிஸ்கவர்டு செக்கை படத்துடன் விளக்கு. *10*

(காய்களை படம் அல்லது செஸ் குறியீடுகள் மூலம் விளக்கலாம்)

பாடம்-14

ஸ்டேல்-மேட், டிரா, டிராவின் நிச்சய நிலை, செஸ் காய்களின் மதிப்பு (Stale-mate, Draw, Certainty for Draw and Value of Pieces and Pawns)

எதிரியை வெற்றிகாண முடியாத நிலையில் வைத்தல் (ஸ்டேல்-மேட்)

1. பெரும்பாலும் இறுதியாட்டத்தில் ஒரு செஸ் விளையாடுபவரின் ராஜா செக்கில் இல்லாதிருந்தும், செக்கில் விழாமல் எந்தக் காயையும் நகர்த்த முடியாமல் இருப்பார். வேறுவிதமாகக் கூறுவோமேயாகில் அவரால் எந்தக் காயையும் நகர்த்த இயலாது. ராஜாவை மட்டும் நகர்த்த முடியும். அப்படி ராஜாவை நகர்த்தினால் அது செக்காக இருக்கும். படம் 75ஐப் பார்க்கவும். இது ஸ்டேல்-மேட்டுக்கு ஒரு நல்ல உதாரணம். தன்னைச் சுற்றி ஐந்து கட்டங்கள் காலியாக இருந்தும் கருப்பு ராஜாவால் நகர இயலவில்லை. ஏனெனில், வெள்ளை ரூக் மூன்று கட்டங்களை தன் வசம் செய்துகொண்டு விட்டது. குதிரையை நகர்த்த காலி கட்டமே இல்லை. இருக்கும் ஒரு பானையும் வெள்ளை பான் தடுத்துவிட்டது. எனவே ஸ்டேல்-மேட். ஸ்டேல்-மேட்டின் முடிவு விளையாட்டு சமன் ஆகிவிடும். இது விதி. எனவே, ஒரு விளையாட்டுக்காரர், எதிரியின் காய்களை அதிகமாக அடித்தெடுத்து வெற்றி முகத்தை நோக்கி போய்க்கொண்டிருந்தாலும் பெருமிதத்தில் ஆழ்ந்த சிந்தனையின்றி காய்களை நகர்த்தக் கூடாது. அது ஸ்டேல்-மேட்டில் கொண்டுபோய் விட்டுவிடும். ஏனெனில், தோற்கப்போகும் எதிரி, தந்திரமாக தனது காய்களை தனக்கு ஸ்டேல்-மேட் ஆகும்படியே தந்திரமாக நகர்த்துவார். மேலும், காய்களை அடிப்பதற்குக் கொடுத்து, அவரது காயை அடித்தவுடன் ஸ்டேல்-மேட் ஆகும்படி செய்துவிடுவார்.

2. **டிரா** (Draw): போட்டிகளில் வெற்றி-தோல்விக்கு, எவ்வளவு முக்கியத்துவம் உள்ளதோ அவ்வளவு டிராவிற்கும் உள்ளது. பெரும்பாலான விளையாட்டுகளில் வெற்றி-தோல்வியைவிட சமன் செய்வதே அதிகமாக உள்ளது. ஒரு செஸ் விளையாடுபவர் வெற்றி பெற விளையாடும் முறைகளை எவ்வளவு ஆர்வத்துடன் கற்கின்றாரோ அவ்வளவு ஆர்வத்துடன் சமன் செய்யும் முறையையும் கற்க வேண்டும். பிரபல விளையாட்டு வீரர்களின் (குறிப்பாக, ரஷ்யர்கள்தான் முன்னணியில் உள்ளனர்) விளையாட்டைக் கணிப்போமேயானால் அவர்கள் அதிகமாக ஆடியது சமன் செய்ததாகவே இருக்கும். அக்காலங்களில் உலக செஸ் கிங் போன்ற போட்டிகளில் மூன்று விளையாட்டுகளில் இரண்டினை வென்றவறே செஸ் கிங்காக முடிவு செய்யப்பட்டார். இது அறிவு பூர்வமாக சிந்திதுது ஆடும் விளையாட்டகையால் ஒருவர் ஒரு முறை மூன்றில் ஒன்று

மட்டும் ஜெயித்தால், மறு முறை அதே எதிரியை தோற்கடித்தும் காட்டுவார். ஆளுக்கொரு விளையாட்டு ஜெயித்து, ஒரு விளையாட்டு சமன் ஆனாலும் மாபெரும் பரிசு இரண்டாகப் பிரிக்கப்படும். சமன் செய்வதற்கே சிலர் முயன்றனர். சமன் செய்வதன் முக்கியத்துவத்தை அறிந்து தற்காலங்களில் மூன்று விளையாட்டுகள் முறை சரி இல்லை என்று 20 முதல் 50

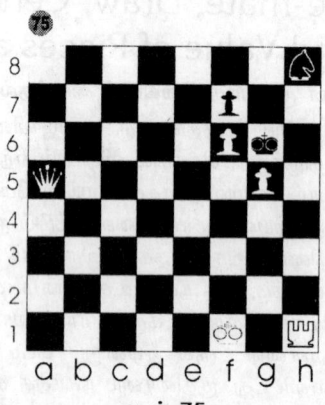

படம்-75

இப் படம் ஸ்டேல்-மேட்டைக் குறிப்பதாகும். கருப்புக்கு குதிரையை நகர்த்த கட்டங்களே இல்லை. தனது பான், வெள்ளை பானால் தடுத்து நிறுத்தப்பட்டு விட்டது. ராஜா செல்லக்கூடிய h5, h6, h7 கட்டங்களில், வெள்ளை ரூக்கின் தாக்குதலால் செல்ல இயலாது. f5 கட்டத்தை ராணி தன் வசம் செய்துகொண்டு விட்டது. எனவே 'ஸ்டேல்-மேட்'.

விளையாட்டுகள் வரை போட்டிகளில் வைக்கின்றனர். இதில் காஸ்பரோவ் போன்ற உலக சாம்பியன்கள் ஒரு சில விளையாட்டுகள் கூடுதலாக ஜெயித்துவிட்டு, பெரும்பாலான கேம்களை டிராவில் முடித்துவிடுகின்றனர். செஸ் போட்டிகளில் இந்தியர்கள் ஆரம்ப நிலையில் நன்கு வெற்றி பெற்று, முன்னணியில் இருந்தாலும் டிரா செய்ய நுணுக்கமாக அறியாத காரணத்தால் தோற்று விடுகின்றனர், என்றொரு கருத்து வெளிநாடுகளில் நிலவுகின்றது. ரஷ்யர்களும் மேலை நாட்டவரும் டிரா செய்வதை ஒரு கலையாகவே படிக்கின்றனர். டிரா செய்ய நன்கு தெரிந்திருந்தால் எதிரிக்கு வெற்றி வாய்ப்பு குறையும். நான்கு ஆண்டுகளில் உலக சாம்பியன் காஸ்பரோவ் விளையாடிய விளையாட்டுகளில் எத்தனை விளையாட்டுகள் சமன் ஆனது என்பதை கீழ்க்கண்ட அட்டவணையில் பார்க்கவும்.

வருடம்	இடம்	மொத்தம் விளையாடிய விளையாட்டுகள்	வெற்றி	தோல்வி	டிரா
1983	Niksic (Event)	13	9	1	3
1983	London	11	4	1	6
1984		13	4	-	9
1984	USSR	4	1	0	3

1984	Moscow	48	3	5	40
1985	Hamburg	6	3	-	3
1985	Belgrade	6	2	-	4
1986	London & Leningrad	24	5	4	15
1986	Dubai	11	7	1	3
1987	Brussels	11	6	-	5
1987	Seville	24	4	4	16

3. விளையாட்டுகள் சமன் ஆவதினால், தொகுப்பாக போட்டி/பந்தயங்களில் விளையாட்டுகள் விளையாடும்பொழுது டென்ஷன் குறைவாகவும், புத்துணர்ச்சி கிடைப்பதாகவும், சமன் செய்து விளையாடும்போது சில சமயம் வெற்றியும் சுலபமாகக் கிடைத்து விடுகின்றது என்று பிரபல செஸ் விளையாட்டு வீரர்கள் கூறியுள்ளனர். சமன் செய்வது பற்றியும் அதனோடு இணைந்த செஸ் சம்மந்தமான ஒரு கவிதையையும் "செஸ் விளையாட்டும் அதன் சிறப்புகளும்" என்ற 2-ஆம் பாடத்தில் காணலாம்.

4. ஒரு விளையாட்டின் இறுதியாட்டத்தில் வெற்றி-தோல்வியை நிச்சயிப்பது மூன்று காய்கள் தாம். அவைகள்: 1. ராணி 2. ரூக் 3. பான். ஒருவர் ஒரு விளையாட்டை வெற்றிக்கு அறிகுறி தெரியாது போனால் அல்லது மனநிலை ஒத்துழைக்காத நேரம் டிரா செய்ய விரும்பினால், மேற்கண்ட மூன்று காய்களையும் காய் கொடுத்து காய் எடுப்பது மூலம் எடுத்துவிட வேண்டும். முதலில் பான்கள் அனைத்தையும் ஒழித்து விடவேண்டுமென்பது விதிமுறையாகும். இரண்டாவதாக, எதிரியின் காய்களை அடிக்க முயற்சிக்காது, பாதுகாப்பாக விளையாடுவது, பான்களைக் கொடுத்து பான்களை எடுப்பதும், மற்ற காய்களை ஒன்றுக்கொன்று ஒரு ஆதரவு, இரு ஆதரவு என்று மாற்றிக்கொண்டே இருப்பதும், ராஜாவை அதிக பாதுகாப்பில் வைப்பதுமேயாகும். இவ்வாறு செய்துகொண்டே இருக்கும் நிலையில் சில சமயம் எதிரியின் மனநிலை தணிந்து வெற்றி கூட ஏற்படும்.

5. எந்தெந்த நிலையில் விளையாட்டு சமன் ஆகும் என்பதனை அறிவோம். இவைகள் செஸ் விளையாட்டின் விதிகள் (Chess play's rules) ஆகும்.

 (அ) ஸ்டேல்-மேட் (Stale-mate) சமன் செய்ததாக முடிக்கப்படும்.

 (ஆ) திரும்பத் திரும்ப செக் சொல்வது (Perpetual) சமனாக முடிக்கப்படும்.

 இது எப்படியெனில், ஒருவர் எதிரியின் ராஜாவிற்கு ஒவ்வொரு நகர்த்தலின் போதும் செக் (Check) சொல்லிக் கொண்டே இருப்பார். ஆனால், அவரால் ராஜாவை செக்மேட் ஆக்க முடியாது. எத்தனை முறை செக் சொன்னால் டிராவாகும் என்பதற்கு எங்கும் விதி எழுதப்படவில்லை. உலக செஸ் சாம்பியன் போட்டியிலும் பல்லாண்டுகளாக திரும்பத் திரும்ப செக் ஏற்பட்டதாகக் காணப்படவும் இல்லை. ஆனால்,

123

முந்தைய ரஷ்யாவில், இணைந்திருந்த நாடுகளுக்கான போட்டியில், ஒருவர் மூன்று முறைக்குமேல் இடைவிடாமல் செக் சொல்ல அனுமதிக்காது, மற்ற விளையாட்டுக்காரர் எதிர்ப்பு தெரிவித்தால் விளையாட்டு சமன் செய்யப்பட்டது. மற்ற விளையாட்டுக்காரர் எதிர்ப்பு தெரிவிக்காவிடில் அவர் எத்தனை நகர்த்துதல்களிலும் செக் சொல்லிக்கொண்டே இருக்கலாம். ஒருவருக்கு வெற்றி வாய்ப்பு இருக்கும்பொழுது மற்றவர் தொடர்ந்து செக் வைக்க இயலாது. மேற்கண்ட விதிப்படி **(3, 8, 16** நகர்த்துதல்களில்) சமன் செய்யாது நடுவர் நகர்த்துதலை மாற்றச் சொல்வார். மாற்றாவிடில் மற்றவருக்கு வெற்றியை அறிவித்துவிடுவார். நகர்த்துதலை மாற்றினால், விளையாட்டு முடியுமென்றால் ஆட்டம் நிறுத்தப்பட்டுவிடும்.

பின்பு தலைவர், உறுப்பினர்களுடன் ஒரு கூட்டம் போட்டு விளையாட்டை ஆராய்ந்து தீர்ப்பளிப்பர். இதற்கு 10 நாட்களுக்கு மேலும் ஆகலாம். மேலை நாடுகளில் இதையே எட்டு நகர்த்துதல்களாகவோ, பதினாறு நகர்த்துதல்களாகவோ வைத்து விளையாடுகின்றனர். செஸ் விளையாட்டின் விதிகள் பாடத்தில் கூறியதுபோன்று, ஆட்டம் துவங்குவதற்கு முன்பே திரும்பத் திரும்ப செக் சொல்வதனால் டிராவில், (மற்ற விளையாட்டுக்காரர் எதிர்ப்பு தெரிவிக்கும் பட்சத்திலோ அல்லது இருவரும் மாறி, மாறி ஒவ்வொரு ஆட்டத்திலும் செக் சொல்லும் பட்சத்திலோ) மூன்றாவது ஆட்டத்திலோ அல்லது எட்டாவது ஆட்டத்திலோ விளையாட்டுக்காரர்கள், விளையாட்டுக்கு ஆதரவளிப்பர், தலைவர் - ஆகியவர்கள் கையொப்பம் இட்ட ஒப்பந்தம் (Agreement) எழுதிக்கொள்ளல் வேண்டும்.

(இ) திரும்பத் திரும்ப செக் சொல்வதைப் போன்றே, இருவரும் திரும்பத் திரும்ப ஒரே காயை ஒரே கட்டத்திற்கு ஒவ்வொரு ஆட்டமும் நகர்த்திக்கொண்டே இருப்பர். இதில் ஒருவர் செய்வதை மற்றவர் எதிர்க்க, எதிர்ப்பு தெரிவிக்க இயலாது. ஆனால், இருவரும் இக்காரியத்தைச் செய்யும்பொழுது நடுவர் மேற்கண்ட (ஆ) விதியின்படி விளையாட்டினை சமனாக முடித்துவிடுவார்.

(ஈ) இடையாட்டத்தில் ஒரு விளையாட்டுக்காரரிடம் "நாம் இவ்வாட்டத்தை டிரா செய்து கொள்ளலாமா ?" என்று கேட்கலாம். இருவரின் மூல சம்மதத்தின்பேரில் விளையாட்டை சமன் செய்துகொள்ளலாம். ஒருவர் மற்றவரின் பாதுகாப்பை கணிப்பர், பின் அதை உடைப்பது அவ்வளவு சுலபமான காரியம் அல்ல என்பதை உணர்ந்து சமன் செய்துகொள்வர்.

(உ) முற்காலங்களில் யாராவது விளையாடும் பலகையைத் தட்டிவிட்டுவிட்டால், வேண்டுமென்றே செய்யப்பட்டிருந்தால், தோல்வியைநோக்கி சென்று கொண்டிருப்பவர்க்கு தோல்வி என்றும், வெற்றியை நோக்கி சென்று கொண்டிருப்பவருக்கு வெற்றி

என்றும் நடுவர் அறிவிப்பார். இருவர் நிலையும் ஏறத்தாழ ஒருவாறு இருப்பின், அறியாமல் தட்டி விடப்பட்டிருப்பின் சமன் செய்ததாக அறிவிப்பர். இக்காலத்தில் இவ் விதி பயனற்றதாகிவிட்டது. ஏனெனில், வீடியோ போன்றவைகள் வந்து செயல்படுகின்றமையால், நீங்கள் விளையாடும்பொழுது விதிப்படி எழுதி விளையாடி பழக வேணடும்.

(ஊ) விளையாட்டு நடந்து கொண்டிருக்கும்பொழுது ஒருவர் மற்றவருக்கு இடைவிடாமல் செக் ஒவ்வொரு ஆட்டத்திலும் வைத்துக்கொண்டிருக் கின்றார். இந்நிலையை அவர் மாற்றி விளையாடும்பொழுது, மற்றவர் இவருக்கு செக் வைத்து வெற்றி பெற்று விடுவார். இப்படி இருக்கும்பொழுது நடுவர் ஒருவரது பக்கம் மட்டும் நன்மை ஏற்பட்டு விடாமலிருக்க விளையாட்டை ஒத்தி வைத்து, பின்பு முடிவை அறிவிப்பார். இதற்கு சில மணி நேரங்களிலிருந்து, 10 நாட்கள் கூட ஆகலாம். இதற்கு உதாரணமாக, உலக செஸ் போட்டிகளில் ஃபைடின் (FIDE) தலைவர் உறுப்பினர்களுடன் ஒரு கூட்டம் போட்டு முடிவு அறிவிப்பார் என்று மேற்கண்ட பாராவில் படித்தோம். அவர்கள் கூட்டத்தில் எதன் அடிப்படையில் வெற்றி, தோல்வி, சமன் ஆனது என்பதை அறிவிப்பார்களென்றால் (1) 1 ராஜா 1 ரூக் (2) 1 ராஜா 1 ராணி (3) 1 ராஜா 1 பிஷப் 1 குதிரை (4) 1 ராஜா 1 பான். அந்த ஒரு பான் அடிபடாமல் எதிரியின் ராஜாவால் தடுத்து நிறுத்தப்படாமல் கடைசி கட்டத்தை அடைந்து ராணியாக மாற இயலுமா ? என்று ஒவ்வொரு நகர்த்தலிலும் சிறந்ததை ஆராய்ந்து, பதிவு செய்துகொண்டு பிறகு சமன் ஆனதாக அறிவிப்பார். ஒருவருக்கு இந்த நிலையிருந்து, மற்றவருக்கு இந்நிலை இல்லாவிடில் மாற்றி விளையாடலாமே என்பர். மாற்றாவிடில் ஒத்திவைப்பு செய்து இதுபோன்று காய்கள் உள்ளவருக்கு வெற்றியை நல்கி விடுவர். இம்மாதிரியான நிலையை சிறந்த விளையாட்டு வீரர்கள் ஏற்படுத்திக்கொள்வதில்லை. ஏனெனில், மேற்கண்ட டிராவின் நிச்சய நிலை அவர்களுக்கு நன்கு தெரிவதோடு, வெற்றிக்காக, மேற்குறிப்பிட்ட காய்கள் குறைந்தபட்சம் தேவைப்படும் என்பதனையும், தீர்ப்பு இதனடிப்படையில்தான் இருக்குமென்றும், அவர்கள் அறிந்தவர்கள். ஆதலால், பயிற்சியாளருக்கு மேற்கண்ட பாராவை (ஆ) படிக்கும்பொழுது சந்தேகம் எழலாம். ஆனால், இப் பாராவை (இ) படித்தவுடன் அச்சந்தேகம் நீங்கியிருக்கும் என்று நம்புகின்றோம்.

6. **டிராவின் நிச்சய நிலை:**- கடைசி கட்ட ஆட்டத்தில் (End Game) எந்தெந்தக் காய்கள் போர்டில் இருந்தால், யாருக்கும் வெற்றிக்கு வாய்ப்பில்லாது நிச்சயம் டிராவிற்கு வழிவகுக்கும் நிலை ஏற்படும் என்று செஸ் விளையாட்டு நிபுணர்கள் பல்லாண்டு அனுபவத்தின் காரணமாக நிச்சயித்துள்ளனர். இது மிகக் கவனமாக ஆடுபவர்களுக்குத்தான்.

கவனமின்றி ஆடினால் தோல்விதான் ஏற்படும்.

நிச்சயமாக டிராவிற்கு வழி வகுக்கும் நிலை:-

வெள்ளை / கருப்பு	-	வெள்ளை / கருப்பு
1. ராஜா, 2 குதிரைகள்	-	1. தனி ராஜா மட்டும்
2. ராஜா, ஒரு (1) ரூக்	-	2. ராஜாவும் ஒரு குதிரையும்
3. ராஜா, ஒரு (1) ரூக்	-	3. ராஜாவும் ஒரு பிஷப்பும்
4. ராஜா, இரண்டு (2) ரூக்குகள்	-	4. ராஜா, இரண்டு (2) பிஷப்புகள், ஒரு குதிரை
5. ராஜா, ராணி	-	5. ராஜா, இரண்டு ரூக்குகள்
6. ராஜா, ராணி	-	6. ராஜா, இரண்டு பிஷப்புகள்
7. ராஜா, ஒரு ரூக், இரண்டு குதிரை		7. ராஜா, ராணி

7. உலக சாம்பியன் காரி காஸ்பரோவும், இந்தியாவின் கிராண்ட் மாஸ்டர் விஸ்வநாதன் ஆனந்தும் விளையாடிய விளையாட்டுக்களையும், கார்போவ், காஸ்பரோவ் போன்றவர்கள் ஆடிய ஆட்டங்களையும் கவனித்து, சிலர் "இவ்வளவு காய்கள் இருந்தும் ஏன் தோல்வியை ஒப்புக்கொண்டார்" என்றால், அதற்கான காரணம் மேலே கொடுக்கப்பட்டுள்ள நிச்சய டிராவிற்கு வழிவகுக்கும் நிலையை அறிந்திருந்தமையே யாகும்.

8. சிலர் செஸ் விளையாட்டை, சில நேரங்களில் ஆட்டங்களாகவும், சில சமயம் மதிப்பெண்களாக/ஒத்திவைப்பாகவும் கணக்கிட்டு விளையாடுகின்றனர். இது செஸ்ஸில் ஆரம்ப நிலையில் இருப்பவர்களுக்கு நல்ல பயிற்சி ஆகும். மேலும், பெரிய போட்டிகளில் ஆட்டத்தின் இறுதியில் இந்த மதிப்பெண்களும் கணக்கிடப்படுகின்றன. அதன் அடிப்படையில் விளையாட்டு வீரர்கள் தகுதி நிலை (ரேட்டிங்ஸ்) பெறுகின்றனர். இதை நீங்கள் செஸ் விளையாட்டு செய்திகள் வரும் வார இதழ்களில் குறிப்பாக, 'ஹிந்து', 'ஸ்போர்ட் ஸ்டார்' போன்றவைகளில் காண இயலும். காய்களின் மதிப்பெண்கள் கீழ்கண்டவாறு உள்ளது.

1. ராணிக்கு   - 9 x 1 =   9
2. ரூக்கிற்கு   - 5 x 2 = 10
3. பிஷப்பிற்கு - 3 x 2 =   6
4. நைட்டிற்கு   - 3 x 2 =   6
5. பானுக்கு   - 1 x 8 =   8
மொத்த மதிப்பெண்கள் -   39

ராஜாவிற்கு மதிப்பெண்கள் கிடையாது. பான் ராணியானாலும் 9 மதிப்பெண்கள்தான்.

9. ஆட்டம் சமன் செய்தலுக்காக உலக சாம்பியன்கள்/கிராண்ட் மாஸ்டர்கள் விளையாடிய மூன்று விளையாட்டுக்கள் கீழே தரப்பட்டுள்ளன. விளையாடிப் பார்க்கவும்.

(அ) இந்த விளையாட்டு உலக சாம்பியன்களான கார்போவும் (Karpov) காஸ்பரோவும் (Kasparov) உலக அளவிலான ஓர் போட்டியில் விளையாடிய விளையாட்டு. காஸ்பரோவ் வெள்ளை, கார்போவ் கருப்பு. இதற்கு "குரூயன்ஃபெல்டு டிஃபன்ஸ் (Gruenfeld Defence) என்று பெயர்.

1.	d2 - d4	... Ng8 - f6	2.	c2 - c4	... g7 - g6
3.	Nb1 - c3	... d7 - d5	4.	Bc1 - f4	... Bf8 - g7
5.	e2 - e3	... c7 - c5	6.	d4 x c5	... Q d8 - a5
7.	Ra1 - c1	... d5 x c4	8.	Bf1 x c4	... 0-0
9.	Ng1 - f3	... Qa5 x c5	10.	Bc4 - b3	... Nb8 - c6
11.	0 - 0	... Qc5 x c5	12.	h2 - h3	... Bc8 - f5
13.	Qd1 - e2	... Nf6 - e4	14.	Nc3 - d5	... e7 - e5
15.	Rc1 x c6	... e5 x f4	16.	Rc6 - c7	... Bf5 - e6!
17.	Qe2 - e1!	... Qa5 - b5!	18.	Nd5 - e7 + Kg8 - h8	
19.	Bb3 x e6	... f7 x e6	20.	Qe1 - b1!	... Ne4 - g5
21.	Nf3 - h4	... Ng5 x h3+!?	22.	Kg1 - h2	... Qb5 - h5
23.	Ne7 x g6+	... h7 x g6	24.	Qb1 x g6	... Qh5 - e5!
25.	Rc7 - f7	... Rf8 x f7	26.	Qg6 x f7	... Nh3 - g5
27.	Nh4 - g6 ch	... Kh8 - h7	28.	Ng6 x e5	... Ng5 x f7
29.	Ne5 x f7	... Kh7 - g6	30.	Nf7 - d6	... f4 x e3
31.	Nd6 - c4	... e3 x f2	32.	Rf1 x f2	... b7 - b5
33.	Nc4 - e3	... a7 - a5	34.	Kh2 - g3	... a5 - a4
35.	Rf2 - c2	... Ra8 - f8	36.	Kg3 - g4	... Bg7 - d4
37.	Rc2 - e2	... Bd4 x e3	38.	Re2 x e3	... Rf8 - f2
39.	b2 - b3	... Rf2 x g2 ch	40.	Kg4 - f3	... Rg2 x a2
41.	b3 x a4	...		(Game drawn)	

குறிப்பு: இதே விளையாட்டு *1886ல்* வில்ஹம் ஸ்டெய்னிட்ச் (Wilhem Steinitch) என்பவரால் விளையாடப்பட்டதென்றும், அதற்காக அதிக "அறிவுக் கூர்மைக்கான (Brilliancy)" பரிசுடன், பிரிட்டிஷ் இன்சூரன்ஸ் கம்பெனியின் சிறப்பு பரிசும் அவருக்கு கிடைத்ததாக குறிப்புகளில் கூறப்பட்டுள்ளது.

(ஆ) இச்சிறிய ஆட்டத்திற்கு "கிங்ஸ் இண்டியா டிஃபன்ஸ்" (Kings India Defence) என்று பெயர். சோவியத் டீம் சாம்பியன்ஷிப்பிற்காக வகானியான் (Vaganian)-காஸ்பரோவ் (Kaspararov) இவர்களுக்கிடையில் நடைபெற்று சமன் ஆன ஆட்டமாகும். வகானியான் வெள்ளை, காஸ்பரோவ் கருப்பு.

1. d2 - d4	... Ng8 - f6	2. Ng1 - f3	... g7 - g6
3. c2 - c4	... Bf8 - g7	4. g2 - g3	... 0 - 0
5. Bf1 - g2	... d7 - d6	6. 0 - 0	... c7 - c5
7. d4 x c5	... d6 x c5	8. Qd1 x d8	... Rf8 x d8
9. Nf3 - e5	... Nf6 - e8	10. Ne5 - d3	... Ne8 - d6
11. Nd3 x c5	... Nb8 - c6!	12. Nb1 - a3	... Ra8 - b8!
13. Nc5 - a4	... Bc8 - e6	14. Bc1 - f4	... Rb8 - c8
15. Ra1 - c1	... Nc6 - d4	16. Rf1 - e1	... b7 - b5!
17. Bf4 x d6!	... Rd8 x d6	18. Na3 x b5	... Nd4 x b5
19. c4 x b5	... Rc8 x c1	20. Re1 x c1	... Rd 6 - d2
21. Bg2 - f3	... Bg7 x b2	(கேம் டிராவில் முடிந்தது)	
22. N x b2	... R x b2	23. a4, then .... Ra 2.	
24. Bc6	... Bb3		

(இ) இந்த ஆட்டம் அமெரிக்கா, ரஷ்யாவிற்கு சவால் செய்து, அமெரிக்காவிற்காக கிராண்ட் மாஸ்டர் காம்ஸ்கி என்பவரும் ரஷ்யாவிற்காக உலக சாம்பியன் அனடோலி கார்போவும் விளையாடி டிராவான ஆட்டம் ஆகும். கார்போவ் வெள்ளை, காம்ஸ்கி கருப்பு. இவ்விளையாட்டிற்கு "க்வீன்ஸ் இண்டியா டிபன்ஸ்" என்று பெயர். (Queens India Defence).

1. d4	... N f6	2. c4	... e6
3. N f3	... b6	4. g3	... B a6
5. b3	... B b4 +	6. B d2	... B e7
7. B g2	... c6	8. B c3	... d5
9. N e5	... Nfd 7	10. N x d7	... N x d7
11. N d2	... 0 - 0	12. 0 - 0	... R b8
13. R el	... b5	14. c5	... e5
15. d x e5	... N x c5	16. a3	... N e6
17. b4	... d4	18. B b2	... c5
19. b x c5	... B x c5	20. N e4	... Be7
21. e3	... d x e3	22. R x e3	... Q x d1
23. R x d1	... Bb7	24. R d7	... B x e4
25. R x e7	... B x g2	26. K x g2	... a5
27. Ra7	... R a8	28. R x a8	... R x a8
29. Rb3	... R b8	30. B c3	... a4
31. Rb1	... R c8	32. B a5	... R c5

33.	f4	... f6	34.	e x f6	... g x f6
35.	R d1	... k f7	36.	R d7 +	... K g6
37.	K f3	... R c4	38.	K e3	... N c5
39.	R d5	... K f7	40.	B b6	... R c3+
41.	K d4	... R c4+	42.	K e3	... R c3+
43.	K e2	... N e4	44.	R x b5	... R x a3
45.	R a5	... K g6	46.	B d4	... h5
47.	B e3	... f5	48.	R a6+	... K f7
49.	R a5	... K g6		Game Drawn	

10. மேலே காணப்படும் மூன்று விளையாட்டுகளையும் விளையாடியதும் முடிவில் "இத்தனை காய்கள் இருக்கும்பொழுது ஏன் டிரா செய்து கொண்டனர்" என்ற கேள்வி எழலாம். கிராண்ட் மாஸ்டர்கள், மாஸ்டர்கள், சாம்பியன்கள் அடுத்துவரும் எட்டு (8) நகர்த்துதல்களிலிருந்து பதினான்கு நகர்த்துதல்கள் வரை மனதிலேயே கணக்கிட்டு விடுவார்கள். இன்றைய உலக சாம்பியனான காரி காஸ்பரோவ் என்பவர் பதினெட்டு நகர்த்துதல்கள் வரை சிந்திக்கும் ஆற்றலைப் பெற்றவர் என்று ஆங்காங்கே செஸ் புத்தகங்களில் விமர்சனம் செய்யப்பட்டிருப்பதைக் காண்கிறோம். சிறந்த நகர்த்துதல்களை உபயோகித்து மீதி ஆட்டத்தை விளையாடுவார்களேயானால், சில நகர்த்துதல்களில் தெளிவாகிவிடும்.

விடைகள்:

41.		... Ra2 x a4	42.	Re3 x e6+	... Kg6 - f5
43.	Re6 - b6	... Ra4 - b4	44.	Kf3 - e3	... Kf5 - e5
45.	Ke3 - d3	... Ke5 - d5	46.	Kd3 - c3	... Kd5 - c5
47.	Rb6 - b7	... Rb4 - c4+	48.	Kc3 - b3	... Rc4 - b4+
49.	Kb3 - b2	... Rb4 - c4+	50.	Kc3 - b3	... b5 - b4
51.	Kb3 - b2	... b4 - b3	52.	Kb2 - b1	... Rc4 - c2
53.	Rb7 x b3	... Kc5 - c4	54.	Rb3 - b2	... Rc2 x b2
55.	Kb1 x b2	(Game Drawn)			

ஏனெனில், இருவருக்கும் மிஞ்சியது ராஜா மட்டும். தனி ராஜாக்கள் ஒன்றும் செய்ய இயலாது.

(ஆ) 25வது நகர்த்தலை வெள்ளை செய்ய வேண்டும். இந்நிலையில் இருவருக்கும் சமமான காய்கள் இருப்பினும், வெள்ளைக்கு ஒரு பான் கூடுதலாக இருக்கின்றது. எனினும், இருவரும் சமன் செய்துகொண்டு விட்டனர். எத்தனை எதிர் வரும் நகர்த்துதல்களை முன்கூட்டியே கணித்து விட்டனர் என்பது கீழே கொடுக்கப்பட்டுள்ளது.

25. e2-e3	... Bb3 x a4	26. b5 - b6	... Ba4 x bc6
27. Rc1 x Bc6	... a7 x b6	28. Rc6 x b6	... e7 - e6
29. h2 - h4	... h7 - h5	30. Rb6 - b4	... Ra2 - a5
31. g3 - g4	... h5 x g4	32. Rb4 x g4	... Kg8 - g7
33. Kg1 - g2	... Kg7 - f6	34. Kg2 - f3	... g6 - g5
35. h4 x g5	... Ra5 x g5 ·	36. e3 - e3	... e6 - e5
37. Rg4 x Rg5	... Kf6 x Rg5	38. Kf3 - e3	... Kg5 - g6
39. f2 - f4	... e5 x f4	40. Ke3 x f4	... f7 - f6
41. e4 - e5	... f6 x e5+	42. Kf4 x e5 Drawn	

இருவருக்கும் இருப்பது ராஜா மட்டும். தனி ராஜாவை வைத்துக்கொண்டு யாரும் வெற்றிபெற இயலாது. எனவே ஆட்டம் சமன் ஆனது.

50. Be3 - c1	... Ra3 - a2+	51. Ke2 - f3	... Ne· - c3
52. h3	... Nc3 - b1	53. g4	... f5 x g4
54. h3 x g4	... h5 x g4+	55. kf3 x g4	... a4 - a3
56. Ra5 - a6+	... Kg6 - f7	57. f4-f5	... Ra2 - f2
58. Bc1 x a3	... Nb1 x a3	59. Ra6 x Na3	... kf7 - f6
60. Ra3 - a6+	... kf6 - e5	61. Rf2 x f5 Game Drawn	

இருவருக்கும் 1 ராஜா 1 ரூக் இருப்பதால் சமபலம் ஆகின்றது. ராஜாவை ஒரு மூலையில் ஒதுக்கினாலும் (ஒதுக்க இயலாது) வளைக்க இயலாது. ஏனெனில், ரூக் எதிரி வைக்கும் செக்கை மறைத்துக்கொள்ளும்.

வினாக்களுக்கு விடையளிக்கவும்:

1. ஸ்டேல்மேட் என்றால் என்ன ? உதாரணத்துடன் ஒரு ஸ்டேல்மேட்டின் நிலையை விளக்குக. **15**
2. டிராவின் முக்கியத்துவத்தை விளக்கி எழுதுக. **10**
3. டிராவின் சிறப்பைப்பற்றி பிரபல செஸ் விளையாட்டு வீரர்கள் கூறியுள்ளதென்ன ? **5**
4. திரும்பத் திரும்ப செக் சொல்வதற்கும், அதுபோல் திரும்பத் திரும்ப ஒரே காயை நகர்த்தி (Repetition of Move) கொண்டிருப்பதற்கும் உள்ள வித்தியாசங்களை விளக்கு. **10**
5. நிச்சயமாக டிராவிற்கு வழி வகுக்கும் நிலையை விளக்கு. **10**
6. பிரபல விளையாட்டு வீரர்கள் போர்டில் பல காய்கள் இருந்தும் "டிரா" எதனடிப்படையில் செய்துகொள்கின்றனர் ? **5**
7. நீ அறிந்த டிரா கேம்களில் ஒன்றினை விளக்கி எழுது. அது எத்தனையாவது நகர்த்துதலிலிருந்து சமன் ஆகும் நிலை முகம் நோக்கி செல்கிறது ? ஏன் ? (ஆராய்ச்சி செய்து எழுதவும்) **20**
8. செஸ் காய்களின் மதிப்பெண்களை குறிப்பிடுக. **10**

பாடம்-15

இறுதியாட்டம் (End Game)

1. ஒரு செஸ் விளையாட்டு வீரர் ஓப்பனிங்ஸில் தீர, தெளிவாக சிந்தித்து, ஒவ்வொரு நகர்த்தலிலும் நன்மைகள் பெற்று, நடுகள ஆட்டத்தில் எதிரியின் தற்பாதுகாப்பை உடைத்தெறிந்து, எதிர்க்கும் காய்களை வென்று இறுதியாட்டத்திற்கு வந்துவிட்டால், அவர் தமது சிந்தனையை திருப்பிவிட வேண்டும். அப்படியென்றால் எதிரியின் ராஜாவை எப்படி செயல்பட முடியாமல் ஒதுக்கலாம் என்பதில் சிந்தனையை செலுத்தல் வேண்டும். எதிரியின் ராஜாவை கடைசி வரிசையில் தள்ளுதல் வேண்டும். அல்லது போர்டில் வேறு எங்கு திருப்பினும் அதை வளைக்கும் நிலைக்கு கொண்டு வருதல் வேண்டும். போர்டின் மத்திய கட்டங்களில் ராஜாவை வளைப்பது, வளைத்து செக்மேட் ஆக்குவது அவ்வளவு சுலபமான காரியம் ஆகாது. படம் 76ல் வெள்ளை ராஜா ஓர் மூலைப் பக்கமாக g6ல் ஒதுக்கப்பட்டுவிட்டார். இன்னும் இரண்டே மூவ்களில் கருப்பு வெள்ளையை செக்மேட் செய்துவிடுவார். எப்படியெனில், கருப்பு தனது ராணியை f1ல் இருந்து f7க்கு நகர்த்தி செக் சொல்லுவார். வெள்ளை ராஜாவிற்கு h ஃபைலுக்கு ஒதுக்குவதைத் தவிர வேறு வழியில்லை. அடுத்த நகர்த்துதலில் கருப்பு ரூக் a5 லிருந்து h5க்கு வந்து செக்மேட்டாக்கி விடும். அதை படம் 77ல் காண்க.

2. இறுதியாட்டத்தில் (End Game) சில சமயம் இருவருக்குமே வெகு சில காய்கள் மட்டும் இருக்கும். அப்படி இருப்பின் இருவருமே ஜெயிக்க இயலாது. இருவருமே ஜெயிக்க இயலாது போனால் அந்த விளையாட்டு சமன் செய்யப்பட்டு விடும். ஒருவர் ஒரு விளையாட்டில் ஜெயிப்பதற்கு குறைந்த பட்சம் கீழ்க்கண்ட காய்கள் நிச்சயம் இருக்க வேண்டும். இல்லையேல், விளையாட்டில் ஜெயிக்க இயலாது.

   (க) ராஜா, ஒரு ராணி

   (கா) ராஜா, ஒரு ரூக்

   (கி) ராஜா, ஒரு பான் (அந்த பான், வழியில் எதிரியின் காய்களால் அடிபடாமலும், எதிரியின் பான், ராஜா போன்றவற்றால் தடுத்து நிறுத்தப்படாமலும் கடைசி ரேங்க்கை அடைந்து ராணியாக மாறும் என்ற நிச்சயம் இருக்க வேண்டும்)

   (கீ) ராஜா, ஒரு பிஷப், ஒரு குதிரை.

   மேற்கண்ட குறைந்தபட்ச காய் இருவருக்குமே இருப்பின் ஆட்டம் டிராவாகாது. ஒருவருக்கு மட்டும் இருப்பின், ஆட்டம் தொடரும். ஒருவருக்கு ஒரு ராஜா மட்டும் இருந்து மற்றவருக்கு இரண்டு பிஷப்புகள் இருந்தால் யாரும் ஜெயிக்க இயலாது.

3. படம் 78ஐப் பாருங்கள். இதில் முதல் நகர்த்தலை வெள்ளை செய்தால், அது

வெற்றியடையும். முதல் நகர்த்தல் கருப்பினுடையதாக இருப்பின், அது வெற்றியடைய இயலாது. ஏனெனில், போர்டின் நிலை ஆட்டம் சமன் ஆவதாக உள்ளது.

படம் 79ல் வெள்ளை தனது முதல் நகர்த்துதலைச் செய்துவிட்டது. அது எப்படி கருப்புக்கு செக்மேட் செய்தது என்று நீங்களும் முயன்று பாருங்கள்.

படம்-76

இன்னும் இரண்டே நகர்த்தலில் கருப்பு, வெள்ளை ராஜாவை மடக்கிவிடும்.

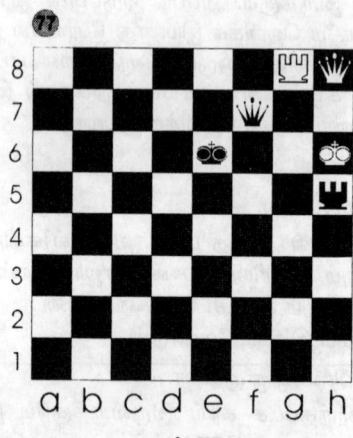

படம்-77

கருப்பு, வெள்ளை ராஜாவை மடக்கிவிட்டது.

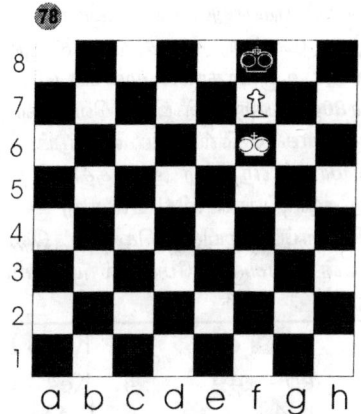

78

படம்-78

இந்நிலையில் வெள்ளையின் நகர்த்தல் முதல் நகர்த்தலாக இருப்பின் அதுதான் ஜெயிக்கும்.

கருப்பினுடையதாக இருப்பின், அது வெற்றியடைய இயலாது. ஏனெனில், போர்டின் நிலை டிராவில் உள்ளது.

79

படம்-79

வெள்ளை, தனது முதல் நகர்த்தலை வெற்றியடைவதற்குச் செய்துவிட்டது. எப்படி வெற்றி பெற்றதென்று முயன்று பாருங்கள். விடை கீழே

1.	Kf6 - e6	... Kf8 - g7	2.	Ke6 - e7	... Kg7 - g6
3.	Pf7 - f8 (Q)	... Kg6 - g5	4.	Qf8 - f6	... Kg5 - g4
5.	Ke7 - e6	... Kg4 - g3	6.	Ke6 - e5	... Kg3 - g4
7.	Qf6 - f4+	... Kg4 - h5	8.	Qf4 - g3	... h5 - h6
9.	Ke5 - f6	... h6 - h7	10.	Qg3 - g7+ Checkmate	

4. இறுதியாட்டத்தில் பெரும்பாலும், சில நிலைகளில், உங்கள் நகர்த்தல் முதல் நகர்த்தலாக இருக்குமாயின், அது சாதகமாக அமையாது. எனவே, அது போன்ற நிலைகள் உருவாகாமல் முன்கூட்டியே பார்த்து விளையாட வேண்டும். படம் **80**ஐப் பாருங்கள். இதில் வெள்ளை, முதலில் நகர்த்தினால் அதற்கு கண்டிப்பாக தோல்வியே ஏற்படும். (எனவேதான் செஸ் விளையாட்டில் யாரும் எந்த ஓர் ஆட்டத்திலும் நகர்த்தலைத் தவிர்க்க இயலாது என்ற கண்டிப்பான விதி உள்ளது) இதில் வெள்ளை முதலில் நகர்த்திவிட்டது. கருப்பு ஜெயித்து செக்மேட் செய்துள்ளதை படம் **81**ல் பாருங்கள். உடன் நீங்களும் போர்டில் முயற்சிக்கவும். விடை கீழே தரப்பட்டுள்ளது.

1.	Kd5 - c4	... Kf4 × e4	2.	Ke4 - b4	... Ke4 - f4
3.	Kb4 - c4	... e5 - e4	4.	Ke4 - c3	... e4 - e3
5.	Kc3 - d3	... Kf4 - f3	6.	Kd3 - c2	... Kf3 - f2
7.	Kc2 - d1	... e3 - e2+	8.	Kd1 - c2	... e2 - e1 (Q)
9.	Kc2 - c3	... Qe1 - e4	10.	Kc3 - d2	... Qe4 - d4+
11.	Kd2 - c2	... Kf2 - e2	12.	Kc2 - b2	... Ke2 - d2
13.	Kb2 - a2	... Kd2 - c2	14.	Ka2 - a3	... Kc2 - c3
15.	Ka3 - a2	... Qd4 - d1	16.	Ka2 - a3	... Qd1 - a1+
17.	Checkmate				

5. ராஜா ஆரம்பத்தில், மிகவும் மெதுவாகவே நகர்த்தப்பட்டார். கேஸ்லிங், செய்வதன் மூலம், பல நகர்த்தல்கள் வேறு காய்களும், பான்களும் நகர்த்தப்பட்டமையாலும், அடர்த்தியாக இருவரது காய்களும் போர்டில் இருந்தமையாலும் ராஜா எப்பொழுதாவதுதான் ஓரிரு நகர்த்துதல்கள் செய்யப்பட்டார். ஆனால், இறுதியாட்டத்தில் ராஜா மாறாக மிகவும் சுறுசுறுப்பான காயாக மாறிவிட்டார். எதிரியின் இடைவிடா செக், செக் இவைகளாலும், வேறு நகர்த்துவதற்கு காய்கள் குறைவாக இருப்பதாலும், ராஜாவிற்கு மிக அதிக அளவு நகர்த்துதல்கள் ஏற்படுகின்றது. சில சமயம் சங்கடங்கள் ஏற்படும். இதனால் ராஜா தனது (குறைவாகவே காய்கள் இருக்கும்) காய்களுக்கு பக்கபலமின்றி தூரத்தில் போய்விடுகின்றார். திறமையான எதிரி ராஜாவை இதுபோல் தூரத்தில் தந்திரமாக விரட்டி விட்டு, தனது காரியத்தை வெற்றிகரமாக முடித்துக்கொள்வார். ராஜா ஒரே ஒரு கட்டமே நகரும் தன்மையுடையதாகினும், எட்டு திக்குகளிலும் நகரும் தன்மை பொருந்தியதால் இறுதியாட்டத்தில் பெரும் பலமுள்ளவராகவும் இருக்கின்றார்.

6. படம்-**82**ஐப் பாருங்கள். இதில் வெள்ளையே வெற்றியடைவார். எப்படியெனில், அவர் தனது ராஜாவை, கருப்பு பான்களுக்கு பின்பு எடுத்துச்சென்று முதலில் g6 கருப்பு பான், பின்பு f5, அதன்பின் h5 என்று ஒவ்வொன்றாக ஆய்ந்தெடுத்து விடுவார். கருப்பு ராஜாவை வெள்ளை முதல் ஆட்டங்களிலேயே தந்திரமாக ஒதுக்கிவிட்டமையால் அது

தூரத்திலிருந்து வந்து அடிபட்டுக்கொண்டிருக்கும் தனது பான்களை, ஒன்றையாவது காப்பாற்ற இயலவில்லை. பின்பு கேட்க வேண்டுமா ? வெள்ளை ராஜா, பான்களுக்கு பானும், தானும் துணையாக நின்று ராணி, கோட்டை என்று மேலும் உயர்ந்த நிலை அடையச் செய்து நிச்சயம் வெற்றி

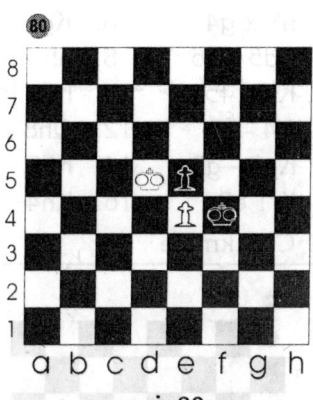

80

படம்-80

முதல் நகர்த்தல் வெள்ளையினுடையதாக இருப்பின், அதற்கு தோல்வியே ஏற்படும். முதல் நகர்த்தல் கருப்பினுடையதாக இருப்பின், அதற்கும் தோல்வியே ஏற்படும்.

81

படம்-81

கருப்பு ஜெயித்துவிட்டது. கருப்பு பான், ராணியாக மாறியுள்ளதை கவனிக்கவும்.

பெற்றுவிடுவார். இதுபோன்ற நிலை விளையாட்டில் வருவது எதிர்பாராத ஒன்றாகும். குறிப்பாக கவனிக்க வேண்டியது வெள்ளை ராஜா g6 பானை அடித்த பின்பு h5க்கு போகக் கூடாது. அப்படிப் போய் திரும்பி வருவதற்குள் f5 பானுக்கு பாதுகாப்பாக கருப்பு ராஜா வந்துவிடக்கூடும். எனவே, எதிரியின் ராஜாவிற்கு அருகாமையிலுள்ள பானை இது போன்ற சந்தர்ப்பங்களில் அடிக்க வேண்டும். படம் 83, வெள்ளை வெற்றி

யடைந்ததைக் காட்டுகின்றது. எப்படி வெற்றியடைந்தது என்பதனை போர்டில் முயற்சித்து பார்க்கவும். விடை கீழே.

1. Ke5 - f6	... Ka8 - b7	2. Kf6 x g6	... Kb7 - Kc6
3. Kg6 x f5	... Kc6 - d5	4. Kf5 - g5	... Kd5 - e4
5. g3 - g4	... h5 x g4	6. Kg5 x g4	... Ke4 - d5
7. h4 - h5	... Kd5 - e6	8. h5 - h6	... Ke6 - f6
9. Kg4 - h5	... Kf6 - f5	10. h6 - h7	... Kf5 x f4
11. h7 - h8 (Q)	... Kf4 - f3	12. Qh8 - d4	... Kf3 - g3
13. Qd4 - e3+	... Kg3 - g2	14. Kh5 - h4	... Kg2 - f1
15. Qe3-d4	... Kf1 e2	16. Kh4 - g3	... Ke2 - f1
17. Qd4 - f2+	... Checkmate		

படம்-82

இந்த நிலையில் வெள்ளை வெற்றியடையும்.

படம்-83

வெள்ளை வெற்றி பெற்றுவிட்டது. வெள்ளை ராணி போர்டில் இருப்பதை கவனிக்கவும்.

வினாக்களுக்கு விடையளிக்கவும்:

1. இறுதியாட்டத்தின் குறிக்கோளாகக் கொள்ளப்படுவது எது? 2
2. ஒருவர் ஒரு விளையாட்டில் வெற்றியடைய குறைந்தபட்சம் தேவைப்படும் காய்கள் என்னென்ன? 5
3. இறுதியாட்டத்தில் முதல் நகர்த்தல் உங்களுடையதாக இருப்பின் அது சாதகமாகாது என்பதனைப் படத்துடன் விளக்கு. (படம் போட இயலவில்லையானால் செஸ் குறியீட்டுடன் விளக்கலாம்) 10
4. இறுதியாட்டத்தில் ராஜா மிகவும் சுறுசுறுப்பான காயாக மாறிவிடுகிறார். ஏன்? 5
5. ஒரு போர்டில் இருவருக்கும் எவ்வித காய்களும் இல்லாமல் சம அளவு பான்கள் ஒரேவித சமச் சீர்மை நிலையில் இருந்து, ராஜா மட்டும் வேறு வேறு கட்டங்களிலிருந்தால் யார் வெற்றி பெறுவார்? 2

பாடம் - 16

சிறப்பான இறுதியாட்டங்கள்
(Interesting End Games)

1. செஸ் விளையாட்டு வீரர்கள் இறுதியாட்டத்தில், எதிரியின் ராஜாவை மடக்குவதற்கு தங்கள் தேவைக்கு சற்று அதிகமாக காய்கள் இருப்பதையே விரும்புவர். பெரும்பாலும் இருக்கும் காய்களை இழக்காமல், பான்களை முன்னேற்றி ராணியாக மாற்றுவதில் முனைந்திருப்பர். ராஜாவை மடக்குவதில் தீவிரமாக இருப்பர். பல சுற்றுக்கள் சுற்றுவர். கிடைத்த வாய்ப்பை நழுவ விடாமல் செக் வைப்பர். தொடர்ந்து செக் வைப்பர். இவைகள் சாதாரண விளையாட்டுகளாகும், கிராண்ட் மாஸ்டர்கள், சாம்பியன்கள் தங்கள் சிந்தனையின் திறமையால், போற்றத்தகு இறுதியாட்டங்கள் ஆடியுள்ளனர். அதில் முக்கியமானது என்னவென்றால் இறுதியாட்டத்தில் ராணியைக் கொடுப்பதும், குறைந்த மதிப்பெண்களில் வெற்றி பெறுவதுமேயாகும். கீழே மூன்று சிறப்பான இறுதியாட்டங்கள் கொடுக்கப்பட்டுள்ளன. இவைகளை நீங்களும் நினைவில் நிறுத்தி இதுபோன்று சிறப்பான இறுதியாட்டங்கள் ஆடலாம்.

(அ) சிறப்பான இறுதியாட்டத்தில் (Interesting End Games) முதலாவதாக வருவது கீழ்க்கண்ட விளைாட்டு ஆகும். இதில் கருப்புக் காயை வைத்து விளையாடுபவருக்கு ராஜாவைத் தவிர வேறு காய்கள் கிடையாது. வெள்ளைக் காய் வைத்து விளையாடுபவருக்கு (1) ராஜா (2) ஒரு பிஷப் (3) ஒரு குதிரை உள்ளது. இதில் வெள்ளை ஜெயிக்க வேண்டும். வெள்ளை ஜெயிக்க இயலும், ஆனால், ஆடுவது மிக சிரமமானதாகும். ஏனெனில், ஒவ்வொரு நகர்த்தலிலும் கருப்பு ராஜாவிற்கு தப்பித்துக்கொள்ள ஒரு கட்டமாவது கிடைத்துவிடும். கருப்பு ராஜாவை ஒதுக்கி வெள்ளை கட்ட

மூலைக்கு (a8 அல்லது h1) கொண்டு சென்றால்தான் செக்மேட் செய்ய இயலும். சிறந்த ஆட்டக்காரர்களுக்கே இந்த இறுதி ஆட்டம் மிகவும் கடினமானதாகவும் பொறுமையை சோதிப்பதாகவும், இடை விடாது சிந்தனை செய்யும் நிலையையும் உருவாக்குகின்றது. உலக சாம்பியன்களில் பிரபலமானவர் ஒருவர் ஆரம்ப நிலையில் தனக்கு ஒரு பிஷப்பும், ஒரு குதிரையும் (எதிரிகள் அவ்வளவாக பொருட் படுத்துவதில்லை) அதிகம் இருந்துவிட்டால் மற்ற எல்லாக் காய்களை யும் காய் கொடுத்து காய் எடுப்பதன் மூலம் இழந்துவிடுவார். எதிரியும், எல்லாக் காய்களையும் இழந்த நிலையில் ஆகிவிடுவார். இந்த இறுதி ஆட்டம் அவருக்கு நன்றாகத் தெரியுமாதலால் ஜெயித்து விடுகின்றார். இது விறுவிறுப்பானது இல்லை என்றாலும் விருப்பமுள்ளது (Interesting). ஆனால், நிச்சயம் வெற்றி பெற வாய்ப்பளிக்கக் கூடியது. இதன் ஆரம்ப நிலையும், இணைக்கும் நிலையும் படம் 84/85களில் கொடுக்கப்பட்டுள்ளது. இதை கண்டிப்பாக செய்து பார்த்து தெரிந்து கொள்ளவும்.

84

படம்-84
சிறப்பான இறுதி ஆட்டம் பாடத்தில் முதலாவது (அ) ஆட்டத்தின் ஆரம்ப நிலை (Initial Position)

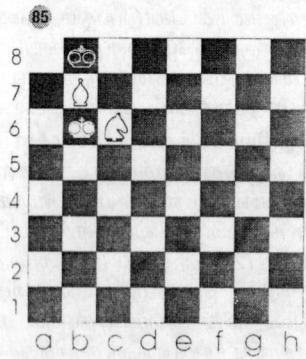

85

படம்-85
படம் 84ன் இணையும் நிலை (Mating Position)

இதில் ஐம்பது நகர்த்தல் (Fifty move Rules) விதி கண்டிப்பாக கடைப்பிடிக்க வேண்டும் என்பதும் முக்கியமாக கவனிக்க வேண்டியது கட்டாயம் என்பதையும் அறிவீர்கள். இது அனேக செஸ் புத்தகங்களில் காணப்படுகிறது. ஆனால், நகர்த்துதல்களின் விபரம் எதிலும் தரப்படவில்லை. எனினும் நகர்த்துதல்களின் விபரம் உதவிக்காக கீழே கொடுக்கப்பட்டிருப்பினும், அதைப் பார்க்காது சுயமாக செக்மேட் செய்வதே நன்மை அதிகம் தருவதாகும்.

குறிப்பு: பிஷப் கருப்பில் செல்லக்கூடியதாயின் ராஜாவை a1 h8 ஆகிய மூலை கருப்பு கட்டத்தில் ஒதுக்க வேண்டும்.

1. Ke1 - d2	... Kd5 - e4	2. Kd2 - e2	... Ke4 - d5
3. Ke2 - d3	... d5 - e5	4. Kd3 - e3	... e5 - d5
5. Bf1 - g2+	... d5 - e5	6. Ng1 - f3+	... e5 - f5
7. Bg2 - h3+	... f5 - f6	8. Ke3 - f4	... f6 - g6
9. Bh3 - g4	... g6 - f6	10. Nf3 - e5	... f6 - g7
11. Kf4 - g5	... g7 - h7	12. Ne5 - f7	... h7 - g7
13. Bg4 - e6	... g7 - h7	14. Kg5 - f6	... h7 - g8
15. Be6 - f5	... g8 - f8	16. Bf5 - h7	... f8 - e8
17. Nf7 - d6+	... e8 - d8	18. Nd6 - b5	... d8 - c8
19. Bh7 - e4	... c8 - d7	20. Kf6 - f7	... d7 - d8
21. Be4 - c6	... d8 - c8	22. Kf7 - e7	... c8 - b8
23. Nb5 - d4	... b8 - a7	24. Bc6 - Bb5	... a7 - b6
25. Ke7 - d6	... b6 - a5	26. Nd4 - c2	... a5 - b6
27. Bb5 - d7	... b6 - a5	28. Kd6 - c5	... a5 - a6
29. Nc2 - a3	... a6 - a5	30. Na3 - c4+	... a5 - a6
31. Bd7 - c8+	... a6 - a7	32. Nc4 - e5	... a7 - a8
33. Kc5 - b6	... a8 - b8	34. Bc8 - a6	... b8 - a8
35. Ba6 - b7+	... a8 - b8	36. Ne5 - c6+	

(ஆ) சிறப்பான இறுதியாட்டத்தில் அடுத்து வருவது உலக சாம்பியன் ஒருவரும், கிராண்ட் மாஸ்டர் ஒருவரும் ஒரு உலகளவு போட்டியில் விளையாடிய விளையாட்டு. உலக சாம்பியன் இதில் தோற்றுவிட்டால், அடுத்த போட்டிகளில் சில சலுகைகளை இழக்க நேரிடுவதோடு, உலக சாம்பியன் ஒரு கிராண்ட் மாஸ்டரிடம் தோற்றுப்போய் விட்டார் என்று செஸ் உலகத்தாரிடம் அவமானமும் ஏற்படும் நிலை. எனவே, தனது முழுத் திறமையையும் காண்பித்து விளையாடிய ஒரு விளையாட்டு ஆகும். நீங்களும் இவ்விளையாட்டை வெள்ளையின் பக்கம் விளையாடி ஆட்டத்தில் வெற்றி பெறவும். கருப்புப் பக்கமும் விளையாடி வெற்றி பெற முயற்சிக்கவும். இது போன்ற இறுதியாட்டங்களை மனதில் நிலை நிறுத்திக்கொள்ளவும். பின்பு

பயன்தரும்.

படம் 86ஐப் பார்க்கவும். கருப்பிற்கு 2 ரூக்குகள், 1 பிஷப், 1 ராணி, 3 பான்கள் உள்ளன. அவரிடம் இருக்கும் மொத்த காய்கள் ராஜாவைத் தவிர 7. மொத்த மதிப்பெண்கள் 25. வெள்ளைக்கு 1 ராணி, 2 ரூக், 5 பான்கள் மாத்திரம் உள்ளன. 3 காய்களுக்கும் 5 பான்களுக்கும் சேர்த்து மொத்த மதிப்பெண் 24. வெள்ளையினால் கருப்பிற்கு எவ்வித அபாயமும் இல்லை. ஆனால் கருப்பினால் வெள்ளைக்கு ஆபத்து உள்ளது. இவ்வளவு முன்னேற்றம், நன்மைகள் இருந்தும் கருப்பு தோல்வியை (Resigned) ஒப்புக்கொண்டு விட்டார். அனுபவ மற்றவர்கள் கருப்பின் இடத்தில் இருந்தால், வெள்ளையுடன் தொடர்ந்து ஆடுவார்கள். இவ்வளவு அனுகூலமற்ற நிலையில் வெள்ளை எப்படி வெற்றியடைந்தார் என்பதனை பார்க்கவும். விபரம் கீழே தரப்பட்டுள்ளது.

வெள்ளை எப்படி வென்றார் ? என்பதனை ஆராயும் முன்பு இப்பாடம் இறுதியாட்டத்தைப் பற்றியதால் கருப்பின் நிலையையும் ஆராய்வோம். c2ல் நிற்கும் வெள்ளை ரூக்கால் கருப்பிற்கு எவ்வித ஆபத்தும் இல்லை. b3 லிருக்கும் கருப்பு ராணியினால், அதை அடித்தாலும் கருப்பு ராணிக்கு இழப்பில்லை. வெள்ளைக்கு இன்னும் பலம் குறையும். e5ல் இருக்கும் வெள்ளை ராணி e8ல் இருக்கும் கருப்பு பிஷப்பை அடித்தால் d8 லிருக்கும் கருப்பு ரூக் அதை எடுத்துவிடும். வெள்ளை ராணி Qe5-d5 க்கு நகர்ந்து, செக் சொன்னால் b7ல் இருக்கும் (Rb7) ரூக்காலும் e8ல் இருக்கும் பிஷப்பாலும் பின் (PIN) போட இயலும். எவ்வளவு ஆராய்ந்தும் கருப்பிற்கு எவ்வித உடனடி ஆபத்தும் இல்லை. e5ன் வெள்ளை ராணி g7க்கு (Qe5 - g7) நகர்ந்து, செக் சொன்னாலும் b7ல் இருக்கும் (Rb7) அதை அடிக்க இயலும். அதற்குப் பின் h6 x g7 ஆகும். அதற்குப் பின் (K x g7) ஆகும். f3 லிருக்கும் ரூக்கை f8க்கு நகர்த்தி செக் சொன்னால் ராஜா அதனை அடித்துவிடும். வெள்ளைக்கு மேலும் நஷ்டமேயாகும். கருப்பின் ஒவ்வொரு காயாக ஆராய்ந்ததில் எவ்வித ஆபத்தும் இல்லையென்றே தெளிவாகத் தெரிகின்றது. இவ்வளவு சிந்தனைக்கும் அப்பாற்பட்டதாக உள்ளது வெள்ளையின் வியக்கத்தகு நகர்த்தல்கள். நான்கே நகர்த்து தல்களில் விளையாட்டை முடித்து, உலக சாம்பியன் என்பதை நிரூபித்துவிட்டார். அந்நகர்த்துதல்கள் கீழே கொடுக்கப்பட்டுள்ளன.

1. ... (Black) Qb3 x Rc2
2. (White) Qe5 - h8 +
3. ... (Black) Kg8 x Qh8
4. (White) Rf3 - f8 + (Checkmate)

ராணி, இரண்டு ரூக்குகள், ஒரு பிஷப் மூன்று பான்கள் (25 மதிப்பெண்கள்) இருந்தும் தோல்வி. வெள்ளைக்கு ஒரு ரூக், ஐந்து பான்கள் (10 மதிப்பெண்கள்) மட்டுமே இருந்தும் வெற்றி. படம் 87ஐக் காணவும்.

(இ) சிறப்பான இறுதியாட்டத்தில் (Interesting End Game) மூன்றாவதாகவும், கடைசியாகவும் வருவது அமெரிக்கா சேலஞ்ச் செய்து, ரஷ்யாவின் எலிஸ்டா நகரில் அமெரிக்க கிராண்ட் மாஸ்டர் கடா காம்ஸ்கியும், உலக சாம்பியன் அனடோலி கார்போவும் விளையாடிய விளையாட்டின் இறுதி நிலையாகும்.

86

படம்-86

சிறப்பான இறுதியாட்டத்தின் இரண்டாவது (ஆ) விளையாட்டின் இறுதி நிலை கருப்பிற்கு ஒரு பிஷப், ஒரு ராணி, இரண்டு ரூக்குகள் மூன்று பான்கள் (25 மதிப்பெண்கள்) இருந்தும் தோல்வியை ஒப்புக்கொண்டு விட்டார். வெள்ளைக்கு 24 மதிப்பெண்கள் இருந்தும் திறமையான ஆட்டத்தினால் வெற்றி.

87

படம்-87

படம் 86ன் இணைப்பு நிலை (Mating Position)

இதில் முதல் பரிசு *3,75,00,000 (மூன்றே முக்கால் கோடி)*. இரண்டாம் பரிசு *2,65,00,000 (இரண்டு கோடியே அறுபத்தி ஐந்து லட்சம்)* இருந்தது *(1998)*.

படம் 88ஐப் பார்க்கவும். வெள்ளைக் காயை வைத்து விளையாடிய கடாகாம்ஸ்கி தனது 30வது நகர்த்துதலைச் செய்யாது தோல்வியை ஒப்புக்கொண்டார் (Resigns). அச்சமயம் போர்டின் நிலையே படத்தில் காண்பது. அனடோலி கார்போவ் வெற்றி பெற்று, பரிசையும்

வென்றார். எதிர்வரும் ஆட்டங்களைக் கணக்கிட்டுத்தான் வெற்றி, தோல்வியை ஏற்றுக்கொண்டனர். நீங்களும், செஸ் குறியீடுகளுடன் விளையாடி குறித்து வைத்துக்கொள்ளுங்கள். முழு விளையாட்டையும் மனத்தில் இறுத்திக் கொண்டால் வெற்றி நிச்சயம். எமது முயற்சி கீழே: குறிப்புரைகள் உங்களுடையதாக இருக்கட்டும்.

30. Qd3 x Rd2	... Qf6 - f3+	31. Kg2 - g1	... Bg 4-h3
32. Bc2 - e4	... Qf3 x e4	33. f3	... Bd6 - c5+
34. Kg1 - h1	... Qe4 x c4	35. Qd2 - e1	... Bh3 x f1
36. h4	... Qc4 - d3	37. a3	... Qd3 x f3+
38. Kh1 - Kh2	... Qf3 - g2 + (Mating Position)		

மேட்டிங் பொசிஷன் படம் 89ல் (Mating Position) காண்க.

படம்-88

சிறப்பான இறுதி ஆட்டம் மூன்றாவது விளையாட்டு. வெள்ளை காயை வைத்து விளையாடும் கடா காம்ஸ்கி தனது 30வது நகர்த்தலை செய்யாது தோல்வியை ஒப்புக்கொண்டார்.

படம்-89

படம் 88ன் இணைக்கும் நிலை (Mating Position)

வினாக்களுக்கு விடையளிக்கவும்:

1. இப்பாடத்தில் மூன்று விளையாட்டுகளில் இரண்டாவதாக (அ) கொடுக்கப்பட்டுள்ள இறுதியாட்டத்தின் சிறப்பை விளக்குக. 10
2. நீங்கள் கண்டு ரசித்த ஓர் சிறப்பான இறுதியாட்டத்தினை விவரிக்கவும். 10

பாடம் - 17

காய் கொடுத்து காய் எடுத்தலும், பலி கொடுத்தலும் (Exchange and Sacrifices)

1. செஸ் விளையாடும்பொழுது சற்று அதிக நேரம் பலனற்ற நகர்த்துதல்களே நடந்துகொண்டு இருக்கும். அப்படி நடந்துகொண்டு இருக்கும்பொழுது ஒருவர் மற்றவரை விட அதிக மதிப்பெண் பெற்றிருக்கலாம். அப்படிப்பட்ட சமயத்தில் திறமையான விளையாட்டுக்காரர் தனது நிலையை உயர்த்திக்கொள்ள திட்டம் தீட்டுவார். அப்படி தீட்டப்படும் திட்டம் உறுதியானதாகவும் நல்ல தன்னம்பிக்கை உடையதாகவும் இருக்கும். அந்நிலையில் எதிரியின் ஒரு காயை அடித்தெடுப்பார். அதில் தான் எடுத்த காய் குறைந்த மதிப்பெண்களைக் கொண்டதாகவும் கூட இருக்கலாம். அவர் எப்படி முன்னேற்றம் அல்லது லாபம் அடைவார் என்பதனை அடுத்து வரும் பாராக்களில் பாண்போம். இவ்வாறு காயைக் கொடுத்து காயை எடுப்பதற்கு **எக்ஸ்சேஞ்சு** என்று பெயர். நல்ல விளையாட்டுக்காரர்கள் லாப நோக்கத்துடனேயே காய்களை பரிமாற்றம் செய்துகொள்வர். லாப நஷ்டமின்றி சமநிலை மதிப்பெண்களில் சாதாரண விளையாட்டுக் காரர்களே எக்ஸ்சேஞ்ச் செய்துகொள்வர். அதனால் ஒரு பலனும் யாருக்கும் கிடைக்காது.
2. சில நேரங்களில், குறிப்பாக–இறுதியாட்டங்களில் காய்களை, பலி கொடுப்பார்கள். சில சமயம் ராணியைக் கூட பலி கொடுக்கத் தயங்க மாட்டார்கள். அவ்வாறு பலி கொடுத்த இரண்டொரு ஆட்டங்களில் விளையாட்டை வெற்றியுடன் முடித்துவிடுவர். அல்லது குறைந்த மதிப்பெண் உள்ள காயை இழந்து அதிக மதிப்பெண்கள் உள்ள காயை வென்று விடுவர்.
3. காய் கொடுத்து காயை எடுக்கும் முன்பும், பலி கொடுத்து பெரிய காயை எடுக்க நினைக்கும் முன்பும் அல்லது விளையாட்டை முடிக்க எண்ணும் முன்பும் பல கோணங்களில், முன் எச்சரிக்கையுடன் சிந்தித்து தெளிவான முடிவெடுக்க வேண்டும். பின்பு செயல்பட வேண்டும். ஏனெனில், எதிரியும் எந்த இலக்கிலாவது தனது அறிவுத் திறமையினால், சிறு மாற்றம் செய்துவிட்டால், உங்களுக்கு பெரிய காயும் கிடைக்காது. ஆட்டத்தை முடிக்க இயலாமல் போவதுடன் நஷ்டத்தை ஏற்படுத்தி தோல்வியையும் அடைய நேரிடும். எனவே, மிகுந்த நிதானமான அறிவார்ந்த செயல்பாடு அவசியம். காய் கொடுத்து காய் எடுத்தலும், காய்களை பலி கொடுத்தல்

என்பதும், நடுகள, இறுதி ஆட்டங்களில் திறமையான செஸ் விளையாட்டு வீரர்களால் நடத்தப்படும் ஒரு நகர்த்தல் ஆகும். இது சிந்தனைத் திறத்தினால் தந்திரமாக நடத்தப்படும் நகர்த்தல் ஆகும். சிந்திக்கும் ஆற்றல் குறைவாக உள்ளவர்கள் இதில் சிக்கிக்கொள்வர். எதிரி லாபமடைந்து விடுவார்.

4. படம் 90ஐப் பாருங்கள். இது ஒரு உயர்நிலை போட்டியில் பதிவு செய்யப்பட்டது. ஆரம்ப நிலை (Openings) முடிந்து, நடுகள ஆட்டம் (Middle Game) தொடங்கிய நிலை. வெள்ளை, கருப்பின் ராணியை எடுக்க திட்டம் தீட்டி செயல்படுகின்றார். கருப்பின் நகர்த்தல் g6-g5. இதில் வெள்ளைக்கு நல்ல நகர்த்தல் என்பது h4 குதிரையைப் பின்வாங்கிக்

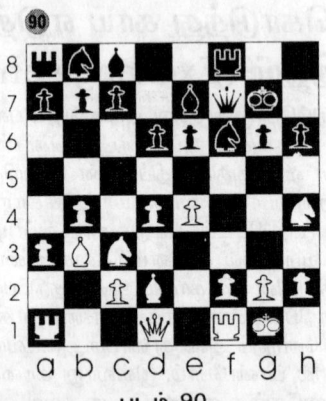

படம்-90

வெள்ளை, கருப்பு ராணியை எடுக்க திட்டம் தீட்டியுள்ளார். g6 கருப்பு பான் g5ல் வந்து வெள்ளை குதிரையை தாக்கும்பொழுது, தப்பித்துக்கொள்ளாது f-5ல் வைத்து e6 கருப்பு பானுக்கு இறையாகி b3 பிஷப் மூலம் கருப்பு ராணியை எடுத்து, அப் பிஷப்பையும் இழந்தும் லாபத்திலிருப்பார்.

படம்-91

வெள்ளை, கருப்பு ராணியை எக்ஸ்சேஞ்ச் கொடுத்து எடுத்தபின்பு போர்டின் நிலை.

கொள்வதுதான் என்பதனை யாவரும் அறிவர். ஆனால், வெள்ளை தனது குதிரையை h4ல் இருந்து f5ல் வைக்கின்றார். e6 பான் அதனை அடிக்கும் என்பதனை அறிந்தும் அங்கு வைக்கின்றார். கருப்புக் காயை வைத்து விளையாடுபவர் தன் காயெல்லாம் ஒன்றுக்கொன்று ஆதரவாக வைத்திருப்பார். அதிலும் பெரிய சக்தியுள்ள காய்கள் இணைந்து நிற்கும். மேலும் ஆரம்பநிலை, தவறுதல் ஏதும் நடக்காது என்று பெரும் போக்காக கணக்கிட்டு, f5ல் இருக்கும் வெள்ளைக் குதிரையை தனது e6 பானால் அடித்து விடுகின்றார். ஆனால், வெள்ளை தனது b3 பிஷப்பால் f7ல் இருக்கும் ராணியை அடித்து எடுத்துவிடுகின்றார். தனது இரண்டு காய்களை (நைட், பிஷப்) கொடுத்து ராணியை எடுத்து தனது நிலையை (3 மதிப்பெண்கள் அதிகம்) உயர்த்திக்கொண்டார். படம் 91ல் வெள்ளை, கருப்பு ராணியை எடுத்த பின்பு போர்டின் நிலையைக் காண்கின்றீர்கள்.

5. படம் 92ஐப் பாருங்கள். வெள்ளையை வைத்து விளையாடுபவர், தனது ராணியை கருப்பு ரூக்கிற்கு பலி கொடுக்க e5ல் வைத்து விட்டார். அவர் பதிலுக்கு கருப்பின் எந்தக் காயையும் எதிர்பார்க்கவில்லை. இது ஒரு அசாதாரண, துணிச்சலான செயல். இதுபோன்ற செயலுக்கு பொதுவாக யாரும் துணிய மாட்டார்கள். ஆனால், இவருக்கு தனது சிந்தனை மீது நல்ல நம்பிக்கை உள்ளது. எப்படி? அடுத்த கட்டத்தில் கருப்பு ரூக், வெள்ளை ராணியை அடித்துவிடும். பின்பு வெள்ளை தனது ரூக்கால் ராஜாவிற்கு தடை சொல்லுவார். அதன்பின், கருப்பு ரூக் அத் தடையை தனது பழைய இருப்பிடத்திற்கு வந்து ஆப்பு போட்டு மறைத்துக்கொள்வார். கடைசியாக வெள்ளை ரூக், கருப்பு ரூக்கை அடித்து செக் சொல்லிவிடுவார். ஆட்டத்தில் வெள்ளை வெற்றி பெற்று விடுவார். இதுபோன்ற நிலையை நீங்களும் ஆரம்ப நிலை முடிந்தவுடன் உருவாக்க இயலும். படம் 93ல் வெள்ளை ரூக் ராஜாவிற்கு செக் சொல்லி விளையாட்டு செக்மேட் ஆனதைக் காட்டுகின்றது. நகர்த்துதல்கள் கீழ்க்கண்டவாறு ஆகும்.
1. ... Re 8 x Q e5   2. d1 - d8 + ... Re5 - Re 8
3. Rd8 x e8+ ... Checkmate

6. படம் 94ஐப் பாருங்கள். இதில் வெள்ளை தனது குதிரையை கருப்பு ரூக்கிற்குப் பலியாகக் கொடுப்பதற்கு கொண்டு வந்து f7ல் நிறுத்திவிட்டார். அவ்வாறு செய்யாவிடில், கருப்பு ரூக் சிறிய காயான வெள்ளையின் பானைத்தானே எடுத்திருக்கும். பின்பு ஏன் குதிரையைக் கொண்டு வந்து பலி கொடுக்கின்றார்? அது லாப நோக்கத்துடனும், ஆட்டத்தில் வெற்றிபெற்று முடிப்பதற்காகவே. எப்படியெனில், கருப்பு பிஷப் குதிரையை அடிக்கும். பின்பு தனது e7 பானை ராணியாக உயர்ந்த நிலைக்கு செய்துவிடுவார். கருப்பு ரூக் அப்படி அடிக்காது வெள்ளை ராஜாவிற்கு செக் சொன்னாலும் திரும்பத் திரும்ப செக்காக மாறும். சமன் செய்தலில் உள்ள விதியின்படி சமன் ஆகாது, வெள்ளையே வெற்றி பெற்றவராக அறிவிக்கப்படுவார். ஏனெனில், கருப்பிற்கு காயை அடிப்பதற்கு வாய்ப்பளிக்கப்பட்டும் அவர் காயை அடிக்கவில்லை என்பதனால், படம் 95ல் வெள்ளை செக்மேட் செய்யப்பட்டுள்ளதைக் காட்டுகிறது.

படம்-92

வெள்ளை தனது ராணியை பலி கொடுக்கின்றார்.

படம்-93

வெள்ளை ரூக், கருப்பு ராஜாவிற்கு செக் வைத்து வெற்றியடைவதைக் காட்டுகின்றது.

படம்-94

வெள்ளை, தனது பான் e7 கருப்பு ரூக்கால் அடிபடுவதைவிட தனது நைட்டை (குதிரை) அடித்துவிட கொடுக்கின்றார். தனது பானை, குதிரையைவிட அதிகம் இச்சமயம் விரும்புகின்றார். ஏனெனில், அடுத்த நகர்த்தலில் ராணியாக மாறிவிடும்.

படம்-95

வெள்ளை ஜெயித்து விட்ட நிலை (செக்மேட் செய்துவிட்டது) போர்டில் காணப்படுகின்றது.

நகர்த்துதல்கள் கீழ்கண்டவாறு உள்ளன.

1. Nd6 - f7 ... Rh 7 x Nf 7 2. e7 - e8 (Q) + ... Kg 8 - g7
3. Ba4 - b3 ... Rf7 - f6 4. Qe8 - e7 + ... Kg 7 - Kg6
5. Bb3 - c2 + ... Rf 6 - f5 6. Qe 7 - e6 + ... Kg6 - h5
7. Qe6 × Rf5 + ... Kh5 - h6 8. Qf5 - g6+ Checkmate

வினாக்களுக்கு விடையளிக்கவும்:

1. காய் கொடுத்து காயெடுத்தல் (எக்ஸ்சேஞ்ச்) என்பதனை ஒரு படத்துடன் விளக்கு. 15
2. பலி கொடுத்தல் (Sacrifice) என்றால் என்ன ? 20
3. காய்கொடுத்து காயெடுத்தலிலும், பலி கொடுத்தலிலும் அதிகம் ஆழமாக சிந்திக்க வேண்டும். ஏன் ? 5

பாடம் - 18

செஸ் கடிகாரமும், செஸ்ஸில் கம்ப்யூட்டரும், செஸ் போட்டிகளும் (Chess Clock, Computer in Chess and Chess Matches)

1. செஸ் கடிகாரம்:-

அனுபவமிக்க செஸ் விளையாட்டு வீரர்கள் கூட, ஒரு விளையாட்டில் அதிக

நேரம் எடுத்துக்கொள்கின்றனர். ஒவ்வொரு நகர்த்துதல்களுக்கு முன்பும் அனேக வழிகளை கருத்திற்கொண்டு பார்க்கின்றனர். அவர்கள் எப்பொழுதும் அடுத்தடுத்துள்ள நகர்த்துதல்கள் என்று பல நகர்த்துதல்களைக் கடந்து யோசிக்கின்றனர். சிலர் பதினெட்டு நகர்த்துதல்களுக்குப் பின் என்ன நிகழும் என்றுகூடக் கணக்கிடுகின்றனர். எனவே, சிந்தனையின் குவியலே செஸ் விளையாட்டு என்று கூறுகின்றனர். அவ்வாறு சிந்திக்கும்பொழுது பல நகர்த்துதல்களில், தான் என்ன செய்ய இயலும் என்றில்லாது, தன் எதிரி என்ன செய்வார் என்று எதிரியைப் பற்றியும் ஆழ்ந்து சிந்திக்கின்றனர். இதில் ஒவ்வொரு நகர்த்தலிலும், நடுவர் "உனது நேரம் முடிந்துவிட்டது", "உனது நேரம் முடிந்துவிட்டது" என கூறிக்கொண்டிருந்தது விளையாடுபவர்களுக்கு திருப்தி அளிக்கவில்லை. எனவே, வாத விவாதம் ஏற்பட்டது. இதன் காரணமாகவே ஸ்டாப் வாட்ச் (Stop Watch) என்னும் விளையாட்டுகளுக்கு உபயோகப்படும் கடிகாரத்தின் அடிப்படையிலிருந்து செஸ் கடிகாரம் (Chess Clock) உருவாக்கப்பட்டது.

2. செஸ் கடிகாரத்தில் இரண்டு கடிகாரங்கள் இருக்கும். ஒருவர் தனது யோசனையை முடித்து காயை நகர்த்தி விட்டால், பட்டனை அழுத்தியவுடன் தனது கடிகாரத்தின் முள், ஸ்டாப் வாட்ச்போல் பழைய இடத்திற்கு வந்து நின்றுவிடுவது மாத்திரமல்லாது எதிரியின் கடிகாரத்தை ஓடச் செய்யும். இவைகள் முன்னேறி பல வசதிகளுடன் செஸ் கடிகாரங்கள் நம்நாடு/வெளி நாடுகளில் விற்கப்படுகின்றன. எத்தனை மணிக்கு போட்டி துவங்கியது என்பதனைக் காட்டும் மெக்கானிசமும், பழகுபவர்களுக்கு குறிப்பிட்ட நிமிடங்கள் யோசனை செய்ய செட் செய்துகொள்ளும் மெக்கானிசம் கொண்ட கடிகாரங்களும் விற்கின்றன. இதுபோன்ற கடிகாரங்கள் போட்டிகளில் இடையூறாக இருக்கும். ஏனெனில், போட்டிகளில் யோசிக்கும் நேரத்திற்கு கண்டிப்பான (Hard and fast) விதி கிடையாது. ஒருவர் ஒரு நகர்த்தலை ஒரு செகண்டில் நகர்த்தி விடுவார். அவருக்கருகே மற்றொரு நகர்த்தலுக்கு 10 நிமிடங்கள் தேவைப்படலாம். சராசரியாக, மொத்த நேரம் போதுமானதாகவே இருந்து வருகின்றது. முற்காலங்களில் குறிப்பிட்ட நிமிடங்களில் நகர்த்துதல் செய்யாவிடில் தோற்றவராக உடன் தீர்மானிக்கப்பட்டார். எழுத்தில் இவ்விதி இன்றும் மாற்றப்படவில்லை எனினும், கண்டிப்பு கிடையாது. கூடுதலாக தேவைப்பட்டாலும் நேரம் தருகின்றார்கள். ஏனெனில், அது இருவருக்கும் பயன்படுவதால். செஸ் கடிகாரங்களை படம் 96ல் பார்க்கவும்.

96

படம்-96

மேலே உள்ள படங்களில் செஸ் விளையாட்டு வீரர்கள் செஸ் கடிகாரம் (Chess Clock) வைத்து விளையாடுகின்றனர்.

ஒரு செஸ் கடிகாரம்

3. செஸ்சும் கம்ப்யூட்டரும் (Computer in Chess)

இந்நூற்றாண்டின் இறுதியான இக்காலங்களில், இந்தியா போன்ற முன்னேறிக் கொண்டிருக்கும் நாடுகளில்கூட கம்ப்யூட்டர் என்ற கணிப்பொறி எல்லாத் துறைகளிலும் புகுந்துகொண்டுள்ளது. ஏற்றுமதி

செய்யும் அளவிற்கு தரமான கம்ப்யூட்டர்களும், அதன் உதிரி பாகங்களும் இந்தியா தயார் செய்கின்றது. வெளி நாடுகளில் பல ஆண்டுகளுக்கு முன்பே செஸ்ஸில் கம்ப்யூட்டர் புகுந்துவிட்டது. இதில் முதலிலேயே புரோகிராம் (Program) தயார் செய்து அதில் வைத்துவிடுவர். பின்பு பட்டனை அழுத்தினால் திரையில் செஸ் போர்டும் காயும் தெரியும். அதற்கேற்ப விளையாடுபவரும் காயை நகர்த்துவர். நம் நகர்த்தல்களுக்கேற்ப அதனால் காய்களை நகர்த்த இயலாது. எனினும், நாம் விளையாடிய விளையாட்டுக்களைப் பதிவுசெய்து வைத்துக்கொண்டு மீண்டும் போட்டுப் பார்க்கலாம். போட்டிகளில் ஒருவர் வென்று பரிசு பெற்றால் அதனைப் பதிவு செய்து வைத்துக்கொண்டு மீண்டும் போட்டுப் பார்த்து "இந்த விளையாட்டுதான்" எனக்கு வெற்றியைத் தந்தது என மகிழ்வடையலாம். மேலை/கீழை நாடுகளில் சிறுவர்களுக்கு கம்ப்யூட்டர்கள் வாங்கித் தருகின்றனர் (அவர்களிடம் பண வசதியும், ஆள் பற்றாக்குறையும் உள்ளதால்) சிறுவர்கள் பெற்றோர்களை நச்சரிக்காது கம்ப்யூட்டருடன் மேற்கண்ட முறையில் செஸ் விளையாடுவர்.

4. மேலும், வெளிநாடுகளில் கம்ப்யூட்டர் விற்பனைக்கும், விளம்பரத்திற்கும் கம்ப்யூட்டருடன் செஸ் விளையாடுகின்றனர். ஒரு முறை பிரபல உலக சாம்பியன் காஸ்பரோவ், பிலடெல்பியாவில் (Philadelphia) ஐ.பி.எம். டீப் ப்ளு (IBM Deep Blue) என்ற பிரபல கம்ப்யூட்டர்களுக்காக, ஏராளமாக பணம் பெற்றுக்கொண்டு, விளம்பரத்திற்காக கம்ப்யூட்டருடன் செஸ் விளையாடினார். அதன் சம்பந்தமாக பத்திரிகையாளர்களின் கேள்விகளுக்கு பதிலளிக்கையில் "திறமை வாய்ந்த மனிதனை எந்த இயந்திரமும் வெல்வது என்பது நடக்காத காரியம்" என்பதனை நான் கூறவா வேண்டும் என்று வினவியதோடு கம்ப்யூட்டரையே மனித மூளை தானே உருவாக்கியது. ஒவ்வொரு ஆட்டத்திலும் ஏற்படும் மாற்றத்தை ஆறறிவு படைத்த மனிதனைத் தவிர வேறு உயிர்ப் பிராணிகளாலும், எவ்வித இயந்திரத்தாலும் வெல்ல இயலுமா என்று கேட்பதே தவறாகும்" என்றார். கம்ப்யூட்டர் செஸ் சம்பந்தமான எவ்விதப் பேச்சையும், ஐயப்பாடுகளையும் உலக செஸ் ஸ்தாபனம் (FIDE) 'பைடு' கண்டிப்பாக ஏற்றுக்கொள்வதில்லை. பதிலும் தருவதில்லை என்று பத்திரிகை வாயிலாக அறிகின்றோம். சில செஸ் கம்ப்யூட்டர்களையும் படம் 97ல் காணலாம். இது தவிர வீடியோ செஸ் விளையாட்டும் அயல் நாடுகளில் உள்ளன. இதில் சிறுவர்களும், மிகத் திறமையானவர்களும், பொழுதுபோக்கிற்கு ஆள் கிடைக்காதபொழுது விளையாடலாம் என வெளிநாட்டுப் புத்தகத்தில் குறிப்புகள் காணப்படுகின்றன.

செஸ் சேலஞ்சர்-7

கம்ப்யூட்டர்
செஸ் போர்டு
சிறுவர்களுக்கானது.

A Video
Chess Game

படம்-97

5. **செஸ் போட்டிகள் / பந்தயங்கள் / திறனாய்வுகள்** (Chess Matches / Tournaments / Competitions) செஸ் விளையாட்டில் விளையாட்டு வீரர்களை ஊக்கப்படுத்த, உற்சாகப்படுத்த செஸ் விளையாட்டில் சிறந்த வீரர்களை உருவாக்கி, இவ்விளையாட்டினை முன்னேற்ற ஆங்காங்கே செஸ் சங்கங்களில் போட்டிகள் நடத்தப்படுகின்றன. உதாரணமாக, தூத்துக்குடியில் ஸ்பிக், டி.சி. டபிள்யூ (SPIC & D.C.W.) என்னும் பெரிய தொழிற்சாலைகளில், ஆதித்தனார் பயிற்சி மையம்-திருச்செந்தூர், மாப்பிள்ளை வினாயகர்-மதுரை, டோல்பின்- சென்னை - இவர்கள் ஆண்டுதோறும் பந்தயங்கள் நடத்தி பரிசுகள் வழங்குகிறார்கள். இதில் பரிசுபெறும் வீரர்கள் பத்திரிகை வாயிலாக (குறிப்பாக ஹிந்து, ஸ்போர்ட் ஸ்டார்) செஸ் உலகில் அறிமுகமாகின்றனர். பின்பு 'ஆல் இந்தியா செஸ் ஃபெடரேஷன்' (All India Chess Federation) நடத்தும் போட்டிகளில் பங்கேற்று, வெற்றி பெற்று தகுதிநிலை (Ratings) பெற்று அதன் மூலம் இ.எல்.ஓ. (E.L.O.) பட்டியலில் இடம் பெற்று "இன்டர்நேஷனல்" விளையாட்டு வீரர்களாக

மாறுகின்றனர். இதனை ஆர்பிட் (Orbit) லிஸ்ட் என்று கூறுவர். இது பைடு (FIDE) என்னும் உலக செஸ் ஸ்தாபனம் ஆண்டிற்கு இருமுறை (ஜனவரி / ஜூலை) 20,000 விளையாட்டு வீரர்களுக்கான பட்டியல் 1,600 போட்டி/பந்தயம்/ திறனாய்வுகளை கணித்து, அந்தந்த தேசத்தின் செஸ் ஃபெடரேஷன்ஸ் செய்யும் சிபாரிசின் (Recommendations) அடிப்படையில் வெளியிடுகின்றது. நீங்களும் ஆர்பிட் வீரராக முயற்சிக்கலாம்.

6. மேலும், நீங்களும் இவ்வரிய விளையாட்டின் முன்னேற்றத்திற்காகப் போட்டிகள் நடத்தலாம். உங்கள் வட்டாரத்தில், வட்டம், மாவட்ட அளவிலும், மாநில அளவில் தென் மாநிலங்கங்குகிடையே போட்டிகள் நடத்தி பரிசுகள் வழங்கலாம். ஒரு போட்டி நடத்த தேவையான அடிப்படை வசதிகளான, இட வசதி, ஒரே சமயம் எத்தனை போட்டிகள் நடத்த இயலும் என்பது, வெளியூர் ஆட்டக்காரர்களுக்கு தங்கும் வசதி (அவர்கள் செலவில்), ஹோட்டல் வசதி, போக்குவரத்து - இவைகளை துல்லியமாக கணக்கிட்டு போட்டிகள் ஏற்பாடு செய்ய வேண்டும். போட்டிகளின் விதிகளைக் கொஞ்சம் கவனிப்போம். இப்புத்தகத்திலுள்ள எல்லா விதிகளும், போட்டிகளுக்கும் பொருந்தும். அத்துடன் ஒவ்வொரு விளையாட்டு வீரரும் இரண்டு மணி நேரத்தில் 40 நகர்த்துதல்கள் செய்ய வேண்டும். இது நான்கு மணி நேரத்தில் ஒரு ஆட்டம் வெற்றி, தோல்வியில் அல்லது டிராவில் முடிவடைய வேண்டும் என்பதை உறுதி செய்யும். முன்பு கூறியதுபோல் நேரம் ஒதுக்குதலில் மிகக் கண்டிப்பான விதி, எதிர்ப்பு தெரிவிக்காதவரையில் கிடையாது. பெரும் போக்காக இரண்டு மணிக்கொரு முறை கவனித்தாலே போதும். இரண்டு மணியில் 40 நகர்த்தல் என்றால் ஒரு மணியில் 20, அப்படியானால் 3 நிமிடத்தில் ஒரு நகர்த்தல் என்று கணக்கிட்டு கண்டிப்பு செய்யக் கூடாது. ஏனெனில், சில நகர்த்துதல்களுக்கு சில வினாடிகள் கூட ஆகாது. சிலவற்றிற்கு அதிகம் தேவைப்படும். துவக்கத்திலும், இறுதி ஆட்டத்திலும் விரைவாக நகர்த்துதல் செய்யப்படும். நடுகள விளையாட்டில் அதிக நேரம் ஆகும். எனவே, 2 மணிக்குப் பின்பு நேரம் பற்றி கணக்கிட்டால் போதும்.

7. செஸ் ஒரு சட்ட ரீதியான விளையாட்டு. இதன் சட்ட திட்டம் எளிதானது, அனைவராலும் விரும்பி ஏற்றுக்கொள்ளக் கூடியது. எனினும், சில தவறுதல்களால் விளையாட்டு ஒத்தி வைக்கப்படுகிறது. சில நேரங்களில் ஸ்கோரை போர்டில் எழுதுபவர், அடுத்த நகர்த்துதல் இதுவாகத்தான் இருக்கும் என்று (தானே) நிச்சயம் செய்துகொண்டு, விளையாட்டு வீரர் காய்களை நகர்த்தும் முன்பே போர்டில் எழுதி விடுவார் அல்லது எலக்ட்ரானிக் சிஸ்டத்தின் பட்டனை அழுத்தி விடுவார். அந்த நிலையில் சமீபத்தில் உலகளவில் நடந்த போட்டியில் ஒரு கிராண்ட் மாஸ்டரின் பெற்றோர் சைகை மூலம் நகர்த்துதல்களைக் கண்ணாடிக்கு அப்பால் இருந்து காட்டப்பட்டது என்ற நிலையில் ஆட்டம் ஒத்திவைக்கப்பட்டது.

8. சில நேரம் நடுவர் சொல்லும் தீர்ப்பு இருவராலோ அல்லது ஒருவராலோ ஏற்றுக்கொள்ளாவிடில், அது நியாயமாகத் தெரிந்தால் ஒத்தி வைப்பு ஆகியும் ஏற்றுக்கொள்ளப்படாத நிலையில் அந்த ஆட்டத்தை விசாரணைக்கு விடுதல் (Adjudicated) செய்து செஸ் நிபுணர்களின் தீர்ப்பிற்கு விடுவர். இம்மாதிரியான சிக்கல்கள் நகர்த்துதல்பற்றி வரும்பொழுது ஆட்டங்கள் நிறுத்தப்பட்டு கடைசி நகர்த்துதல்பற்றி, விளையாடும் இருவருக்கும் எழுதி கவரில் போட்டு தரப்படும். சங்க அறிக்கையில் இருவரது ஒப்பமும் வாங்கப்படும். கேம் ஷீட் பாதுகாப்பாக வைக்கப்படும். ஆட்டத்தின் விபரங்களுடன் 10வது நகர்த்தல் வெள்ளை கருப்பு நகர்த்தினால், இருவரும் நகர்த்தினார்கள் என்றும் 11வது நகர்த்தல் நகர்த்தவில்லை என்று முடிக்கப்படும்.

9. **கேம் ஷீட்** (Game Sheet): ஒரு ஆட்டம் விளையாடத் துவங்கும் முன்பு, இரு விளையாட்டு வீரர்களும் கேம் ஷீட் வைத்துக்கொண்டு அதில் ஒவ்வொருவரும் நகர்த்தலையும் குறித்துக்கொள்ள வேண்டுமென்பது விதி. நடைமுறையில் அதைப் பெரும்பாலோர் செயல்படுத்துவது கிடையாது. அதனால், போட்டி விளையாடும்பொழுது, பழக்கமின்மையால் சற்று தொல்லையாகக் கருதுவர். ஆனால், போட்டி / பந்தயங்களில் செஸ் கடிகாரம் வைப்பதுடன் கேம் ஷீட்டில் நகர்த்துதல்களைக் கண்டிப்பாக எழுதவேண்டுமென்பது விதியும் ஆகும். படம்-98ல் ஒரு கேம் ஷீட் (Game Sheet) தரப்பட்டுள்ளது. இதில் முதலில் கிளப் (Club) பின் பெயர் விலாசம் இருக்கவேண்டும். ரப்பர் ஸ்டாம்பு இருப்பின் அதை பதித்துவிடுவது நலம். அச்சிட்டு வைத்துக்கொள்வது மிக நலமாகும். அதன் கீழே தேதி, பின்பு வரிசை எண். இந்த வரிசை எண், உங்கள் சங்கம் துவங்கிய நாளிலிருந்து நடைபெற்ற போட்டிகளின் விபரங்கள் வரிசையாக ஒரு நோட்டில் குறித்து வைத்திருப்பதைக் குறிக்கும். அதுதான் உதாரணத்திற்கு 5 என்று கொடுக்கப்பட்டுள்ளது. / பார் அடையாளத்திற்குப் பின் ஒரு எண் (உதாரணத்திற்கு 3) தரப்பட்டுள்ளது. அது நிகழ்ச்சி (Event) எண் ஆகும். நிகழ்ச்சி எண் கீழே தரப்பட்டுள்ளது.

(1) க்ளப் (Club) சாம்பியன் ஷிப் (2) பஞ்சாயத்து யூனியன் சாம்பியன் ஷிப் (3) வட்டத்தில் சாம்பியன் (4) மாவட்டத்தில் சாம்பியன் (5) மாநிலத்தில் சாம்பியன் (6) தென்னிந்திய மாநிலங்களின் சாம்பியன் (7) இந்திய மாநிலங்களின் சாம்பியன் (8) சவால் போட்டி (9) பொங்கல் விழாப் போட்டி (10) கோடை விடுமுறைப் போட்டி (11) இரண்டு, மூன்று சங்கங்கள் இணைந்து நடத்தும் போட்டிகள்.

10. மேற்கண்டவற்றில் நீங்கள் எந்தப் போட்டியை நடத்துகின்றீர்களோ அதன் எண்தான் நிகழ்ச்சி எண் (Event Code) ஆகின்றது. அச்சடிக்கும் படிவமாக இருப்பினும், ரப்பர் ஸ்டாம்பு தேவையான நிகழ்ச்சி எண்ணிற்கு செய்திருப்பின் அவற்றில் நிகழ்ச்சி எண் இல்லாது முழு நிகழ்ச்சியின்

பெயரையும் இடம்பெறச் செய்யலாம். வட்டம், மாவட்டம் அளவிலான போட்டிகளுக்கு மேற்பட்ட போட்டிகளில், ஏராளமான விளையாட்டு வீரர்கள் கலந்துகொண்டு சமாளிக்க சில சமயம் 10க்கு மேற்பட்ட மேசைகள் ஓரிரு நாட்கள் விட்டு போட்டி நடத்தும்படி வரும். பின்பு தோற்பவர்கள் போய் விடுவதால், விளையாடுபவர்கள் குறைந்துகொண்டே வந்து இரண்டு பேர் மட்டுமே மிஞ்சுவர். அதனைக் குறிக்க மேசையின் எண், ஆரம்பத்தில் இடும் எண், முதல் அணியில் அல்லது இரண்டாவது அணியில் அல்லது மூன்றாவது அணியில் விளையாடினார் என்பதனையும் 4 என்பது நான்காவது மேசையில் விளையாடினார் என்பதனையும், 12 என்பது அத் தேதியில் மொத்தம் இடப்பட்ட மேசைகளையும் குறிக்கும்.

11. விளையாட்டில் கலந்துகொள்ள வருபவர்கள் சொந்த செலவில் வர வேண்டும். சொந்த செலவில், சொந்த ஏற்பாட்டில் தங்கி, சாப்பிட வசதி, செய்துகொள்ள வேண்டும் என்பதனையும், போட்டியில் கலந்துகொள்ள, செஸ் விளையாட்டின் முன்னேற்றத்திற்கு கட்டணம் வசூலிக்கப்படும் என்பதனையும் முன்கூட்டியே அறிவித்துவிட வேண்டும்.

12. பின்பு, படம் 98ல் கண்டுள்ளபடி ஒவ்வொருவரும் ஒவ்வொரு நகர்த்துதலையும் எழுதி, தோற்றவர் தன் கையினாலேயே (Resigned) தோற்று விட்டேன் என்று எழுதி கையொப்பம் இட வேண்டும். வெற்றி பெற்றவரும் போட்டி நடத்த பொறுப்பானவர் நியமிக்கப்பட்டிருந்தால், அவரும் சங்கத்திற்கு பொறுப்பானவர், தலைவர் ஆகியவரில் ஒருவரும் கையொப்பம் இடுதல் வேண்டும். முதலாவதாக வருபவர், இரண்டாவதாக வருபவர்கள் பெயர், விலாசம் குறிப்பிட்ட ரிஜிஸ்டரில் பதிவு பெறுதல் வேண்டும்.

13. செஸ் விளையாட்டில் திறமை பெற்ற அந்த ஏரியாவில் உள்ளவர்களுடன் தொடர்புகொள்ளுதல் வேண்டும். ஏனெனில், ஒத்திவைப்பு விசாரணைக்கு விடுதல் ஆகிய போட்டிகளில் தீர்ப்பளிக்க அவர்கள் உதவுவர். இது கௌரவமான செயல்பாடு ஆகும். அதாவது, கௌரவ நடிகர்கள் போன்று, நடுவர்கள் பெரும்பாலும் அங்கேயே மௌனமாயிருப்பது நல்லது. ஏனெனில், இவ்விதம் பிரச்சினையை உண்டாக்குபவர்கள், தோற்கும் நிலையில் இருப்பார். சிக்கலை உண்டுபண்ணத் தெரிந்தவராக இருப்பார். இவ்விளையாட்டில் சட்டக் குறை (Legal deficiency) இல்லை என்றே நிபுணர்கள் கருதுகின்றனர். எனினும், விளையாட்டு வீரர் சொல்லும் குறைகளைக் கவனமாக ஆராய்ந்து, வாத விவாதம் செய்ய இயலாத அளவிற்கு தீர்ப்பளித்தல் சங்க உரிமையாளர்களின் பொறுப்பாகும். திறமையான விளையாட்டு வீரர்கள், ஜெயிப்பதற்கும், தோற்பதற்குமான காய்கள் இருப்பினும், பல நகர்த்துதல்களை முன்கூட்டியே கணித்து தோல்வியை ஒப்புக்கொள்வதை நாம் நடைமுறையில் காண்கின்றோம்.

GAME SHEET

Club : R.K Chess, Tuticorin
Date : 12th April, 1998

SRL / Event - 5/3
Batch / Table 1-4 / 12

White : R. Ramachandran		Black : S. Thyagarajan	
1. d2 - d4	... Ng8 - f6	2. c2 - c4	... e7-e6
3. Ng1 - f3	... b7 - b6	4. a2 - a3	... Bc8 - b7
5. Nb1 - c3	... Nf6 - e4	6. Nc3 x e4	... Bb7 x e4
7. Nf3 - d2!	... Be4 - g6	8. g2 - g3!	... Nb8 - c6
9. e2 - e3	... a7 - a6	10. b2 - b4	... b6 - b5
11. c4 x b5	... a6 - b5	12. Bc1 - b2	... Nc6 - a7
13. h2 - h4!	... h7 - h6	14. d4 - d5	... e6 x d5
15. Bf1 - g2	... c7 - c6	16. 0 - 0	... f7 - f6
17. Rf1 - e1!	... Bf8 - e7	18. Qd1 - g4	... Ke8 - f7
19. h4 - h5	... Bg6 - h7	20. e3 - e4	... d5 x e4
21. Bg2 x e4	... Bh7 x e4	22. Nd2 x e4	... Na7 - c8
23. Ra1 - d1	... Ra8 - a7	24. Ne4 x f6	... g7 x f6
25. Qg4 - g6+	... kf7 - f8	26. Bb2 - c1!	... d7 - d5
27. Rd1 - d4!	... Nc8 - d6	28. Rd4 - g4	... Nd6 - f7
29. Bc1 x h6+	... Kf8 - e8	30. Bh6 - g6	... Resigns

Signature
Player (White)

Signature
In-Charge
Match/Competition

Signature
Player (Black)

Signature
Club Secretary/President

அதுபோன்று தோல்வியுற்ற போட்டிகளை எமது 'செஸ் ப்ராப்ளம்' பாடத்தில் காணலாம். பிரச்சினையை உண்டுபண்ணக் கூடியவர்கள் பெரும்பாலும் நடுத்தர விளையாட்டு வீரர்களே ஆவர். ஒரு செஸ் போட்டி ஆரம்பமாகும் நேரத்திலும், இடையிலும் எப்படி இருக்கும் என்பதனைப் படம் 99ல் காணலாம்.

வினாக்களுக்கு விடையளிக்கவும்:

1. செஸ் கடிகாரம் பற்றி குறிப்பு வரைக. 5
2. செஸ் விளையாட்டில் கம்ப்யூட்டர் எவ்விதத்தில் உபயோகப் படுகின்றது ? 5
3. செஸ் போட்டிகள் / செயல்திறன் போட்டிகள் / பந்தயங்களைப் பற்றி ஒரு கட்டுரை எழுதுக. 20
4. கேம் ஷீட்டின் படம் வரைந்து ஐந்து நகர்த்துதல்கள் வரை குறிப்பிடு. 15
5. கீழ்க்கண்டவைகளுக்கு விளக்கம் தருக. 10

   (க) ஒத்திவைப்பு விளையாட்டு

   (கா) விசாரணைக்குள்ளான விளையாட்டு
6. அனுபவமிக்க செஸ் விளையாட்டு வீரர்கள்கூட ஒரு விளையாட்டில் அதிக நேரம் எடுத்துக்கொள்கின்றனர். ஏன் ? 5

   (அ) செஸ் கடிகாரம் ____________ என்னும் ____________ விளையாட்டுக்கு உபயோகப்படும் கடிகாரத்தின் அடிப்படையில் தயாரிக்கப்பட்டது. 2
7. இ.எல்.ஓ. (E.L.O.) லிஸ்டில் இடம் பெற என்ன செய்ய வேண்டும் 5

   (அ) போட்டிகளில் பொதுவாக மொத்த __________ கணக்கிடப்படும் ஒவ்வொரு நகர்த்தலுக்கும் ____________ இல்லை.

   (இ) கம்ப்யூட்டர் செஸ் விளையாட்டு சம்பந்தமான பிரச்சினைகளை ____________ என்னும் உலக செஸ் ஸ்தாபனம் ஏற்றுக் கொள்வதில்லை.

   (ஈ) செஸ் போட்டிகளில் இரண்டு மணி நேரத்தில் ____________ நகர்த்துதல்கள் ஒவ்வொரு விளையாட்டு வீரரும் செய்ய வேண்டும்.

   (உ) செஸ் ஒரு ____________ விளையாட்டு. இதில் ______________ கிடையாது.

   (ஊ) தோல்வியைக் குறிக்க செஸ் மொழியில் ______________ என்று கூறுகின்றனர்.

99

படம்-99(a)

ஒரு செஸ் போட்டி ஆரம்பமாகும் நேரம்

படம்-99(b)

விளையாட்டின் இடைநிலை

படம்-99(c)

இறுதி நிலை

பாடம் - 19

அஞ்சல் வழியில் செஸ் விளையாட்டும், செஸ் பிரச்சினைகளும், செஸ் கல்வியும்

(Chess Game and Problems and Chess Education by Post)

1. அஞ்சல் வழியில் செஸ் விளையாட்டுகள் விளையாடுவதும், செஸ் பிரச்சினைகளைப் பெற்று விடுவிப்பதும், செஸ் கல்வி பெறுவதும், ரஷ்யா போன்ற (அதனை சார்ந்த நாடுகள்) கம்யூனிஸ்ட் நாடுகள், மேற்கத்திய நாடுகள், அமெரிக்கா, மற்றும் சில அரேபிய நாடுகளில் பல்லாண்டுகளாக இருந்து நடைபெற்றுவரும் வழக்கமாகும். நம் நாட்டிலும் இம்முறைகள் எங்காவது நடைபெறுகின்றன. இவற்றிற்கு அதிக கட்டணங்கள் கிடையாது. இவைகள் ஒவ்வொன்றினைப்பற்றியும் அடுத்துவரும் பாராக்களில் அறிவோம்.

2. **அஞ்சல் வழியில் செஸ் போட்டிகள்** (Chess Games by Post):
ஒருவர் நன்கு செஸ் விளையாடக் கற்றுக்கொண்டுவிட்டார். அதில் மேலும் முன்னேற விரும்புகின்றார். அவருக்கு அங்கு இணையான விளையாட்டு வீரர் இல்லை. அவர் கிராண்ட் மாஸ்டர் வி. ஆனந்த், உலக சாம்பியன்கள், காஸ்பரோவ், போட்வின்னிக் போன்ற மாஸ்டர்கள், கிராண்ட் மாஸ்டர்கள், உலக சாம்பியன்கள் போன்றவர்களுடன் விளையாட விரும்புகின்றார், ஒருவர் நசீர் வாஜி, விக்ரம் சிங் போன்றவர்களைப் போல் (உலகளவில்) இல்லாவிடினும் திறமையாக செஸ் விளையாடி பணியாளர் தேர்வுக் குழு மூலமாக, மத்திய அரசில் கீழ்நிலை எழுத்தர் வேலை வாய்ப்பு பெற எண்ணுகின்றார். ஒருவர் கிராமவாசி, செஸ் விளையாட மிகுந்த ஆசை. ஆனால், அவர்கள் ஊரில் நல்ல ஆட்டக்காரர்கள் கிடையாது. இவர்கள் எண்ணம் நடைமுறையில் ஈடேறுவது முன்பெல்லாம் சற்று சிரமம். ஆனால், இன்றைய நாளில் இவற்றை தபால் மூலம் பெற இயலும்.

3. உலகின் பிரபல விளையாட்டு வீரர்கள், வீராங்கனைகள், மாஸ்டர்கள், கிராண்ட் மாஸ்டர்கள், பிரத்தியேக தேசிய சாம்பியன்கள், உலக சாம்பியன்கள் விளையாடிய விளையாட்டுக்கள், ஆப்பு, ஃபோர்க், ஸ்கீவர்ஸ், செக், இரட்டை செக், டிரா போன்ற எல்லாவித நகர்த்துதல்களும் வரக்கூடிய பயிற்சி விளையாட்டுகள் விளக்கத்துடன் அளிக்கப்பட்டுள்ளது. இதனால், நீங்கள் செஸ் விளையாட்டில் விரைவில் முன்னேற்றமடைய முடியும். சிலரின் ஊர் சுற்றும் பழக்கம், அதிக டி.வி, சினிமா பார்க்கும் பழக்கம், மற்றும் வாழ்க்கைக்கு பயன் தராத எண்ணங்களிலிருந்து விடுவித்து, சீரிய சிந்தனையிலும் நல் வழியிலேயேும் உங்களை ஈர்க்கும்.

ஆள் கிடைக்காதவர்களுக்கு நல்ல எதிர் விளையாட்டுக்காரரும் கிடைத்ததற்கு சமமாகும்.

4. இதில் போஸ்டு கார்டு மூலம் நகர்த்துதல்கள் அனுப்ப வேண்டும். நகர்த்துதல்களை உங்கள் வீட்டில் கேம் ஷீட்டிலோ அல்லது பதிவேட்டிலோ பதிவு செய்து வைத்துக்கொள்ளல் வேண்டும். ஒரு செஸ் போர்டில் விளையாடுவது போன்று காய்களை நகர்த்திக்கொண்டேயிருக்கலாம்.

5. **அஞ்சல் வழியில் செஸ் பிரச்சினைகள்** (Chess Problems by Post): மிக, மிக சிறப்பான சில நகர்த்துதல்களைக் கொண்ட ஒரு நகர்த்துதல்களின் தொகுப்பும் அதனால் கிடைக்கும் லாபமுமே செஸ் பிரச்சினையும் அதன் விடையும் ஆகும். இது ஒரு முன் தயாரிப்பு (Ready made) ஆகும். இவற்றைத் தெரிந்து வைத்திருந்தால், பல நகர்த்தல்களில் முடியும் வெற்றியை வெகு சில நகர்த்தல்களில் பெற்றுவிடலாம். பல நகர்த்தல்கள் செய்தும் தோல்வியில் விழச் செய்யும் தெளிவற்ற நிலையிலிருந்து தெளிவு பெற்று வெற்றியடையலாம். வெற்றிப் பாதையில் கம்பீர நடை போட்டுக்கொண்டிருக்கும் எதிரியைத் தடுமாறச் செய்து விளையாட்டை சமனாகவோ அல்லது நமக்கு சாதகமாகவோ திருப்பும் வல்லமையுள்ளது. நுணுக்கமான சிந்தனையில், உங்களை ஈடுபடச்செய்து வெற்றியோடு வெளிவாச் செய்வது. இறுதியாட்டத்தில் மிக எளிதாக, சுலபமாக செக்மேட் செய்ய உதவுவது. நடுகள ஆட்டத்தில் ராணி, ரூக் போன்ற பெரிய காய்களை மடக்கி வீழ்த்த உதவுவது. இதுவரை 230க்கு சற்று கூடுதலான செஸ் பிரச்சினைகள் வெளியிடப்பட்டுள்ளன. செஸ் விளையாட்டு வீரர்களுக்கு செஸ் பிரச்சினைகள் தெரிந்துகொள்ள வேண்டியது இன்றியமையாததாகும்.

6. **செஸ் கல்வி** (Chess Education by Post): செஸ் கல்வி நடைமுறையில் பெற இயலாதவர்களும், செஸ்ஸைப் பற்றி மேலும் அறிய விரும்புபவர்களும் அஞ்சல் வழி வகுப்பில் சேர்ந்து பயன் பெறலாம்.

குறிப்பு:-செஸ் விளையாட்டு, செஸ் பிரச்சினை இரண்டையும் போர்டில் விளையாடிப் பழக வேண்டும்.

வினாக்களுக்கு விடையளிக்கவும்:-

1. செஸ் விளையாட்டை தபால் மூலம் விளையாடுவதால் என்ன பயன் ? 10
2. தபால் மூலம் செஸ் பிரச்சினைகளை வரவழைத்து, விடுவித்து அனுப்புவதால் செஸ் விளையாட்டில் முன்னேற்றம் ஏற்படுகின்றது. எப்படி ? 10
3. அஞ்சல் வழி செஸ் கல்வி யாருக்கு பயன் தருவதாகும் ? 5

பாடம் - 20
செஸ் விளையாட்டில் முன்னேறுவதெப்படி ?

1. செஸ் விளையாட்டில் படிப்படியாக உலக அளவில் முன்னேற்றம் அடைந்து பல பரிசுகள் பெற வேண்டும் என்று பலர் மிகுந்த ஆர்வத்துடன் இருக்கின்றனர். ஏறத்தாழ அனைவருக்கும் யோசனையின்மேல் யோசனைகள், சிந்தனையின்மேல் சிந்தனை, அடுத்தடுத்த நகர்த்துதல்கள் மற்றும் எதிர்வரும் ஒவ்வொரு நகர்த்துதலிலும், நாம் என்ன செய்ய இயலும், எதிரி என்ன செய்வார் என்பதனைக் காய்களின் போக்கை வைத்து அறிவுத்திறன் செயல்பாட்டால் கணிப்பதுதான் என்பதனை நன்கு அறிவர். இதனை அடைவதற்கு பல வருடங்கள் பயிற்சி பெற வேண்டும் என்றும் நினைக்கின்றனர். முயன்றும் சிலர் வெற்றியடைவதில்லை. அதற்கு அவர்கள் இந்த வெற்றி வாய்ப்புகள் அடையும் வழிகள் அறியாமையே காரணமாகும். கீழ்க்கண்ட பயிற்சிகளை நீங்கள் மேற்கொண்டால், உங்கள் குறிக்கோளில் நிச்சயம் வெற்றியடைய இயலும். உலக சாம்பியன் ஆவீர்கள்.

2. **முதலாவதாக,** நான் நிச்சயம் உலக சாம்பியன் ஆவேன் என்ற எண்ணம் இருக்க வேண்டும். அந்த எண்ணத்தை தளரவிடக்கூடாது. **இரண்டாவதாக,** இவ்விளையாட்டில் புதைந்திருக்கும் நுணுக்கங்களை நன்கு புரிந்து விளையாடுங்கள். **மூன்றாவதாக,** துவக்கத்தில் உள்ள மதிப்பெண்களை நினைவில் நிறுத்திக்கொள்ளுங்கள். துவக்க ஆட்டத்திற்கும் இறுதி ஆட்டத்திற்கும் நிச்சயமாக ஒரு தொடர்ச்சி உள்ளது. அது என்ன ? என்று ஆராய்ந்து அதில் தெளிவு பெற முயற்சிக்கவும். ஒவ்வொரு விளையாட்டும் ஓர் ஒழுங்கான பாதையாகும். அதில் ஒரு காய் மாற்றி நகர்த்தப்பட்டால், எல்லாக் காய்களிலும் எல்லா நகர்த்துதல்களிலும் மாற்றம் ஏற்படலாம். அம் மாற்றங்களைச் சிந்திக்கவும். உதாரணமாக, கடந்த நூற்றாண்டின் இறுதியில் க்வீன்ஸ் கேம்பிட் (Queens Gambit) என்ற நுழைவு முறை செஸ் வல்லுனர்களால் கண்டுபிடிக்கப்பட்டபொழுது அதில் வரும் கீழ்க்கண்ட நகர்த்துதல்கள் செஸ் கோட்பாட்டாளர்களாலும், விளையாட்டு வீரர்களாலும் ஆராயப்பட்டு மகிழ்வுடன் ஏற்றுக்கொள்ளப் பட்டது. பல ஆண்டுகள் உலக சாம்பியன் போட்டியில் விளையாடப்பட்டு வெற்றியை ஈட்டித் தந்தது.

அந்த நகர்த்துதல்கள் கீழே கொடுக்கப்பட்டுள்ளன:

1. d2 - d4 ... d7 - d5 2. c2 - c4 ... e7 - e6
3. Nb1 - c3 ... c7 - c6 4. Ng1 - f3 ... Ng8 - f6
5. Bc1 - g5 ... d5 x c4 6. e2 - e4 ... b7 - b5
7. e4 - e5

3. உலக சாம்பியன் ஒருவர். உலகளவு போட்டியில் மேற்கண்ட செஸ்

வரலாற்றுப் புகழ்பெற்ற நகர்த்தல்களை உபயோகித்து விளையாடிக் கொண்டிருந்தபொழுது, முன்னாள் உலக செஸ் சாம்பியனும், ரஷ்யா - இணைந்த நாடுகளில் பல செஸ் பள்ளிகள் நடத்தியவருமான மிக்காயில் போட்வின்னிக் (M. Botvinnik) அதனைப் பார்த்துக் கொண்டிருக்கும்பொழுது, இச் சரித்திரப் புகழ்பெற்ற நகர்த்துதல் கருப்புக்குச் சாதகமானது அல்ல என்று சவால் விட்டார். அவர் கண்ட நிலை படம் **100**ல் காணவும். அதனை அவர் மீண்டும் மீண்டும் தனது செஸ் ஆய்வுக் கூடத்தில் ஆராய்ந்து 7 ... h7 - h6; 8Bg5-h4 ... g7-g5 9Nf3 x g5 என்று நகர்த்தினால்தான் சரியான நகர்த்துதல் ஆகும் என்று நிரூபித்துக் காட்டியிருக்கின்றார். இதை "யூகோஸ்லோவ் என்சைக்ளோபீடியா செஸ் ஓப்பனிங்ஸ்" (Yugoslav Encyclopaedia of Chess Openings) என்ற செஸ் கலைக் களஞ்சியத்தில் இடம் பெற்றிருந்ததை, உலக சாம்பியன் காரி காஸ்ப்பரோவிற்கு, அவரது பயிற்சியாளர் வயாசஸ்லேவ் (Vyacheslav) காண்பிக்க, அதனைப் பின்பற்றி காஸ்பரோவ் (தனக்கு கருப்பு காய் கிடைக்கும்பொழுது) விளையாடி வெற்றி பெற்றிருக்கின்றார். அந்த ஒரு சிறு மாற்றத்தால் எல்லா காய்களிலும் ஏற்பட்டுள்ள மாற்றத்தை படம் **101**ல் பார்க்கவும். இதிலிருந்து துவக்கத்தில் ஏற்படும் சிறு மாற்றம் முழு விளையாட்டையும் சுழலச் செய்து சிக்கலில் கொண்டு நிறுத்திவிடும், அச்சுழற்சியையும், அதன் முடிவையும் ஒவ்வொரு காயிலும், நிலையிலும் அறிந்திருப்பது அவசியம் என்பதனை அறிகின்றோம். இதற்கான வழிகளை இப்பாடத்தில் **5**-வது பாராவில் காணவும்.

4. திறப்பு வழிகளில் உள்ள மதிப்பெண்களையும், நடுகள விளையாட்டில் வரும், ஃபோர்க், ஆப்பு, ஸ்கீவர்ஸ் இவைகள் விழாமல் விளையாடுவது, இவைகளை எதிரிக்கு போடும் திறமையை வளர்த்துக்கொள்வதுடன் இவற்றில் தெளிவான பயிற்சியையும் செய்துகொள்ளுங்கள்.

5. இறுதியாட்டத்தின் நிலைகளை மனப்பாடம் செய்து உபயோகித்து விளையாடக் கற்றுக்கொள்ளுங்கள். அத்துடன் பயிற்சிக்கு **25** பிரசித்தி பெற்ற விளையாட்டுகளை (கருப்பு, வெள்ளை) மனப்பாடம் செய்து கொண்டு இரு பக்கமும் பலமுறை விளையாடிப் பழகவும். அப்படி விளை யாடும்பொழுது நீங்கள் மனப்பாடம் செய்த நகர்த்துதல்களிலிருந்து மாற்றம் செய்யாமல் விளையாட முயற்சிக்கவும். எதிரியினால் மாற்றம் கட்டாயம் ஏற்பட்டால் அவசரப்படாதீர்கள். ஏனெனில், இவைகள் உலகின் மிகச் சிறந்த செஸ் வல்லுனர்களால் விளையாடப்பட்ட விளையாட்டுக்களாகும். எதிரி ஒரு திட்டமிட்டு இரண்டு காய்கள் ஆதரவுடன் வந்தால், உங்கள் நகர்த்துதல்களை மாற்றுங்கள். தோல்வி காணக் கூடிய விளையாட்டுகளை ஆராய்ந்து நிவர்த்தி செய்து வெற்றிபெற முயற்சியுங்கள். அனுபவமற்ற திறமைகுன்றிய ஆட்டக்காரர்களிடம் தோல்வி ஆட்டங்களை விளையாடாதீர்கள். சிறந்த ஆட்டக்காரர் மூலம் செஸ் விளையாட்டில் விளையாடுங்கள். நகர்த்துதல்கள் எல்லாம் மிக, மிகச் சிறப்பானவைகள்

என்று நிரூபிக்கப்பட்டதால் நீங்கள் விளையாடும்பொழுது, அதுபோன்ற நகர்த்துதல்கள் உங்களுக்கு தக்க சமயத்தில் தெளிவாக வந்து முன் நிற்கும். இவைகளை மனப்பாடம் செய்து விளையாடுவதால் உங்களுக்கு முழு ஆட்டத்தின் நிலை என்ன என்று தெரிந்துவிடும். எனவே, ஒரு உலக சாம்பியனைவிட அதிக சிந்தனையைப் பெறுகின்றீர்கள். ஆச்சரியப்படத் தக்க விதத்தில் முன்னேற்றம் அடைகின்றீர்கள்.

படம்-100

க்வீன்ஸ் கேம்பிட் (Queens Gambit)டில் 7வது நகர்த்தல் கருப்பு 7 ... e4 - e5 என்று இருப்பின் இருபதாவது நகர்த்துதல்களுக்குப் பின்பு போர்டின் நிலை கருப்புக்கு பாதகமானது என்று 40 ஆண்டுகளுக்குப்பின் கண்டுபிடிக்கப்பட்டது.

படம்-101

க்வீன்ஸ் கேம்பிட் (Queen Gambit) மிக்காயில் போட்வின்னிக் முறையில் (Mikhail Botvinnik System), கருப்பின் 7வது நகர்த்தல் 7. h7 - h6 என்று இருப்பின் 8. Bg5 - h4 ... g7-g5. 9. Nf3 x g4 என்று சென்று (பெஸ்ட் மூவ்கள்) இருபதாவது நகர்த்துதலுக்குப் பிறகு போர்டில் நிலை எப்படி இருக்குமென்பதை காட்டுகின்றது.

வினாக்களுக்கு விடையளிக்கவும்:-

1. செஸ் விளையாட்டில் முன்னேற்றமடைய நாம் செய்ய வேண்டியதென்ன ? 10
2. சிறந்த நகர்த்துதல்களைப் புரிந்து மனப்பாடம் செய்வதால் என்ன லாபம் ? 10
3. செஸ் பிரச்சினைகள் நமக்கு எவ்விதத்தில் உதவுகின்றன ? 10

பாடம் - 21

மூன்று முழு விளையாட்டுகளும் சில செஸ் பிரச்சினைகளும்

(Three Complete Games and some Chess Problems)

1. இப்புத்தகத்தின் இறுதிப்பாடமான இதில் உலக செஸ் சாம்பியன் போட்டியில் இந்தியாவின் கிராண்ட் மாஸ்டர் விஸ்வநாதன் ஆனந்த், உலக சாம்பியனாக கடந்த பத்தாண்டுகளாக இருந்துவரும் ரஷ்யாவின் காரி காஸ்பரோவுடன் மோதி வென்றதை முதல் விளையாட்டாகக் கீழே தரப்பட்டுள்ளது.

இதன் பெயர் ''சிசிலியன் ஷெவினின்ஜன் ஓப்பனிங்ஸ்''.

காஸ்பரோவ்: கருப்பு, வி. ஆனந்த்: வெள்ளை.

1.	e4	... c5	2.	Nf3	... d6
3.	d4	... c x d4	4.	N x d4	... Nf6
5.	Nc3	... a6	6.	Be2	... e6
7.	0 - 0	... Be7	8.	a4	... Nc6
9.	Be3	... 0 - 0	10.	f4	... Qc7
11.	Kh1	... Re8	12.	Bf3	... Bd7
13.	Nb3	... Na5	14.	N x a5	... Q x a5
15.	Qd3	... Rad8	16.	Rfd1	... Bc6
17.	b4	... Qc7	18.	b5	... Bd7
19.	Rab1	... a x b5	20.	N x b5	... B x b5
21.	Q x b5	... Ra8	22.	c4	... e5

22வது நகர்த்துதல் கருப்பு நகர்த்தியவுடன் போர்டின் நிலையை படம் 102 உடன் இணைத்து சரிபார்த்துக்கொள்ளவும்.

23.	Bb6	... Qc8	24.	f x e5	... d x e5
25.	a5	... Bf8	26.	h3	... Qe6
27.	Rd5	... N x d5	28.	e x d5	... Qg6

29.	c5	... e4	30.	Be2	... Re5
31.	Qd7	... Rg5	32.	Rg1	... e3
33.	d6	... Rg3	34.	Q x b7	... Qe6
35.	Kh2	... Rg3-g6	36.	Rg1-f1	... Qe6-e5+
37.	Kh2-hl	... Qe5-e6	38.	Qb7 x Ra8	... h6
39.	Be2-g4	... Qe6-e5	40.	d7	... h5
41.	d8 (R)	... h5 x g4	42.	Rd8 x Bf8+	... Kh7

43. Rf8-h8 1-0 *இறுதி நிலை படம் 103ல் தரப்பட்டுள்ளது*

படம்-102

"மூன்று முழு விளையாட்டுகளும், சில செஸ் பிரச்சினைகளும்" பாடத்தின் முதல் ஆட்டத்தின் போர்டின் இடைநிலை (22 நகர்த்துதல்கள் இருவரும் நகர்த்தியபின்)

படம்-103

படம் 102-ல் காட்டப்பட்டுள்ள விளையாட்டின் இறுதிநிலை.

மூன்று முழு விளையாட்டுகள்' பாடத்தில் அடுத்து வருவது உலக கிராண்ட் மாஸ்டர் ஒருவரும் ஒரு சாம்பியனும் விளையாடிய விளையாட்டு. விளையாட்டின் பெயர் "குரூயன்ஃபெல்டு டிஃபன்ஸ்" (Grunfeld Defence)

1.	d4	... Nf6	2.	c4	... g6
3.	Nc3	... d5	4.	Nf3	... Bg7
5.	Qb3	... d x c4	6.	Q x c4	... 0 - 0
7.	e4	... a6	8.	e5	... b5
9.	Qb3	... Nfd7	10.	Be3	... c5
11.	e6	... c4	12.	e x f7+	... R x f7
13.	Qd1	... Nb6	14.	Ne5	... Rf8
15.	a4	... b4	16.	a5	... b x c3
17.	a x b6	... c x b2	18.	B x c4+	... Kh8
19.	Rb1	... Q x b6	20.	Q d2	... Nd7
21.	R x b2	... N x e5	22.	R x b6	... N x c4

கருப்பு 22வது நகர்த்தல் செய்தவுடன் போர்டின் நிலையை படம் 104 உடன் இணைத்து சரிபார்த்துக்கொள்ளவும்.

23.	Qb4	... N x b6	24.	Q x b6	... a5
25.	0 - 0	... a4	26.	Ra1	... Bf5
27.	h4	... e6	28.	Bf4	... Be4
29.	Bd6	... Rfc8	30.	Qb5	... Bc6
31.	Qb4	... Kg8	32.	Ra3	... Ra6
33.	Qc4	... Rca8	34.	Q x e6+	... Kh8
35.	Be5	... B x e5	36.	Q x e5+	... Kg8
37.	h5	... Be8	38.	h6	... R6a7
39.	d5	... Rb7	40.	d6	... Rd8
41.	Rf3	... Rb7-f7	42.	d7	... Rd8 x d7
43.	Q x e8+	1 - 0			

இறுதி நிலை படம் 105ல் தரப்பட்டுள்ளது.

'மூன்று முழு விளையாட்டுகள்' பாடத்தில் இறுதியாக வருவது கிராண்ட் மாஸ்டர் கடா காம்ஸ்கியும், உலக செஸ் சாம்பியன் கார்போவும் விளையாடிய விளையாட்டு. விளையாட்டின் பெயர் 'பெட்ரோஃப் டிஃபன்ஸ்' (Petroff Defence).

காம்ஸ்கி - வெள்ளை   கார்போவ் - கருப்பு

1.	e4	... e5	2.	Nf3	... Nf6
3.	d4	... N x e4	4.	Bd3	... d5
5.	N x e5	... Nd7	6.	N x d7	... B x d7
7.	0 - 0	... Bd6	8.	Nc3	... Qh4
9.	g3	... N x c3	10.	b x c3	... Qg4

11. Re1	... kd8	12. Be2	... Qf5
13. Rb1	... b6	14. c4	... d x c4
15. B x c4	... Re8	16. Be3	... Bc6
17. d5	... Bd7	18. Bf1	... h6
19. c4	... Re7	20. Bd3	... Qf6
21. Kg2	... ke8	22. Bc2	... Qc3

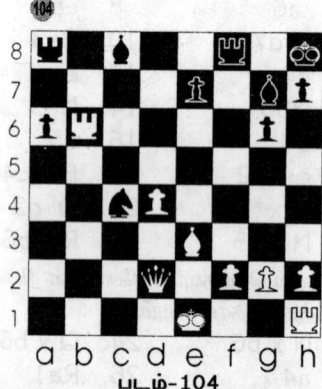

104

படம்-104

"மூன்று முழு விளையாட்டுகளும், சில செஸ் பிரச்சினைகளும்" பாடத்தின் இரண்டாவது ஆட்டத்தின் இடைநிலை (இதிலும் 22 நகர்த்துதல்களுக்குப்பின் போர்டின் இடைநிலை காட்டப்பட்டுள்ளது)

105

படம்-105

காட்டப்பட்டுள்ள ஆட்டத்தின் இறுதி நிலை

கருப்பு 22வது நகர்த்துதலை முடித்தவுடன் போர்டின் நிலையை படம் 106 உடன் இணைத்து சரிபார்த்துக் கொள்ளவும்.

23. Bb3	... Kf8	24. Rc1	... Qf6
25. Bc2	... Rae8	26. Qd3	... Bg4

27. Bd2	... Re2	28. Rxe2	... Rxe2
29. Rf1	... Rxd2	30. Bc2-d1	... Bg4xBd1
31. Rf1xBd1	... Qf6xf2+	32. Kg2-h1	... Qf2xh2+(0-1)

படம் **107**ல் இறுதி நிலை தரப்பட்டுள்ளது

அடுத்ததாக, நீங்கள் செஸ் விளையாட்டில் நன்கு பயிற்சி பெற அனைத்து விதமான நகர்த்துதல்களையும் உதாரணமாக ஆப்பு, ஃபோர்க், ஸ்கீவர்ஸ், டிரா, செக், இரட்டை செக், ஸ்டேல்மேட் போன்றவைகளும் இடம் பெற்றுள்ள ஆட்டங்களில் பயிற்சி பெற வேண்டும். இவைகள் பிரபல மாஸ்டர்கள், கிரேண்ட் மாஸ்டர்கள், சாம்பியன்கள் விளையாடிய விளயாட்டுக்கள் ஆகும்.

செஸ் பிரச்சினைகள். (Chess Problems) :

1. செஸ் பிரச்சினைகள் ஒரு கடினமான கணக்கிற்கு சமமானது. ஒரு கணக்குப் போட இயலாவிடில் நாம் பலவாறு சிந்திக்கின்றோம். இறுதியில் விடை கண்டுவிட்டால் எவ்வளவு மகிழ்ச்சியடைகின்றோம். ஒரு ஆட்டத்தின் முடிவை சிலர் சுற்றி வளைத்துக்கோண்டேயிருப்பர், அந்த ஆட்டம் **2, 4, ,8 10** நகர்த்துதல்களுக்குள் வெற்றி பெறுவதற்கு ஏற்றதாக இருப்பினும், அறியாமையால் தோல்வியைத் தழுவுவர். ஆனால், செஸ் பிரச்சினைகளை விடுவிக்க அறிந்தவர்கள், வெற்றியை நோக்கி சென்றுகொண்டிருக்கும் எதிரியைக் கூட தோற்கடித்து வெற்றிவாகை சூடுவர்.

2. செஸ் பிரச்சினை என்பது சிறப்பான நகர்த்துதல்களின் ஒரு தொகுப்பாக இருப்பதால், நடுநிலை விளையாட்டிலும், ஃபோர்க், ஸ்கீவர்ஸ், ஆப்பு போடும் திறமையை எளிதில் பெறுகின்றனர். படம் **108, 109, 110, 111**ல் நான்கு செஸ் பிரச்சினைகள் தரப்பட்டுள்ளன. விடுவித்து தெரிந்து கொள்ளவும். விடைகள் பின்னால் கொடுக்கப்பட்டுள்ளன.

106

படம்-106

"மூன்று முழு விளையாட்டுகளும் சில செஸ் பிரச்சினைகளும்" பாடத்தின் மூன்றாவது விளையாட்டில் போர்டின் இடைநிலை.

107

படம்-107

படம் 106ல் காட்டப்பட்டுள்ள விளையாட்டின் இறுதிநிலை.

108

படம்-108

கருப்பு முதலில் நகர்த்த ஆரம்பித்து தொடர்ந்து கருப்பே 4 அல்லது 5 நகர்த்துதல்களிலேயே ஜெயிக்க வேண்டும்.

109

படம்-109

வெள்ளை முதலில் நகர்த்த வேண்டும். வெள்ளையே இரண்டே நகர்த்தலில் ஜெயிக்க வேண்டும்.

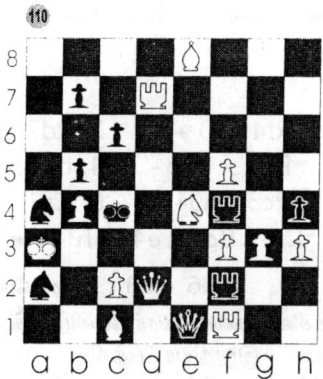

படம்-110

வெள்ளை முதலில் நகர்த்த வேண்டும். ஆறு நகர்த்துதல்களில் கருப்பு வெள்ளையை வெல்ல வேண்டும். முயன்று பார்க்கவும். வெள்ளை ராஜாவிற்கு நகர வழியில்லாமையால் செக்மேட்டாகிவிட்டது. இதில் உள்ள சிறப்பு என்னவெனில், கறுப்பு தொடர்ந்து செக் வைத்தே செக்மேட் ஆக்கியதாகும். ஒரே ஒரு ஆட்டம் செக் வைக்காவிடில், வெள்ளை கருப்பை கீழ்ப்படியச் செய்திருக்கும்.

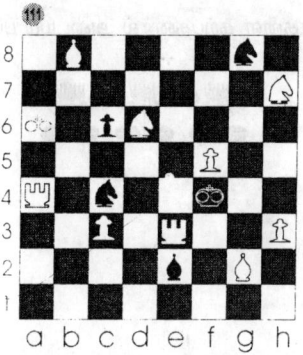

படம்-111

இரண்டே நகர்த்தலில் வெள்ளை, கருப்பை வெல்ல வேண்டும். முதல் நகர்த்தல் வெள்ளையினுடையது.

விடைகள்:

படம் 108ன் விடை: 1 ... Q x f4 செக் வெள்ளை Kd2 - c3 கருப்பு Qf4 x Bc1+ *(வெள்ளை இரண்டு விதமாக நகர்த்த இயலும். ஒன்று Ne1 - c2 (PIN) இரண்டு Ke3 - b4. நகர்த்தல் ஒன்றின்படி வெள்ளை "பின்" செய்தால், கருப்பின் அடுத்த நகர்த்தல் Qc1 x Nc2 செக் ஆகும். பின்பு, வெள்ளை Kc3 - b4 கருப்பு Qc2 - c5 செக், வெள்ளை Kb4 - a4 கருப்பு Qc5 - a5 செக்மேட் நகர்த்தல் இரண்டின்படி வெள்ளையின் குதிரை அடிபடாது. மற்ற நகர்த்துதல்களில் மாற்றம் இருக்காது.

படம் **109ன் விடை:** வெள்ளை Qc4 - g8+ கருப்பு Ra8 x Qg8, வெள்ளை Nh6 - f7 செக்மேட்.

படம் **110 விடை:**
1. Qd2 x Qe1 ... Rf4 x f3 +   2. Rd7 - d3   ... Rf3 x Rd3+
3. Ne4 - c3   ... Rd3 x Nc3+   4. Ka3 x Na2 ... Rf2 x C2+
5. Ka2 - a1   ... Rc3 - a3+   6. Ka1 - b1   ... Rc2 - b2 +

படம்-**111ன் விடை:**   1.   Bg2 - e4 ... Kf4 - e5
                        2.   Nd6 - e8 ... செக்மேட்

மேற்கண்ட பிரச்சினைகளை போர்டில் விடுவித்துப் பார்ப்பீர்களேயானால் இதன் உதவி இறுதியாட்டத்தில் எவ்வளவு பயனுள்ளது என்பதையறிவீர்கள். இதுவரை 200க்கு சற்றுக் கூடுதலாக, தனித்தன்மையுடன் செஸ் பிரச்சினைகள் வந்துள்ளன. அவைகளைக் கற்று மனதில் நிலை நிறுத்திக்கொள்வது ஒவ்வொரு செஸ் விளையாட்டு வீரருக்கும் இன்றியமையாததாகும்.

வினாவிற்கு விடையளிக்கவும்:

செஸ் பிரச்சினைகளை கற்பதனால் அடையும் பயனை எழுதுக: